निक ट्रेंटन यांचा जन्म अमेरिकेतील इलिनॉय खेड्यातील एका शेतकरी कुटुंबात झाला. त्यांनी अर्थशास्त्रामध्ये बीएस मिळवले आणि त्यानंतर वर्तणूक मानसशास्त्र विषयात एमए पूर्ण केले.

निक म्हणतात की, त्यांच्या आवडत्या छंदांपैकी एक म्हणजे लोकांचे निरीक्षण करणे आणि ते या क्षेत्रातील एक व्यावसायिक तज्ज्ञ आहेत. ते एक कुशल स्कीअर आहेत. जगभर भ्रमंतीचे तसेच अँथनी बॉर्डेनप्रमाणे फूड शो होस्ट करण्याचे ते स्वप्न पाहतात. निक सध्या शिकागोमध्ये इलिनॉय येथे राहतात.

शांत राहा

मनःशांती मिळवण्यासाठी,
अतिविचार थांबवण्यासाठी आणि
आयुष्य पुढे नेण्यासाठी १०२ उपयुक्त गोष्टी

निक ट्रेंटन

अनुवाद : इंद्रायणी चव्हाण

MANJUL
मंजुल पब्लिशिंग हाउस

First published in India by

MANJUL

Manjul Publishing House

Corporate and Editorial Office
•2nd Floor, Usha Preet Complex, 42 Malviya Nagar,
Bhopal 462 003 – India

Sales and Marketing Office
•C-16, Sector 3, Noida, Uttar Pradesh 201301 – India
Website: www.manjulindia.com

Distribution Centres
Ahmedabad, Bengaluru, Chennai, Kochi,
Kolkata, Hyderabad, Mumbai, New Delhi, Pune

Marathi translation of *Keep Calm* by Nick Trenton

English reprint edition published in 2024
Marathi edition published by arrangment with TLL Literary Agency

Marathi edition first published in 2025

ISBN 978-93-7317-772-4

Translated by: Indrayani Chavhan

Printed and bound in India by Repro India Limited

अनुक्रमणिका

१. पर्यायी स्पष्टीकरणांचा विचार करण्याची क्षमता ९

२. काही वेळा तुम्ही 'अंतर्मुख होणं' थांबवायला हवं. १४

३. कृती महत्त्वाची १९

४. तुम्हाला नक्की कशाची भीती वाटते? २३

५. 'हो' कसं म्हणावं, 'नाही' कसं म्हणावं २७

६. तुमचा आतला आवाज तुम्हाला स्वयंनियंत्रणासाठी साहाय्य करतो ३१

७. निराश वाटत आहे? सहानुभूती राखा ३५

८. इष्टापत्ती ४०

९. जाणीवपूर्वक प्रयत्नांनी मानसिक तणाव कमी करता येतो ४६

१०. नकोशा, नकारात्मक विचारांनी वैतागलेले आहात का? मग फेकून द्या ते विचार ५०

११. झेप घ्या– काही करा! ५३

१२. 'बरं मग?' तत्त्व ५७

१३. जे झालं ते झालं ६१

१४. दोषाचा अंश ६६

१५. गरजा विरुद्ध इच्छा ७०

१६. भावनिक विवेकाची जोपासना ७४

१७. लक्षात ठेवा, 'तुम्ही' मालक आहात. ७८
१८. भीतीचा स्वीकार करा, पण काहीही करून काम पूर्ण करा ८३
१९. जे काही घडतं ते इथेच, वर्तमानात घडत असतं ८८
२०. फक्त दीर्घ श्वसन करा ९३
२१. चिंता करा... पण तुमच्या शर्तींवर करा ९७
२२. कृतीमधून विसावा मिळवा १०१
२३. दोन तणावग्रस्त व्यक्ती म्हणजे कमी तणाव : १०५
२४. 'आणि त्याचा अर्थ काय...?' १०९
२५. तुम्हाला स्वतःची सोडवणूक करून घेणं आवश्यक आहे ११२
२६. सत्याला धरून रहा ११६
२७. योग्य दृष्टिकोन मिळवण्याचा वेगवान मार्ग १२१
२८. तुमची कायमची स्थिती कशी असते? १२६
२९. थोड्याशा गोष्टींसाठी घाम गाळू नका १३०
३०. झाकोळ असतानाही सहजता राखा १३४
३१. आपण नायकच असायला हवं असं नाही १३९
३२. आपल्या नियंत्रणाचा आवाका समजून घेणं १४५
३३. जेवढं सहन करायला हवं, त्यापेक्षा
अधिक सहन करू नका १५०
३४. चिंता बिनकामाची असते. १५५
३५. तणाव पाळणं सोडून द्या १६०
३६. प्रतिगामी योजना १६४
३७. लिखित स्वरूपात मांडा १६८
३८. लेबल लावा १७२
३९. आपल्याला किती आशीर्वाद लाभले आहेत ते मोजा १७७
४०. विचारांमागचे तुम्ही १८१
४१. सगळं काही आपल्या समजुतीवर अवलंबून असतं १८६

४२. सोडून देण्याचं मूल्य १८९
४३. मार्ग काढा १९३
४४. स्वत:ची तुलना करणं थांबवा १९८
४५. तुम्ही एक वेगळी कथा सांगू शकता २००
४६. तुमची आकलनशक्ती तुम्हाला काय सांगते? २०३
४७. आता पुरे झालं! २०७
४८. उद्देशामुळे लवचिकता येते २११
४९. आपल्या शत्रूलाच आपला मित्र बनवा २१४
५०. मनोवृत्ती विकसनशील राखा २१८
५१. निर्णय-दुर्बलता टाळा २२१

अनुवादक परिचय २२५

प्रकरण १

पर्यायी स्पष्टीकरणांचा विचार करण्याची क्षमता

'लोकांनी थोडा वेळ वापरला आणि 'याचा अर्थ आणखी काही असू शकतो का?' असा विचार केला तरीही जगातले बरेचसे गैरसमज टाळता येतील.'

–शॅनॉन एल. एल्डर

रोजच्या धकाधकीच्या जीवनात वरवरच्या विचारातून घाईघाईत घेतलेल्या निर्णयांच्या आणि करून घेतलेल्या विशिष्ट समजुतींच्या सापळ्यात आपण अगदी सहज सापडतो. जाणीवपूर्वक थांबून घडलेल्या घटनेकडे वेगळ्या दृष्टिकोनातून पाहण्याच्या इच्छेच्या अभावातून अनेक गैरसमज जन्म घेत असतात. म्हणूनच शॅनॉन एल. एल्डर यांचे मार्गदर्शक शब्द आपल्याला सुचवतात की, थोडं थांबा आणि स्वत:ला विचारा की, 'याचा अर्थ आणखी काही असू शकतो का?'

'याचा अर्थ काय?' हा प्रश्न विचारण्याची सवय बहुतेक सर्वांनाच असते. पण त्या प्रश्नाच्या पहिल्याच आणि एकमेव उत्तरावर आपण अडून बसतो तेव्हा गडबड होते. त्या घटनेचा अर्थ आणखी काही वेगळा असू शकतो का, असा विचार केल्यामुळे मात्र अनेक शक्यता सामोऱ्या येतात आणि नकारात्मक परिस्थितीतही वैचारिक संतुलन साधणं शक्य होतं. त्यामुळे आपल्याला आलेला अनुभव आणि त्यावरची आपली प्रतिक्रिया यांमध्ये

योग्य ते अंतर राखलं जाऊ शकतं. त्या अंतरादरम्यान आपला वैचारिक विकास होऊ शकतो, आपण समस्या सोडवू शकतो आणि स्वत:चं एक उत्तम रूप नव्यानं निर्माण करू शकतो किंवा आपल्याला माहीत असलेल्या आपल्या शक्यतांनुसार स्वत:ला घडवू शकतो.

स्वत:ला विचारा, 'याचा अर्थ आणखी काही असू शकतो का?'

एखाद्या नकारात्मक किंवा गोंधळाच्या परिस्थितीचा अनुभव येताच पटकन आपल्याला पटतील असे किंवा आपोआप मनात येणारे निष्कर्ष काढणं हा माणसाचा उपजत स्वभाव असतो. पण ते निष्कर्ष–

- आपल्याला साहाय्यक ठरतील असे
- परिस्थिती अचूक व्यक्त करतील असे किंवा
- आपल्या मनाला आनंद देतील असे

असतीलच असं नाही. तर आपल्या मानसिक धारणांमध्ये चपखल बसतील असे ते निष्कर्ष असतात. जर तुम्ही सतत अनावश्यक चिंतेत असाल आणि भेदरलेले असाल तर, एखाद्या व्यक्तीनं तुमच्यासमोर सुरी धरताच ती व्यक्ती आपल्याला ठार करणार आहे असं तुम्ही ठरवून टाकू शकता. पण 'याचा अर्थ आणखी काही असू शकतो का,' असा विचार केला तरच तुमच्या लक्षात येईल की तुम्ही त्या व्यक्तीबरोबर एकत्रित मिळून गाजराचं सूप करत आहात आणि त्यासाठी गाजरं कापण्याकरता त्या व्यक्तीनं तुमच्यापुढे सुरी धरलेली आहे.

नेहमी घडणारी आणखी एक घटना बघू या : तुम्ही तुमच्याजवळच्या मित्राबरोबर ठरवलेला एखादा बेत तुमचा मित्र ऐन वेळी रद्द करतो याचा अर्थ काय? तुमच्या मनात काही विशिष्ट धारणा पक्क्या असतील तर तुम्हाला वाटेल की, आपल्यावर कोणाचंच प्रेम नाही, हाच याचा अर्थ आहे. पण निष्कर्ष काढण्याची घाई करण्याऐवजी आणि लोकांना तुमच्या मैत्रीची कदर उरलेली नाही असा समज करून घेण्याऐवजी वेगळ्या शक्यतांचा विचार करायला हवा. त्या मित्राला ऐन वेळी काही समस्या आली असेल किंवा असंही असेल की, त्याला स्वत:साठी वेळ खर्च

करणं आवश्यक वाटत असेल. त्याच्यापुढे अचानक काही अडचण आली असेल किंवा त्याची तब्येत बरी नसेल. कदाचित तो घरी सूप बनवण्यात व्यग्र असेल. काय माहीत?

टीकात्मक किंवा नकारात्मक विचार करण्याच्या क्षणी त्या परिस्थितीमध्ये आपण काय केलं असतं असा विचार करावा. प्राप्त परिस्थितीचा विचार वेगवेगळ्या दृष्टिकोनांतून करायची सवय आपल्याला त्या परिस्थितीचा वाईट अर्थ लावण्यापासून वाचवते. समजा, तुम्ही खूप चुका केल्या असतील तर तुमचा बॉस कोणत्याही क्षणी तुम्हाला कामावरून काढून टाकेल... किंवा एखादा दिवस सकाळी तुम्ही उशिरा आलात याचा अर्थ तुम्ही वाईट आहात असा होत नाही, असंही त्याचं मत असू शकेल. 'याचा अर्थ आणखी काही असू शकतो का,' हा प्रश्न रोजच्या जीवनात विविध प्रसंगी समाविष्ट केल्यामुळे एका गोष्टीकडे विविध अंगांनी बघायची वृत्ती विकसित होते. या वृत्तीमुळे नकारात्मक परिस्थितीत आपल्याकडून तत्काळ दिल्या जाणाऱ्या प्रतिक्रिया रोखण्यासाठी तसंच अधिक संतुलित आणि सहानुभूतिपूर्वक विचार करण्यासाठी मदत होते. त्यामुळे आपण आयुष्याकडे अधिक जाणतेपणाने बघू लागतो आणि आपल्या तत्काळ निष्कर्षांपलीकडे असणाऱ्या संभावनांचा विचार करू शकतो.

मनोवेगाला आवर घालणे :

जिथे सतत तत्काळ उमटणाऱ्या प्रतिक्रिया दिसत असतात आणि भावनांच्या भरात घेतलेले निर्णय प्रकर्षानं जाणवतात अशा आजच्या वेगवान जगात विचारप्रक्रियेच्या वेगाला आवर घालणं महत्त्वाचं आहे. एखाद्या गोष्टीचा अनुभव घेणं आणि त्यावर प्रतिक्रिया देणं यादरम्यानचा वैचारिक प्रक्रियेचा वेळ वाढला पाहिजे.

अन्यथा, घडलेल्या घटनेवर प्रतिक्रिया देण्यापूर्वी 'याचा अर्थ आणखी काही असू शकतो का,' ह्या प्रश्नाच्या उत्तरासाठी किंवा तशा अर्थाचा विचार करण्यासाठी वेळच मिळणार नाही. हा वेळ वाढवला तर प्राप्त परिस्थितीचा विचार सजगतेनं करण्यासाठी आणि त्याद्वारे समजून उमजून जगण्यासाठी आपल्या मनात जागा तयार होते. परिणामत: आपण वर्तमानात राहतो, चिंता कमी करतो आणि त्यामुळे अति विचारांपासून दूर राहतो.

तुमच्या मनात नकारात्मक भावना जागवणारी एखादी शेरेबाजी आठवून बघा. अशा वेळी तत्काळ काही प्रत्युत्तर देण्याऐवजी किंवा बचावात्मक पवित्रा घेण्याऐवजी तुम्ही थोडं थांबून बघा.

तणावाच्या किंवा दडपण आणणाऱ्या क्षणी 'लढा किंवा पळ काढा,' या तीव्र भावनेतून तत्काळ काही प्रतिक्रिया देणं ही सहजवृत्ती आहे. कारण भावना आपोआप आणि त्वरित उद्दीपित होत असतात, तर स्थितीचा काळजीपूर्वक विचार करण्यासाठी मात्र काही वेळ आवश्यक असतो. अशा वेळी मानसिक प्रक्रियेचा वेग कमी केला तर भावनेच्या भरात काही कृती करण्याऐवजी आपण विचारपूर्वक निर्णय घेऊ शकतो.

उदाहरणार्थ, कल्पना करा की, तुम्हाला एखादं काम तातडीनं करून देण्यासंबंधी एक ईमेल आली आहे. त्या वेळी तुमच्यामध्ये दडपण आल्याची आणि चिंतेची भावना जागी होते. अशा वेळी आपण एका वेळी अनेक कामं करू शकतो, या उन्मादात तत्काळ आवेशानं त्या कामावर तुटून पडण्याऐवजी तुम्ही थोडं थांबून दीर्घ श्वास घेऊ शकता आणि स्वत:ला विचारू शकता की, 'याचा अर्थ आणखी काही असू शकतो का?' स्वत:ला हा वेळ दिल्यामुळे आपली मूल्यं जपत आपली भलाई साधणारा निर्णय आपण विचारपूर्वक घेऊ शकतो.

प्रतिक्रियेपूर्वी वैचारिक प्रक्रियेचा वेग कमी करणं महत्त्वाचं आहे. विशेषत: विविध माहितींचा अनवरत वर्षाव करणाऱ्या सध्याच्या डिजिटल युगात तर हे खूपच महत्त्वाचं आहे. भावना भडकवणाऱ्या बातम्या किंवा सोशल मीडियावरच्या पोस्ट बघितल्यावर त्याविषयी लगेचच काही ग्रह करून घेण्याऐवजी किंवा विचार व्यक्त करण्याऐवजी थोडं थांबून सजगतेनं विचार करण्याची सवय लावून घ्यायला हवी. अशा भडकवणाऱ्या बातम्यांसंबंधी आपण आपल्या विचारप्रक्रियेला लगाम घातला तर अनावश्यक संघर्ष टाळला जाऊ शकतो आणि आपण स्थिर राहू शकतो.

अशी सवय लावून घेतल्यावर होणारी आश्चर्यकारक गोष्ट म्हणजे, काही गोष्टींचं आपल्याला 'खरंच काहीही वाटत नाही.' दुसऱ्या शब्दांमध्ये सांगायचं तर त्या गोष्टींकडे आपलं लक्ष वेधलं जाऊन आपल्या मनात खळबळ माजू शकते. पण म्हणून आपण त्यावर लगेचच व्यक्त व्हायला हवं असं नाही आणि निश्चितच काही ठरावीक पद्धतीनं प्रतिक्रिया द्यायला हवी

असंही नाही. आपण त्या गोष्टीचा स्वीकार करण्याची किंवा तिला विरोध करण्याचीही गरज नसते, तर त्यापासून अलिप्त राहून आपलं लक्ष दुसरीकडे वळवायचं असतं.

आपल्या वैयक्तिक नातेसंबंधांमध्येही प्रतिक्रियेच्या प्रक्रियेचा वेळ कमी करणं हा आपसांतले गैरसमज कमी करण्याचा एक अमूल्य उपाय आहे. जरा विचार करा, केवळ स्वत:ला विचार करायला वेळ देऊन आणि प्रतिक्रिया देण्याचं टाळून आतापर्यंत नातेसंबंधांमधले किती वादविवाद तुम्ही कमी करू शकला असतात. कल्पना करा, 'याचा अर्थ आणखी काही असू शकतो का?' असा विचार करण्यासाठी पुरेसा वेळ दिला असता तर आतापर्यंत तुम्ही किती वेळा तणावपूर्ण विचारगर्तेत हरवण्यापासून, विचार भरकटण्यापासून आणि अनावश्यक विचारांच्या माऱ्यापासून स्वत:ला वाचवू शकला असतात.

प्रकरण २

काही वेळा तुम्ही 'अंतर्मुख होणं' थांबवायला हवं.

'सतत विचार करत राहणाऱ्या माणसाकडे विचार करण्यासाठी त्या विचारांव्यतिरिक्त अन्य काही उरत नाही. त्यामुळे तो वास्तवापासून दुरावतो आणि आभासांनी व्यापलेल्या जगात जगू लागतो.'

–एलन वॅट्स

डिजिटल माध्यमातून सातत्यानं येत राहणारी माहिती आणि होत राहणारी बडबड : आपल्या जगात अशा सततच्या लक्ष विचलित करणाऱ्या गोष्टींची गजबज असते. त्याच्या सूचना देणाऱ्या 'बीप'च्या आवाजाचा कोलाहल असतो. अंतर्मुखता ही एखाद्या अभयारण्यासारखी गोष्ट आहे जिथे स्वत:मध्ये राहणं शक्य होतं– जिथे अविरत चाललेल्या कोलाहलातून सुटका मिळवण्यासाठी आपण आश्रय घेऊ शकतो. प्रसिद्ध विचारक एलन वॅट्स यांच्या सूक्ष्म निरीक्षणानुसार अतिरेकी आत्मचिंतनामुळे मन भरकटतं, वास्तवापासून दूर जातं आणि आभासी जगात गुंतून राहतं. स्वसंवादात मग्न राहणं आणि बाह्य जगाचं भान ठेवणं यांतील समतोल आयुष्यात खूप महत्त्वाचा आहे. वर्तमानात राहणं, चिंता कमी करणं आणि अति विचारांपासून मुक्ती मिळवणं यामुळे असा समतोल शक्य होतो.

अंतर्मुखता आणि बाह्य जगाचं भान यांतला समतोल :

आपल्याला कशामुळे प्रेरणा मिळते, कसली भीती वाटते, आपली स्वप्नं काय आहेत हे अंतर्मुखतेमुळे आपल्याला समजत असलं तरी, अति अंतर्मुखतेमुळे वास्तवाचं भान सुटण्याची शक्यता असते. एखाद्या आंदोलनाणाऱ्या लंबकाप्रमाणे आपल्या मनानं आत्मपरीक्षणाचं टोक गाठलेलं असेल तर आपण वर्तमानातले विविधरंगी क्षण अनुभवू शकत नाही. कारण आपण स्वत:च विणलेल्या विचारांच्या जाळ्यात अडकतो. स्वत:च निर्माण केलेल्या गुंत्यात गुंतून राहतो. हा एक विरोधाभास आहे : आपण आपल्या विचारांमध्ये जितके अधिक गुंतत जातो तितके अधिक त्या विचारांना चालना देणाऱ्या अनुभवांपासून दुरावतो.

समजा, एखाद्या लहान मुलानं त्याच्या वडिलांना सांगितलं की, आपल्या पलंगाखाली राक्षस आहे, या कल्पनेनं त्याला भीती वाटते आहे. तेव्हा वडील आपल्या मुलाच्या मनातली भीती काढण्याचा प्रयत्न करतात. जगात राक्षस असूच शकत नाहीत हे त्याला तार्किक दृष्टीनं पटवून देतात आणि समजा, राक्षस आलाच तर त्याला घालवून देण्यासाठी ऐन वेळीसुद्धा अनेक उपाय योजता येतील असं सांगतात. मुलाच्या मनात भीती कशी खोल रुतलेली आहे आणि राक्षस हे अनभिज्ञतेतून आलेलं केवळ एक प्रतीक आहे हे वडील मुलाला पटवून देत होते. राक्षसाविषयीच्या आध्यात्मिक, आधिभौतिक समजुतींचे परिणाम, राजकीय आणि सांस्कृतिक स्तरांवर त्यातून काय दिसून येतं, राक्षसाच्या भीतीचा कसा एक नवा अर्थ लावला जाऊ शकतो, 'राक्षस' या शब्दाचा नवा संदर्भ कसा घेतला जाऊ शकतो, त्यातून दबलेल्या तीव्र भावना कशा प्रकट होऊ शकतात आणि त्या भावनिक ऊर्जेचा उपयोग मुलाच्या विकासासाठी कसा करून घेता येईल याविषयी बापलेक रात्री उशिरापर्यंत एकमेकांशी बोलत होते.

तरीही, आपल्या पलंगाखाली काहीतरी आहे अशी भीती मुलाला वाटत होतीच.

दुसऱ्या दिवशी, त्या मुलाच्या आईनं वैतागून त्याला पलंगाखाली डोकावून बघायला सांगितलं आणि विचारलं,

''बघ! आहे का तिथे कोणी राक्षस?''

''मला तर नाही दिसला.'' मुलगा म्हणाला आणि विषय संपला.

अर्थात, विचार समस्या सोडवू शकतो.

तर अति विचार हीच एक समस्या असते.

आपल्या एखाद्या सहकाऱ्याबरोबर झालेल्या संभाषणाचं विश्लेषण करण्यात तुम्ही तासन्‌तास घालवलेले असतात. त्यातल्या प्रत्येक शब्दाची, प्रत्येक उच्चाराची तुम्ही इतकी चिरफाड करता की त्या अति विचारामुळे तुमचं वर्तमानाचं भान हरवून जातं. दरम्यान, तुमचा तो सहकारी मात्र तुमच्याबरोबर झालेलं बोलणं विसरून पुढे गेलेला असतो आणि अन्य कोणाशीतरी बोलण्यात, नवा अनुभव घेण्यात गुंतलेला असतो. अति प्रमाणातलं आत्मपरीक्षण, मग ते चांगल्या हेतूनं केलेलं असलं तरीही, तुम्हाला भौतिक जगापासून तोडतं- दिवाणखान्यात चाललेला हास्यविनोद, आरामखोलीतून येणारा कॉफीचा सुगंध आणि वर्तमानात निर्माण होत असणारे वास्तववादी अनुभव यांपासून तुम्ही दुरावता.

त्याचप्रमाणे, एखाद्या प्रवाशाची कल्पना करा. तो घराबाहेर पडण्यापूर्वी आपल्या संपूर्ण प्रवासाचं बारकाईनं नियोजन करतो. त्यानं नकाशांचा अभ्यास केलेला असतो, लोकांची मतं जाणून घेतलेली असतात आणि त्यानुसार आपल्या प्रवासाची तपशिलांसह आखणी केलेली असते. तरीही, प्रत्यक्ष प्रवास सुरू केल्यावर अकल्पित दृश्य, अनपेक्षित वळणं समोर येतात आणि अचानक उद्भवलेल्या समस्यांचा सामना करावा लागतो. जो प्रवासी त्यानं केलेल्या पूर्वयोजनांनुसारच प्रवास करण्याला प्राधान्य देतो तो प्रवासाच्या खऱ्या अनुभवाला मुकतो. प्रवासादरम्यान येऊ शकणाऱ्या अपरिचित स्थितीचा स्वीकार करण्याची क्षमता, अपेक्षांवर अडून न राहता अनपेक्षितपणे पुढ्यात आलेल्या क्षणांचा आनंद घेणं हाच तर खरा प्रवास असतो.

संतुलन साधण्याचा प्रयत्न करत आपण आपल्या जीवनाच्या शेल्यात आत्मपरीक्षणाचे असे धागे गुंफताना, त्यातून वास्तवाचे धागे सुटणार नाहीत याची काळजी घ्यावी. पायांखालची जमीन अनुभवणं, अन्नाचे स्वाद-रस उपभोगणं आणि इतरांचं म्हणणं ऐकून घेणं, अशा प्रकारे पंचेंद्रियांना वर्तमानात गुंतवून ठेवून आपण मनाला सजग राहण्याची सवय लावू शकतो. स्पर्श्य जगाशी जोडलं गेल्यामुळे केवळ स्वत:च्याच विचारांच्या भूलभुलैयात हरवून जगाकडे बघत राहणारा प्रेक्षक होण्याऐवजी आपण कार्यान्वित होऊन आपल्या जीवनपटात प्रत्यक्ष सहभागी होऊ शकतो.

स्वत:च्या नकारात्मक परीक्षणाची भलावण करणे :

स्वयंविकास घडवत सजगतेनं जगण्याच्या प्रवासामध्ये आपण नेहमी स्वयंअभिव्यक्ती आणि स्वयंपरीक्षण यांच्या सीमारेषेवर चालत असतो.

मानवी मन हे विशेषत: स्वत:ला असुविधाजनक परिस्थितीतून किंवा जबाबदारीतून वाचवण्यासाठी कथनं तयार करण्यात पारंगत असतं. आपण अगदी सहजतेनं स्वत:चं नकारात्मक परीक्षण करू लागतो. हा मनाचा असा प्रदेश असतो जिथे आपण आपल्या अकार्यक्षमतेची कारणं देत राहतो, आपल्या कमतरता तार्किकतेनं पटवू लागतो आणि आपल्या क्षमता वाढवण्याचे प्रयत्न टाळण्यासाठी कहाण्या रचू लागतो. अशा पळवाटा सुरुवातीला बऱ्या वाटतात, पण त्यामुळे आपल्यातल्या कमतरतांशी सामना करून स्वयंविकास घडवण्याच्या संधी आपल्यापासून हिरावल्या जातात. आपण काहीतरी करत आहोत, समस्या सोडवत आहोत असं आपण स्वत:ला पटवत असतो, तेव्हा खरं तर आपण काहीच करत नसतो.

समजा, एखादी व्यक्ती नवा व्यवसाय सुरू करण्याच्या प्रयत्नात आहे. तर आपल्या उत्पादनात अचूकता यावी यासाठी, बाजारात उत्पादनाची प्रभावी जाहिरात करण्याची नीती आखण्यासाठी आणि ऑनलाइन अस्तित्व तयार करण्यासाठी ती व्यक्ती अनेक महिने खर्च करेल. तरीही व्यवसायाच्या उद्घाटनाचा दिवस जवळ येऊ लागतो तसं स्वत:विषयी शंका निर्माण होऊ लागतात. पण त्या वेळी त्या शंकांना आपल्या मनाचा ताबा घेऊ न देता ते लोक स्वत:ला कामात गुंतवून घेतात, व्यवसाय सुरू करण्यासाठी ती वेळ योग्य नाही असं लक्षात घेऊन अपयशाचा धोका टाळण्यासाठी व्यवसायाची योजना बारकाईनं आखतात. ते बारकाईनं काम करत आहेत असं दिसत असलं तरीही वास्तविक ते नकारात्मक आत्मपरीक्षणाच्या जाळ्यात गुरफटले गेलेले असतात. संभाव्य अपयशाच्या धोक्यापासून वाचण्यासाठी आडोसा शोधत असतात.

तुम्ही स्वत:ला सत्याची जाणीव कशी करून देणार आहात?

आपले गुरू, मित्र, सहकारी यांच्याशी प्रामाणिकपणे संवाद साधल्यामुळे समस्यांकडे पाहण्याचा वेगळा दृष्टिकोन लाभतो. त्यामुळे नकारात्मक स्वयंपरीक्षणाच्या धुक्यातून आपण बाहेर येऊ शकतो. स्वत:विषयी

सकारात्मक परीक्षणाचा स्वीकार करणं आणि त्यानुसार स्वत:मध्ये बदल घडवून आणण्यासाठी लवचीक असणं यांमुळे आपण आपल्यातल्या उणिवा समजून घेऊन स्वत:च निर्माण केलेल्या आभासी जगातून बाहेर येऊ शकतो. ही प्रक्रिया वेळ घेणारी आहे आणि त्यासाठी आपल्याला सवयीची विचारप्रक्रिया सोडावी लागते.

आणि त्यासाठी कधीकधी आपल्याला वाकून पलंगाखाली बघावं लागतं!

प्रकरण ३

कृती महत्त्वाची

'आपण भविष्याविषयी चिंतित असल्यामुळे सतत
मनात निर्माण होत राहणाऱ्या समस्या
सोडवायचा प्रयत्न करत असतो.'
—डेव्हिड कार्बोनेल

डेव्हिड कार्नोबेलच्या या सखोल निरीक्षणानुसार आपल्याला असलेली अज्ञाताविषयीची चिंता अर्थात भावनिक असुरक्षितता आपल्याला मानसिक मर्यादांच्या चौकटीत अखंडितपणे समस्या सोडवण्यात गुंतवून ठेवते. वास्तविक, हे खऱ्या अर्थानं समस्या सोडवणं नसतंच. आपणच निर्माण केलेल्या काल्पनिक परिस्थितीत स्वत:ला अडकवून आपण त्यासंबंधी बारकाईनं योजना आखतो आणि अज्ञात भविष्याचा अविरत शोध घेत राहतो. पण या निरुपयोगी प्रयत्नांऐवजी जर आपण आपल्या चिंतांना नियंत्रित करू शकलो आणि अज्ञात भविष्याचा स्वीकार करू शकलो तर?

भावनिक असुरक्षितता आणि अनिश्चितता यांना चिकटून राहणे :

कल्पना करा की, प्रत्येक संभाव्य परिणामावर असलेली तुमची घट्ट पकड तुम्ही सैल केली आहे. कल्पना करा की, तुम्ही खोल श्वास घेऊन स्टिअरिंग

व्हीलवरची घट्ट पकड ढिली केली आहे आणि अनिश्चिततेचा वारा नेईल तसे सहजतेनं पुढे जात आहात. अर्थातच, हे आंधळेपणानं परिस्थितीला शरण जाणं नाही तर आवश्यक असलेला बदल आहे. जीवनाच्या प्रवासात येणाऱ्या अनपेक्षित आव्हानांचा स्वीकार करून त्यानुसार बदल घडवत पुढे जाण्याच्या, स्वत:मधील क्षमतेवर ठाम विश्वास ठेवणं आहे.

जरा आठवून बघा, पूर्वी कधी तुमच्या आयुष्यात असं अचानक वळण घेतलं असेलच. कदाचित हातातलं काम अचानक गेलं असेल किंवा असं काही घडलं असेल की, तुम्ही काळजीपूर्वक आखलेली एखादी योजना सोडून द्यावी लागली असेल. त्या वेळी सुरुवातीला तुम्हाला धक्का बसला असला तरीही तुम्ही तुमचा मार्ग बदलून स्व्त:ला पुढे घेऊन गेलातच ना? त्या वेळी तुम्ही परिस्थितीशी जुळवून घेत जीवनाला नव्यानं आकार देण्याच्या स्वत:मधल्या कधीही न अनुभवलेल्या क्षमतेचा वापर केला होता. भविष्यावर ताबा ठेवण्याच्या वृत्तीचा त्याग केल्यामुळे तुमच्या लक्षात येतं की, भविष्यातल्या अज्ञात अशा संभाव्य शक्यतांसाठी तुमची तयारी होती आणि काल्पनिक समस्या सोडवताना स्वत:च्या भविष्यावर संपूर्ण नियंत्रण ठेवत आहोत या आभासाला तुम्ही चिकटून राहिला होतात.

तो अति विचार करणारा प्रवासी आठवतो आहे का? विचारपूर्वक बारकाईनं योजना आखणं आवश्यक असतंच, पण त्या प्रवासानं एक अनपेक्षित वळण घेणं आणि प्रत्येक पावलावर नवनव्या आव्हानांना सामोरं जावं लागण्याची वेळ येऊ शकते. बदलतं वातावरण, अनपेक्षित समस्या आणि प्रसंगी येणारी कठीण वळणं यांसाठी स्वत:ला अनुकूल करून घेण्याची कला ग्रहण केल्यामुळे प्रवाशांमध्ये विविध मार्गांनी समस्या सोडवण्याचं प्रसंगावधान विकसित होतं. अनिश्चित वातावरणातही स्वत:ला विकसित करून घेण्यासाठी ही क्षमता प्रयत्नपूर्वक धारण करावी लागते. त्यामुळे प्रवासाचा केवळ उद्देशच पूर्ण होत नाही, तर प्रवाशाला स्वत:च्या आयुष्याकडे बघण्याचा दृष्टिकोन बदलण्याची क्षमताही प्राप्त होते.

भविष्यासंबंधी असुरक्षितता आणि अनिश्चितता यांची सवय करून घेणं याचा अर्थ जबाबदारी टाळणं किंवा दिशाहीन होणं असा नाही. तर योजना कितीही पूर्वनियोजित असली तरीही त्यात अनेक अनपेक्षित वळणं येऊ शकतात याची जाणीव ठेवणं आणि त्यासाठी तयार असणं असा याचा अर्थ

आहे. अज्ञात परिस्थिती आणि त्यासंबंधीच्या अपेक्षा यांच्यातील मध्यावर तुम्ही उभे राहता तेव्हा लक्षात ठेवा की तुमच्या स्वभावातली लवचिकता, धैर्य आणि परिस्थितीनुसार स्वत:ला बदलण्याची कला यांवर तुमचा प्रवास कसा होणार हे ठरतं.

विचाराकडून कृतीकडे :

कधीकधी आपला मेंदू 'असं झालं तर?' या विचारात अडकून त्यासंबंधी विविध विचारांच्या अविरत ओघात गुंतून जातो. आपण संभाव्य शक्यतांची दृश्यं रंगवू लागलो की आपली मनोभूमी विविध विचारांनी भरून जाते...

'जर मी तिला हा प्रश्न विचारला आणि तिनं नकार दिला तर?'
'ती माझ्या तोंडावरच मला हसली तर?'
'तिला आधीच एक प्रियकर असला तर?'
'माझ्याकडून तिचा अपमान झाला तर?'
'मी स्वत:चा अपमान करून घेतला तर?'

हे सर्व प्रश्न निरुपयोगी आहेत. कारण हे सर्व प्रश्न मनात केवळ गोंधळ निर्माण करतात आणि आपल्याला अंदाज लावण्यात व्यग्र करतात. यातलं नक्की काय होईल हे जाणून घेण्याचा एकच मार्ग आहे, तो म्हणजे 'तिच्याशी' प्रत्यक्ष बोलणं. तिला भेटल्यावर काय घडेल याचे वेगवेगळे भयंकर अंदाज लावण्यात तुम्ही आठवडाभर वाया घालवू शकाल किंवा तुम्ही थेट कृतीही करू शकाल आणि काय घडेल ते पाहू शकाल. त्यानंतर स्वत:ला पाच मिनिटं वेळ द्या.

कल्पनेतून बाहेर येऊन कृती करणे, या महत्त्वाच्या मानसिक स्थित्यंतराविषयी आपण चर्चा करत आहोत.

अन्य उदाहरण : एक उद्योजक स्वत:चं स्टार्ट-अप सुरू करण्याच्या प्रयत्नात आहे. त्यासाठी त्यानं व्यवसायाची आखणी काळजीपूर्वक करणं आणि बाजाराचा अभ्यास करणं आवश्यक आहेच, पण यश मिळवण्यासाठी केवळ अशा सातत्यपूर्ण सैद्धांतिक चर्चांवर अवलंबून राहणं शक्य नसतं तर त्यानं आपलं विशिष्ट उत्पादन बाजारात आणणं,

त्याविषयी ग्राहकांची मतं जाणून घेणं आणि त्यानुसार आपल्या उत्पादनात पुनःपुन्हा बदल घडवत राहणं महत्त्वाचं असतं. अशा प्रकारे उद्योजक 'असं झालं तर?'च्या दुष्टचक्रातून बाहेर पडून 'पुढे काय?' या कर्यप्रेरक विचारप्रवाहात राहायला शिकतो.

आणखी एक उदाहरण पाहू या. एका लेखकापुढे एक कादंबरी लिहिण्याचं आव्हान आहे. पुढ्यात पसरलेल्या कोऱ्या पानांचा ढीग आणि समीक्षक काय म्हणतील या दडपणामुळे तो लेखक कादंबरीची तपशीलवार आखणी अणि त्यातील पात्रांची काटेकोर रचना करण्याचं निमित्त शोधून केवळ विचार करत राहतो. पण तो लेखक जेव्हा मनातले आराखडे बाजूला सारून कादंबरीची सुरुवात करून प्रत्यक्ष लिहायला लागतो तेव्हाच त्याचं लेखनकार्य सुरू होतं. ही त्याच्या आत्मविश्वासानं घेतलेली झेप असते, त्यानं वर्तमानाचा केलेला स्वीकार असतो आणि भविष्यात त्याला अपेक्षित असलेल्या गोष्टीला साध्य करण्यासाठी त्यानं उचललेलं पाऊल असतं.

अति विचार आणि अनिश्चिततेच्या सावटातून सुटका करून घेण्याची गुरूकिल्ली म्हणजे प्रत्यक कृतीला प्राधान्य देण्याची सवय लावून घेणं. मग ती कृती अचूक नसली तरीही! त्या कृतीविषयी तुम्ही काहीसे साशंक असलात आणि तुमच्या मनात काही भीती असली तरीही!

एकापुढे एक अशी छोटी पावलं टाकत छोटी सुरुवात करा. भविष्यातील संभाव्य नुकसानावर भर देण्याऐवजी तुम्ही थोडीशी जरी प्रगती करू शकत असलात तर त्यावर लक्ष केंद्रित करा. भविष्यात तुम्हाला अपेक्षित असलेला परिणाम केवळ विचार करून साधला जाणार नाही, तर तो कृतीच्या साच्यातून घडवावा लागणार आहे, हे लक्षात ठेवा.

प्रकरण ४

तुम्हाला नक्की कशाची भीती वाटते?

'माणसाला त्याच्या प्रत्यक्षातल्या समस्यांविषयी केलेल्या चिंतेचा जितका त्रास होतो तितका त्रास प्रत्यक्षात त्या समस्यांचा होत नाही.'

–एपिक्टेटस

कल्पना करा : मखमली हिरवळीनं वेढलेला एक शांत तलाव आहे, त्यात निळ्याभोर आकाशाचं प्रतिबिंब पडलं आहे. त्या निरव शांततेचा आनंद घेत तुम्ही त्या तलावाच्या काठावर बसलेले आहात. त्या शांत वातावरणात असतानाही तुमचं मन अन्यत्र भटकायला लागतं. भविष्यात उद्भवू शकणारी नोकरीची समस्या, नातेसंबंधातला तणाव आणि भविष्याची अनिश्चितता यांसंबंधीच्या विचारांत मन गुंतून जातं. यालाच एपिक्टेटसनं 'कल्पित चिंता' असं म्हटलं आहे. तुम्ही स्वर्गात असलात तरी तुमचं मन मात्र तुम्हाला नरकात असल्याचं भासवत असतं.

असंख्य प्रकारच्या भीतीला प्रश्न विचारणे :

भीतीचं एक कार्य असतं. आपल्या पूर्वजांनी त्यांच्या अस्तित्वाला असलेले खरे धोके ओळखून त्यापासून सावध राहण्यासाठी अशा भीतीचा उपयोग केला असावा. उदाहरणार्थ, एक लांब वक्र सुळ्यांचा महाकाय प्राणी दात

गवतात असतो अशी कल्पना. खरं तर आपल्या शरीराला वस्तू आणि त्या वस्तूचा विचार यांतला फरक समजत नाही. आता फास्ट फॉरवर्ड होत पुन्हा वर्तमानात या. कल्पना करा की, तुम्ही आरामखुर्चीवर शांतपणे बसून वाचन करत आहात आणि तुमच्या वाचनात तशाच लांब वाकड्या सुळ्यांच्या भयंकर प्राण्याचं वर्णन आलं तर तुमचीही मानसिक अवस्था अगदी तुमच्या पूर्वजांप्रमाणेच होऊन तसे विचार येऊ शकतात. फरक एवढाच की, तो प्राणी खरा नाही हे तुम्हाला माहीत असतं. पण आधुनिक मानवाकडेही विनाकारण स्वत:ला घाबरवण्यासाठीची विचारशक्ती आणि कल्पनाशक्ती असतेच.

समजा, पुढच्या आठवड्यात एका नोकरीसाठी तुमची मुलाखत आहे. तेव्हा बोलताना आपण अडखळलो तर, आपल्याला नाकारलं गेलं तर आणि आपल्याला अपयश आलं तर? असा विचार तुमचं मन करू लागतं. वास्तविक ती मुलाखत भविष्यात होणार असते. पण त्याविषयीच्या चिंतेमुळे तुमचं वर्तमान झाकोळून जातो.

किंवा तुम्हाला नकोशा वाटणाऱ्या एखाद्या सार्वजनिक समारंभाची कल्पना करा. तिथे होणाऱ्या संकोचपूर्ण संभाषणाची आणि लोक आपल्याला काय म्हणतील अशी भीती तुम्हाला वाटत आहे. पण भविष्यात तुम्ही स्वत:ला जसं पाहत आहात तसे तुम्ही प्रत्यक्षात व्यक्त व्हाल असं नाही ना?

अशा चिंतेमागचं मूळ कारण जाणून घेऊन आपण त्यांच्या कचाट्यातून सुटू शकतो. स्वत:ला विचारा- 'मला जी चिंता लागून राहिली आहे, तसंच भविष्यात घडेल याचा काही पुरावा आहे का? त्या गोष्टीसंबंधी अन्य एखादा अधिक संतुलित असा दृष्टिकोन आपल्याला ठेवता येऊ शकतो का?' सगळ्यात मोठा प्रश्न म्हणजे : माझी प्रतिक्रिया त्या परिस्थितीला आहे की त्या परिस्थितीविषयींच्या विचारांना आहे? या प्रश्नामुळे तुम्हाला संबंधित परिस्थितीविषयी अन्य वेगळ्या प्रकारांनी विचार करण्याची मोकळीक मिळते.

वर्तमानाचा स्वीकार करणे :

कधीकधी, अपेक्षा आणि त्या अपेक्षांनुसार पाहिलेली स्वप्नं सत्यात उतरलेल्या चमकदार भविष्यासाठीची तळमळ, अशा चक्रात आपण अडकतो. मनाच्या क्षितिजावर भविष्याच्या पक्क्या झालेल्या या धारणेमुळे आपण आज करत

असलेल्या प्रयत्नांचा आनंद घेण्यापासून वंचित राहतो. एपिक्टेटसचे शब्द आपल्या अस्वस्थ मनासमोर जणू काही आरसाच धरल्यासारखे वाटतात. त्यात दिसतं की, आपला खरा संघर्ष हा आपल्यासमोर प्रत्यक्ष येणाऱ्या भौतिक आव्हानांशी नसून त्या आव्हानांविषयी आपण आपल्या मनात उभारलेल्या मृगजळाशी आहे.

कल्पना करा की, एका लेखकाला बेस्टसेलर ठरणारी साहित्यकृती लिहिण्याची महत्त्वाकांक्षा आहे. पण त्याच्या प्रत्येक शब्दावर त्यानं कल्पिलेल्या अपेक्षांचं वजन आहे– समीक्षण, लोकप्रियता आणि झळाळती प्रसिद्धी. अशा प्रकारे भविष्याविषयीच्या विचारात हरवून गेल्यामुळे लेखक स्वत:च रचलेल्या शब्दसौंदर्याचा, त्यातून साकारलेल्या कथेचा आणि त्या प्रक्रियेतून शिकलेल्या नव्या गोष्टींचा आनंद उपभोगू शकत नाही. यामुळे एखादा दिवस ही लेखनप्रक्रिया कंटाळवाणीही होऊ शकते हे त्यांच्या लक्षात येत नाही आणि म्हणून त्यांचा लेखनप्रवास त्यांना अपेक्षित उंचीहून कमी असल्याचं जाणवतं तेव्हा ते प्रेरणा गमावून बसतात आणि लेखन थांबवतात.

एपिक्टेटसच्या शब्दांतली सत्यता इथे प्रत्ययाला येते आणि भविष्याच्या मोहक क्षितिजावर खिळलेली नजर हटवून ती वर्तमानाच्या पोषक धरतीवर पक्की रोवण्याचं महत्त्व सांगते. आपल्या सर्जनशील जीवनप्रवासातला प्रत्येक टप्पा भरभरून जगत त्या प्रवासाचा आनंद घेताना आपण केवळ आपल्या क्षमता विकसित होत नाहीत, तर आपल्यातलं उत्तम ते सादर केल्यामुळे पूर्णतेचं समाधानही लाभतं. त्यामुळे जिथे आपण खऱ्या अर्थानं कृती प्रत्यक्षात आणू शकतो अशा जागी आपण स्थिरावतो. ती जागा म्हणजे वर्तमान.

आपल्या वैयक्तिक विकासातही हेच तत्त्व कामी येतं. आपल्याला स्वत:मध्ये परिवर्तन घडवून स्वत:ची एक सर्वोत्तम आवृत्ती घडवण्याची तीव्र इच्छा असते. पण या एकाच उद्दिष्टामुळे आपण आपल्या, वर्तमानातल्या दोषपूर्ण व्यक्तिमत्वात अडकून पडतो आणि तत्काळ स्वत:ला सुधारण्यासाठी मेहनत करण्यात व्यग्र होतो.

आपण जेव्हा विचारमंथन करत असतो तेव्हा आपलं मन एक तर भूतकाळात असतं किंवा भविष्यात असतं. पूर्वी जे घडून गेलं त्याविषयी दु:खी असतं किंवा भविष्यात काय घडू शकतं याचे अंदाज बांधत असतं. खरं तर तसं काहीही झालेलं नसतं आणि कधी होईलच असंही नसतं.

मनाच्या या दोन्ही अवस्था साहजिकच माणसाला कमकुवत करतात. भूतकाळाची किंवा भविष्याची अति चिंता नियंत्रित केली नाही तर ती कितीही प्रमाणात वाढू शकते आणि अवाढव्य रूप धारण करू शकते. आपण आपल्या विचारांना खेचून पुन्हा वर्तमानात आणल्यावरच, आपल्या समस्या आपण कल्पना केल्यापेक्षा लहान आणि अधिक वास्तववादी आहेत हे जाणवतं आणि त्या सोडवता येतील हे लक्षात येतं.

खालील विचारांवर एक नजर टाका :

अ) आतापर्यंत मी नोकरीसाठी पाच मुलाखती दिल्या, पण मला नोकरी मिळाली नाही. मला कधीच नोकरी मिळणार नाही. मी अभागी आहे. सगळं जग माझ्या विरोधात आहे. मी किती अपयशी आहे! या दुष्टचक्रातून मला कसं बाहेर येता येईल?

ब) मी कालचा दिवस बदलू शकत नाही. माझ्यासमोर आव्हानं आहेत, पण त्या आव्हानांना झेलण्यासाठी माझ्याकडे काही उपाययोजनाही आहेत आणि मी शक्य ते सर्व प्रयत्न करत आहे. मला आधी एक नोकरी होती. आता पुन्हा नोकरी मिळवण्यासाठी मी मार्ग शोधेन. ते सोपं होण्यासाठी आज, आत्ता मी काय करणं शक्य आहे? हे चिंताजनक आहे याची मला कल्पना आहे पण मला पुढे काय करायचं याचा विचार करायला हवा आहे.

यातला कोणता विचार वाचून तुम्हाला बरं वाटलं? कोणता विचार केवळ चांगला नाही तर वास्तववादी वाटला? त्याहूनही महत्त्वाचं म्हणजे कोणत्या विचारामुळे तुमची समस्या सोडवण्यासाठी अर्थपूर्ण, व्यावहारिक उपाय योजण्याची प्रेरणा मिळेल?

प्रकरण ५

'हो' कसं म्हणावं, 'नाही' कसं म्हणावं

'आपल्यासाठी उच्च प्राधान्यं कोणती हे तुम्ही ठरवायला हवं आणि त्यानुसार शांतपणे, हसतमुखाने आणि मनात अपराधीपणाची भावना न ठेवता अन्य गोष्टींना 'नाही' म्हणण्याचं धैर्य तुमच्याकडे असायला हवं आणि ते करण्यासाठीचा मार्ग म्हणजे तुमच्या आत एक मोठा 'हो' प्रज्वलित असला पाहिजे.'

–स्टीफन कोव्हे

या आधुनिक जगात जबाबदाऱ्या, संधी आणि लक्ष विचलित करणाऱ्या गोष्टींच्या चक्रीवादळात आपल्यासाठी खरंच काय महत्त्वाचं आहे हे लक्षात न येणं अगदी साहजिक आहे. अशा वेळी स्टीफन कोव्हे यांचे हे शब्द म्हणजे दैनंदिन वाढणाऱ्या मागण्यांच्या समुद्रातला मार्गदर्शक दीपस्तंभ आहे. आपलं आयुष्य आपल्यात खोल दडलेल्या इच्छांनुसार जगता यावं यासाठी आवश्यक ती क्षमता कशी धारण करावी?

आपल्यासाठी 'मोठे होकार' कोणते ते निश्चित करणे :

आपल्यासाठी 'मोठे होकार' निश्चित करणं म्हणजे आपल्या आयुष्याचं ध्येय निश्चित करण्यासारखं आहे. तुमचं ध्येय आणि उत्साह उद्दीपित

करणारा एक व्यापक उद्देश निश्चित करणं आहे. हा ‘मोठा होकार’ म्हणजे तुमच्यातील ऊर्जा तुमच्या तत्त्वांना प्रतिबिंबित करणाऱ्या प्रयत्नांच्या दिशेनं घेऊन जाणारं दिशादर्शक यंत्र आहे.

कल्पना करा की, तुम्हाला तुमच्या कामाच्या ठिकाणी एका नव्या योजनेत सहभागी होण्यासाठी विचारणा झाली आहे. पण तुम्ही आधीच घेऊन ठेवलेल्या अनेक कामांच्या जबाबदाऱ्या सांभाळण्याच्या प्रयत्नांत आहात. त्या जबाबदाऱ्या योग्य प्रकारे सांभाळत ती नवी संधीही स्वीकारल्यामुळे कदाचित तुमच्या करिअरला फायदा होऊ शकेलही, पण ‘मोठा होकार’ निश्चित केल्यामुळे ती नवी संधी तुम्हाला तुमच्या अपेक्षित ध्येयाच्या जवळ जाण्यासाठी साहाय्यक ठरणार आहे की ध्येयापासून दूर घेऊन जाणार आहे, याचं मूल्यमापन करू शकाल.

दृष्टिकोन स्पष्ट नसेल तर मनात चिंतेचा शिरकाव होतो. शंकाकुशंकांचं भूत आपल्या मानगुटीवर बसतं. मनात तोच तोच विचार येत राहतो. आपण योग्य मार्गावर आहोत ना, असा प्रश्न आपण स्वत:लाच वारंवार विचारत राहतो. पण आपल्या हातात जर ‘मोठा होकार’ असेल तर त्या शंकांचा मनावर फारसा परिणाम होत नाही. सार्वजनिक समारंभात हजेरी लावायची की, स्वत:च्या विश्रांतीला प्राधान्य द्यायचं हे ठरवताना तुमचा ‘मोठा होकार’ तुमच्यासाठी लिटमस टेस्ट ठरतो. यातलं काय तुमच्या मुख्य उद्देशासाठी योग्य आहे, काय तुमच्या प्राधान्यांशी मिळतंजुळतं आहे, हे तुम्हाला ठरवता येतं.

आपल्यापैकी अनेक जण एखाद्या गोष्टीला ‘नाही’ म्हणताना संकोचतात. कारण त्यांना ते नकारात्मक वाटतं. आपण दुसऱ्याचा अपमान करतो आहोत, संधी गमावतो आहोत किंवा आपण हेकेखोर आहोत, असयुक्तिक वागतो आहोत असं वाटतं. पण जेव्हा तुम्ही तुमचे निर्णय मोठ्या होकारांच्या अनुषंगाने घेता तेव्हा त्या निर्णयांविषयीची तुमच्या मनातली चिंता आणि असुरक्षितता कमी होते. अशा वेळी तुम्ही एखाद्या गोष्टीला ‘नाही’ म्हणत नसता तर एका गोष्टीला ‘हो’ म्हणत असता. आपण सर्व जण माणसं आहोत आणि आपल्याकडे असलेली साधनसंपदा, वेळ आणि ऊर्जा सीमित आहे. आपण सर्व गोष्टी साध्य करू शकत नाही. याचाच अर्थ, जर आपण एखाद्या गोष्टीला महत्त्व देणार असलो तर अन्य एखादी गोष्ट आपल्याला बाजूला करावी लागते.

जेनचं उदाहरण बघू या. जेन ही एक मार्केटिंग प्रोफेशनल आहे आणि तिला स्वत:ची सल्लागार संस्था सुरू करण्याची इच्छा आहे. छोट्या

व्यवसायांना बाजारात धोरणात्मक ओळख निर्माण करून देऊन त्यांना बळ देणारी एक स्वतंत्र उद्योजिका म्हणून स्वत:ला सिद्ध करण्याचा 'मोठा होकार' तिनं निश्चित केलेला आहे. एका मोठ्या कॉर्पोरेट कँपेनला मार्गदर्शन करण्याची संधी आली तेव्हा जेननं तिची महत्त्वाकांक्षा आणि ती संधी यांचा तुलनात्मक विचार केला. तिच्या मनाला त्या आकर्षक संधीची भुरळ पडू शकली असती. पण स्थानिक उद्योजकांना आधार देणं हे तिचं मूळ उद्दिष्ट आहे याची जाणीव तिच्या 'मोठ्या होकारानं' तिला करून दिली. विचारांमधल्या या स्पष्टतेमुळे जेननं ती संधी ठामपणे नाकारली. कारण त्या नकारामुळे ती तिच्या इच्छित उद्दिष्टाच्या काही पावलं आणखी जवळ जाणार आहे, हे तिला माहीत होतं.

आपल्याला जर आपले 'मोठे होकार' माहीत असतील तर अनेक संधींनी व्याप्त अशा या जगात निर्णय घेणं आपल्यासाठी सुकर होतं. मनात कोणतीही अपराधी भावना आणि अस्थिरता न ठेवता 'नाही' म्हणणं ही एक कला आहे कारण असा प्रत्येक नकार तुमच्या उद्दिष्टाप्रति असलेल्या तुमच्या वचनबद्धतेला बळकटी देणारा ठरतो. तुम्ही जेव्हा तुमच्या उद्दिष्टांविषयी निश्चित असता आणि ते साध्य करण्याची इच्छा उद्दीपित राखण्यासाठी आपले प्राधान्यक्रम ठरवता, तेव्हा तुम्ही एकाच वेळी अनेक गोष्टींमध्ये स्वत:ला अडकवून घेण्यापासून आणि निरुद्देशामुळे येणाऱ्या अति चिंतेपासून स्वत:ला सुरक्षित ठेवणारी एक ढाल तयार करता. तुमचा 'मोठा होकार' हा जणू तुमच्यासाठी पथदर्शक होतो आणि त्याच्या साहाय्यानं तुम्ही एका समृद्ध अशा अर्थपूर्ण समाधानी आयुष्याकडे वाटचाल करू लागता.

'सकारात्मक नकार' देण्याचं कौशल्य प्राप्त करा :

एका निश्चित उद्देशासह वर्तमानात राहण्याचा प्रयत्न करत अधिक संतुलित जीवनाकडे होणाऱ्या प्रवासात नम्रतेनं, पण ठामपणे आणि सकारात्मकतेनं नकार देण्याची कलाही आपोआपच साध्य होते. नातेसंबंध जोपासणे आणि आपला वेळ, आपली ऊर्जा सांभाळणे यांत निवड करताना उद्भवणाऱ्या नाजूक भावनिक आंदोलनात आवश्यक तिथे सकारात्मक नकार देण्यामुळे केवळ तुमच्या वैचारिक सीमारेखाच पक्क्या होतात असं नाही, तर तुमच्या उद्दिष्टांसह तुमचं नातं अधिक पक्कं होतं.

कल्पना करा की, एखाद्या आठवड्यात तुम्हाला अनेक कामं पूर्ण करायची आहेत आणि त्याच आठवड्यात तुम्हाला एका सामाजिक समारंभासाठी आमंत्रण आहे. तेव्हा आपल्या व्यग्रतेतून कार्यक्रमासाठी वेळ काढण्याची धडपड करण्याऐवजी किंवा तो कसा टाळावा याची चिंता करण्याऐवजी सकारात्मकतेनं नकार देण्याचा सराव करणं आवश्यक आहे. त्यासाठी आधी समारंभाचं आमंत्रण आदरासह स्वीकारा आणि आपल्याला आमंत्रित केल्याबद्दल कृतज्ञताही व्यक्त करा. यजमानांनी तो समारंभ आयोजित करण्यासाठी घेतलेल्या मेहनतीची प्रशंसा करा आणि मग तुमच्या व्यग्रतेमुळे सध्या आणखी कोणत्याही गोष्टीसाठी वेळ देता येत नसल्याचं स्पष्ट करून आपण त्या समारंभाला येऊ शकत नाही हे ठामपणे सांगा. आपण समारंभात सहभागी होऊ शकत नसलो तरी पुढच्या आठवड्यात कॉफीसाठी भेटायला आवडेल, असा एक पर्यायही पुढे ठेवा. (जर त्यात तुम्हाला खरंच आनंद मिळणार असेल तरच! अन्यथा, आज अतिरिक्त काम टाळण्यासाठी उद्यासाठी उद्याचं काम वाढवून ठेवू नका.)

तुम्ही आखून घेतलेल्या सीमा या तुमच्या अदृश्य हितरक्षक असतात. आयुष्याच्या प्रत्येक क्षेत्रात पूर्णपणे योगदान देण्याची क्षमता तुम्हाला लाभेल याची काळजी घेतात. त्या इतरांविषयी, इतरांनी काय करावं किंवा करू नये यासंबंधी नसतात, तर त्या तुमच्यासंबंधी असतात. तुमच्या मर्यादा, उद्दिष्टं, इच्छा यांसंबंधी असतात. म्हणूनच योग्य प्रकारे आखलेल्या सीमा आपल्याला कधीच स्वत:ला पटवून घ्यायला लागत नाहीत. त्यांच्यासाठी स्पष्टीकरण शोधायला, कारणं द्यायला लागत नाही किंवा त्या आपला गैरफायदाही घेत नाहीत. हे एखादी गोष्ट टाळण्यासाठी सबब देणं किंवा विनंती करण्यासारखं नाही. तर तुम्ही कोण आहात आणि तुमची जीवनमूल्यं काय आहेत यासंबंधीचा ठाम विचार आहे.

सकारात्मक पद्धतीनं नकार देताना एक गोष्ट लक्षात ठेवा की, जेव्हा केव्हा तुम्ही लोकांशी संवाद साधता तेव्हा तेव्हा नातेसंबंध दृढ करण्याची आणि आपला प्रभाव वाढवण्याची ती एक संधी असते. जसं अमुक एक गोष्ट आपल्याला करायची नाही, हे सांगण्याची ती संधी असते तसंच तुमच्या इच्छा, तुमच्या प्राधान्यांप्रति असलेल्या तुमच्या जबाबदाऱ्या, इतरांच्या गरजांविषयी तुम्हाला असलेली जाणीव आणि अर्थपूर्ण संपर्क साधण्याची तळमळ व्यक्त करण्याचीही ती संधी असते.

प्रकरण ६

तुमचा आतला आवाज तुम्हाला स्वयंनियंत्रणासाठी साहाय्य करतो

कल्पना करा, तुम्ही एका कड्याच्या टोकावर उभे आहात आणि खाली दगडांवर आपटणाऱ्या अक्राळविक्राळ लाटांकडे बघत आहात. तुमच्या हृदयाची धडधड वाढली आहे, तळहाताला घाम सुटला आहे आणि तुमच्या मनात अति चिंतेची भावना भरून राहिली आहे. पण तणावाच्या परिस्थितीतही शांत राहायला मदत करेल असं मानसोपचारातील एका संशोधनावर आधारित एक साधंसं तंत्र आहे असं तुम्हाला सांगितलं तर?

२०१४मध्ये क्रॉस आणि अन्य संशोधकांनी मिळून केलेल्या 'सेल्फ टॉक अ रेग्युलेटरी मेकॅनिझम : हाऊ यू डू इट मॅटर्स,' या एका महत्त्वपूर्ण संशोधनात स्वसंवादाचा आश्चर्यकारक उपाय आणि त्याचा आपल्या भावभावनांवर, वर्तणुकीवर, विशेषत: सामाजिक ताणतणावांवर कसा परिणाम होतो, याचा संशोधकांनी खोलात जाऊन अभ्यास केला तेव्हा आत्मनिरीक्षणादरम्यान आपण आपल्याशी अंतर्गत संवाद कशा प्रकारे साधतो यावर तणावाच्या परिस्थितीत आपण स्वत:ला कसे सांभाळतो हे ठरत असतं, असा शोध त्यांनी लावला.

'मेंटल डिस्टन्स' (मानसिक अंतर) राखण्याची शक्ती :

जेव्हा तुमच्या लक्षात येईल की, आपल्याला एखाद्या परिस्थितीमुळे अति चिंता आणि तणाव जाणवतो आहे तेव्हा मानसिक स्तरावर एक पाऊल मागे जाऊन अलिप्तपणे त्या परिस्थितीचं निरीक्षण करा. झूम आउट

बटण दाबल्याप्रमाणे मनानं त्या परिस्थितीचा तपशिलासह विचार करा. सेल्फ डिस्टन्सिंग (स्वत:पासून दूर जाऊन स्वत:चा विचार करणे) म्हणून ओळखल्या जाणाऱ्या तंत्रामध्ये स्वत:चा उल्लेख प्रथम पुरुषी एकवचनी (मी किंवा मला, माझ्या इत्यादी) न करता द्वितीय पुरुषी (तू, तो, ती किंवा स्वत:चं नाव घेऊन) केला जातो. असं केल्यामुळे तुम्ही स्वत:ला स्वत:पासून मानसिक अंतरापासून राखू शकता. त्यामुळे तुम्ही परिस्थितीकडे अलिप्तपणे बघू शकता आणि त्या परिस्थितीचे अन्य वेगळे अर्थ समजून घेऊ शकता.

उदाहरणार्थ, एखाद्या एमिलीला त्रास होत असेल तर तिनं, ''मला पॅनिक अ‍ॅटॅक आला आहे. मी आता कोसळून पडणार आहे आणि सगळं जग ते बघणार आहे,'' असं म्हणण्याऐवजी, ''एमिली, तुला त्रास होतो आहे. आत्ता तुला तीव्र चिंता सतावते आहे पण तू ठीक आहेस. तू कोसळून पडणार नाहीस,'' असं म्हणायचं आहे.

तुम्हाला नक्कीच यातला फरक समजेल, हो ना? पहिल्या पद्धतीच्या संवादात अगदी वैयक्तिक, भयकारक आणि ज्यात बदल संभवच नाही असा भाव आहे. दुसऱ्या प्रकारच्या संवादात काही प्रमाणात ती परिस्थिती हाताळणं शक्य आहे असं वाटतं.

कल्पना करा, तुम्हाला तुमच्या ऑफिसमध्ये एक प्रेझेंटेशन द्यायचं आहे. त्याविषयी नुसता विचार केला तरी तुमच्या हृदयाची धडधड वाढते आणि प्रेझेंटेशनदरम्यान वाइटात वाईट काय घडू शकेल याचा विचार करण्यात मन गुंतून जातं. अशा प्रकारे स्वत:च्याच उलटसुलट विचारांच्या वादळात भरकटण्याऐवजी थोडं थांबा आणि अन्य कोणालातरी समजावल्याप्रमाणे स्वत:शी संवाद साधा : 'ठीक आहे (स्वत:चं नाव). तुला चिंता वाटते आहे. पण त्या वेळी लक्षात ठेवून खोल श्वास घे, स्पष्टपणे बोल आणि श्रोत्यांना आपल्या प्रेझेंटेशनमध्ये गुंतवून ठेव. तू आवश्यक ती माहिती मिळवलेली आहेस आणि तू योग्य प्रकारे तयारीही केलेली आहेस.'

या तंत्राच्या वापरामुळे तुम्ही स्वत:ला स्वत:पासून दूर नेत परिस्थितीकडे दुसऱ्या दृष्टिकोनातून बघण्याची संधी देत असता. हे म्हणजे स्वत:च्या जीवनकथेत हरवून जाण्याऐवजी प्रेक्षक होऊन अलिप्तपणे स्वत:च्याच जीवनाचा चित्रपट बघण्यासारखं आहे. त्यातून मिळालेला नवा दृष्टिकोन तुमच्या भावनिक प्रतिक्रियांची तीव्रता कमी करून तुम्हाला अधिक स्पष्टतेनं

विचार करण्यासाठी आणि अधिक संतुलित कृतीसाठी साहाय्यक ठरतो. याचाच अर्थ, तुम्ही स्वत:पासून मानसिक अंतर राखलेलं असतं. तेव्हा तुम्ही घाबरवणाऱ्या विचारांच्या झोतात अडकलेले नसता, तर त्या विचारांपासून काही अंतरावर उभे असता. त्यामुळे त्या विचारांना हाताळणं तुमच्यासाठी सोपं असतं.

लक्षात ठेवा, चिंतेमुळे तुमचा दृष्टिकोन संकुचित होतो. त्यामुळे तेव्हा तुम्ही स्वत:च्या विचारांमध्ये आणि भावभावनांमध्ये बुडून गेलेले असता तेव्हा परिस्थितीचा विचार विविधांगांनी करण्याची क्षमता गमावून बसता. विचारांच्या गर्तेतून बाहेर येण्यासाठी सेल्फ डिस्टन्सिंग हा एक असा उतारा आहे ज्यामुळे तुम्हाला स्वत:च्या विचारांवर आणि भावनांवर पुन्हा ताबा मिळवण्याची शक्ती प्राप्त होते आणि तुमच्यामध्ये चिंता निर्माण करणाऱ्या परिस्थितीतही शांत राहण्यासाठी आवश्यक वैचारिक लवचिकता येते.

स्वत:च स्वत:चे प्रशिक्षक व्हा :

जेव्हा तुमच्यापुढे आव्हानं उभी ठाकतात किंवा तुम्ही स्वत:चं उद्दिष्ट गाठण्यासाठी संघर्ष करत असता तेव्हा तुम्हाला आधार देणाऱ्या आणि तुमच्यामध्येच दडलेल्या प्रशिक्षकाचा शोध घ्या. ज्याप्रमाणे एखाद्या मैदानी खेळाडूचा प्रशिक्षक आपल्या प्रशिक्षणार्थ्याला मार्गदर्शन, प्रेरणा देत असतो, त्याच्यात सुधारणा होण्यासाठी त्याचं आवश्यक ते मूल्यमापन करत असतो त्याप्रमाणेच तुम्हीसुद्धा त्याच सकारात्मकतेने आणि विवेकाने स्वत:च्या मार्गातले विविध अडथळे पार करण्यासाठी मार्गदर्शन करू शकता.

कल्पना करा की, तुम्ही वक्तृत्व कौशल्य शिकण्याच्या प्रयत्नात आहात. तेव्हा तुमच्या भाषणावर स्वत:विषयीच्या साशंकतेचा आणि नकारात्मकतेचा पगडा बसू देण्याऐवजी तुम्ही प्रशिक्षकाच्या भूमिकेत जा : ‘ठीक आहे निक. आज तुला शिकण्याची आणि स्वत:ला विकसित करण्याची संधी मिळालेली आहे. लक्षात ठेव, प्रत्येक मोठ्या वक्त्यानं कधी ना कधीतरी अशीच सुरुवात केलेली असते. त्यामुळे तू तुझ्यातल्या क्षमतांवर लक्ष केंद्रित कर, लोकांच्या नजरेला नजर देऊन बोल आणि तुझं ज्ञान तुझ्या वक्तव्यातून झळकू दे. आणि हो, जर तू बोलताना अडखळलास तर ते तुझ्या या कौशल्य ग्रहण करण्याच्या प्रक्रियेतला एक भाग असेल. तुझी

प्रगती होते आहे आणि त्या प्रगतिपथावरच्या प्रत्येक टप्प्यावर तुला साथ द्यायला मी आहे.'

स्वसंवादातला हा बदल म्हणजे आव्हानांना शर्करावगुंठित करणं किंवा विकासाच्या मुद्द्यांकडे दुर्लक्ष करणं नाही. तर एखाद्या प्रशिक्षकाचं त्याच्या संघाबरोबर असतं तसं सहानुभूतिपूर्वक, प्रेरणादायी आणि सक्षमता वाढवणारं नातं स्वत: स्वत:बरोबर जोपासणं आहे. एकदा हा दृष्टिकोन तुम्ही स्वीकारला की, मग तुम्ही स्वत:ला प्रेरित ठेवण्यासाठी केवळ पोकळ शब्द वापरत नाही, तर तुम्ही स्वत:च्या जीवनप्रवासाला ऊर्जा पुरवणारी विकासाभिमुख मनोवृत्ती स्वत:मध्ये स्थापित करता.

'मी हे करू शकणार नाही', किंवा 'माझ्यात काही चांगलं नाही', अशा नकारात्मक विचारांच्या वावटळीत अडकून राहण्याऐवजी तुमच्या स्वसंवादाची दिशा बदला. स्वत:ला आधार मिळवण्यासाठी, मार्गदर्शन घेण्यासाठी आणि प्रेरणा मिळवण्यासाठी त्या स्वसंवादाचा उपयोग करा.

''ठीक आहे. तू आधी कामाला सुरुवात तर कर.''

''बोलण्यावर लक्ष केंद्रित कर. ते कसं करायचं हे तुला माहीत आहे.''

''खोल श्वास घे.''

''यापूर्वीही तू अनेक अडथळे पार केले आहेस आणि आता हा अडथळाही तू पार करणार आहेस.''

''मान ताठ ठेव आणि खांदे रुंद ठेव.''

''छान चाललं आहे. असंच चालू राहू दे.''

एका प्रशिक्षकाच्या भूमिकेतून स्वत:शी संवाद साधल्यामुळे तुम्ही स्वत:साठी पोषक आणि सशक्त असं मानसिक वातावरण तयार करत असता. एखादा प्रशिक्षक जसा आपल्या प्रशिक्षणार्थींचं यश साजरं करतो आणि त्यांना अपयश आलं तर मार्गदर्शन करतो तसंच तुम्ही स्वत:मध्ये लवचिकता, आत्मविश्वास आणि वर्तमानाशी अधिक निगडित राहण्याचं भान राखत असता. कोलाहलानं भरलेल्या आणि आत्मविश्वासाची कमतरता असलेल्या या जगात, तुम्हाला आत्मविश्वासानं आणि सुस्पष्टतेनं पुढे नेण्यासाठी तुमच्या आत असलेल्या प्रशिक्षकाला तुमची स्थिर, प्रेरक शक्ती होऊ दे.

प्रकरण ७

निराश वाटत आहे? सहानुभूती राखा

'Healing through Helping : An Experimental Investigation of Kindness, Social Activities and Reappraisal as Well-Being Interventions,' डेव्हिड आर. क्रेग आणि जेनिफर एस. चिवेन्स यांनी मिळून केलेला हा प्रकल्प म्हणजे केवळ संशोधन नाही, तर जिथे वादळं कमी आणि शांतता अधिक आहे, जिथे सहानुभूतीची शक्ती आणि इतरांना साहाय्य करण्याच्या वृत्तीचं प्राबल्य आहे, अशा मनोभूमीची दिशा दाखवणारं दिशादर्शक यंत्र आहे.

काही लोकांना याचा परिणाम उलट होण्याची शक्यता वाटू शकेल, पण इतरांना मदत करणं हा स्वत:ला मदत करण्याचा एक अधिक विश्वसनीय उपाय आहे. याचा कार्यकारणभाव असा : सातत्यानं केलेला स्वत:चा विचार हा दु:खाकडे वेगाने घेऊन जाणारा मार्ग असतो.

सहानुभूतिपूर्ण व्यवहार संज्ञानात्मक नियंत्रण राखतो :

आपलं लक्ष इतरांना मदत करण्यावर केंद्रित केल्यामुळे तुम्हाला तुमच्या मानसिक स्वास्थ्यात सुधारणा झालेली जाणवेल. हे चांगलंच आहे, पण असं का होत असेल?

वर्तमानात सक्रिय राहिल्यामुळे आपलं मन अविरत चालणाऱ्या निरर्थक विचारांच्या गुंत्यातून बाहेर येतं हे आपण आधीच जाणून घेतलेलं आहे.

त्याप्रमाणेच सहानुभूतिपूर्ण कार्यात मग्न राहिल्यामुळे संज्ञानात्मक नियंत्रण राखलं जातं. त्यामुळे तुम्ही तुमच्या विचारांना आणि भावनांना सकारात्मक, विधायक दिशा देऊ शकता. चिंतेचा विकार जडल्यावर व्यावहारिक वैचारिक स्थैर्य राखणं कठीण असतं. पण इतरांच्या बाबतीत मात्र पुढचा विचार करणं आपल्याला सोपं असतं. सहानुभूती राखणं सोपं असतं.

एमिलीनं काय केलं ते बघू या. ती स्वत: अति चिंतेच्या विकाराशी झगडत असतानाच तिनं रुग्णालयात उपचार घेणाऱ्या रुग्णांना दिलासा देणारी पत्रं लिहिणं सुरू केलं. इतरांना प्रेरणा देण्यासाठी मानसिक उभारी देणारे शब्द लिहायला सुरुवात केल्यावर तिची स्वत:ची चिंतामग्नता कमी झाली असल्याचं तिला जाणवलं. याचं साधंसं कारण म्हणजे चिंतेमध्ये वापरल्या जाणाऱ्या सगळ्या मानसिक ऊर्जेचा वापर प्रत्यक्षातल्या गोष्टींसाठी केला गेला. ती ऊर्जा निश्चित दिशेनं प्रवाहित केली गेली. एमिलीला जाणवणारा एकटेपणा तर कमी झालाच, पण तिनं स्वत:ला विचारचक्रातून बाहेर काढलं, स्वत:साठी एक उद्देश निश्चित केला आणि स्वत:च्या क्षमता विकसित केल्या.

पुढच्या वेळी तुम्हाला जर जाणवलं की, आपण नकारात्मकतेच्या दलदलीमध्ये रुतलो आहोत तर तुम्हीही एखाद्यासाठी मदतीचा हात पुढे करा. त्यातून कदाचित तुम्हाला आवश्यक असलेला जीवनाधार मिळेल. तुम्हाला ज्याची कमतरता जाणवते तेच तुम्ही इतरांना देत राहिलात तर विपरीत लाभ न्यायानं तुमची कमतरता भरून निघेल. जर तुम्हाला एकटेपणा जाणवत असेल तर वृद्धावस्थेमुळे घरात अडकून पडलेल्यांसाठी स्वयंसेवक म्हणून काम करा. तुम्ही प्रेमाचे/आपुलकीचे भुकेले असाल तर एखाद्या अनाथालयासाठी काम करा. तुम्हाला जर तुमचं आयुष्य दिशाहीन भासत असेल तर उन्हाळी शिबिरांमध्ये भाग घेऊन भरकटलेल्या तरुणांना मार्गदर्शन करा. त्यातून तुम्हाला तुमची दिशा सापडेल.

सहानुभूतिपूर्ण व्यवहाराचा हळूहळू होत जाणारा परिणाम समजून घ्या. सततच्या अति चिंताविकारानं त्रस्त झालेल्या डॅनियल नावाच्या एका शिक्षकानं आपल्या विद्यार्थ्यांसाठी एक छोटा स्कॉलरशिप निधी सुरू करण्याचं ठरवलं. त्यातून किती मोठी सकारात्मक गोष्ट घडून येणार आहे याची त्याला कल्पनाही नव्हती. त्यातून त्यानं आपल्या विद्यार्थ्यांसाठी केवळ शिक्षणाची संधीच उपलब्ध करून दिली असं नाही, तर त्याच्या स्वत:च्या

आयुष्यातही लक्षणीय असा सकारात्मक बदल घडून आला. इतरांच्या भविष्यासाठी योगदान देण्याच्या कार्यानं चुंबकीय परिणाम साधला आणि डॅनियलचं लक्ष त्याच्या चिंतांपासून दूर होऊन उज्ज्वल अशा परोपकारी कामांकडे वेधलं गेलं.

लक्षात असू द्या की, सहानुभूतिपूर्ण व्यवहारातून आपल्या आयुष्यात परिवर्तन घडवून आणण्यासाठी भव्यदिव्य कृती केली पाहिजे असं नाही. काहीतरी चमकदार कार्य करायला हवं किंवा एखाद्या गरीब देशात जाऊन एका मोठ्या संस्थेबरोबर काम करायला हवं असंही नाही. तुमच्या जवळपास शोध घ्या आणि कोणी गरजू आहे का ते बघा.

निराशेच्या विकाराशी सामना करणाऱ्या जेननं स्वत:लाच आव्हान द्यायचं ठरवलं की, दररोज एका वेगळ्या माणसाकडे कृतज्ञता व्यक्त करायची. कधी ते भावपूर्ण शब्द असत तर कधी एक साधासा संदेश असे. पण जेनच्या अशा सकारात्मकता प्रसारित करण्याच्या वचनबद्धतेमुळे इतरांना तर छान वाटलंच, पण तिच्या विचारप्रक्रियेतही सकारात्मक बदल झाले. आपण किती भाग्यवान आहोत आणि आपल्या आसपास किती प्रेमळ, हितचिंतक माणसं आहेत याची तिला जाणीव झाली. तिनं इतरांचा दिवस आनंदी करण्याचं ठरवल्यावर तिचा दिवसही आनंदानं काहीसा उजळून निघू लागला.

इतरांना मदत करण्यातून स्वत:च्या आयुष्यासाठी एक उद्देश शोधणं आणि समाधान मिळवणं :

चिंतातुर मन हे तुमच्यासाठी चक्रव्यूह ठरू शकतं. तुम्हाला सतत अंतर्मुख होऊन विचारांच्या भूलभुलैयात हरवून जाण्याची इच्छा नसते. त्याऐवजी, सहानुभूतिपूर्वक विचाराच्या मदतीनं बहिर्मुख होऊन इतरांशी संपर्क साधा. त्यात आश्चर्यकारक असं काही नाही. कदाचित, तुम्ही आधी करत होतात तसाच संघर्ष यासाठीही तुम्हाला करावा लागेल.

इतरांना मदत करताना तुम्हाला तुमच्या आयुष्याचा उद्देश, अर्थ गवसू शकतो, परिपूर्णता आणि समाधान लाभू शकतं. त्यामुळे तुमच्यावरचा ताण कमी होतो. त्याच त्या जुन्या दु:खद कहाण्यांची आणि तुमच्यावर झालेल्या अन्यायाची अंतहीन चर्चा करत सहा महिने घेतलेल्या उपचारांपेक्षा लोकांच्या संपर्कात व्यतित केलेली एखादी दुपार ही अधिक परिणामकारक असू शकते.

सॅम हा एक पिता आहे. नोकरीतली जबाबदारी आणि कुटुंबाच्या मागण्या यांत संतुलन साधण्याची धडपड करतो आहे. आपलं जीवन हे सापळ्यात अडकलेल्या उंदरासारखं आहे, असं वाटणाऱ्या सॅमला त्याच्या समाजातल्या किशोरवयीन मुलांना दिशा देण्यात आनंद मिळतो. जेव्हा तो त्या मुलांना आपले अनुभव सांगत मार्गदर्शन करू लागला तेव्हा त्याला अनेक गोष्टी उमजल्या :

- त्याला वाटत होतं त्यापेक्षा कितीतरी जास्त माहिती त्याच्याकडे होती. वास्तविक, इतरांना आवश्यक असणारं आणि हवं असणारं ज्ञानाचं आणि अनुभवांचं भांडार त्याच्याकडे होतं.
- तरुणांना त्यांच्या जीवनात विकास साधण्यासाठी, प्रगती करण्यासाठी मदत करण्यात त्याला खूप मोठं समाधान लाभत होतं.
- थोडक्यात सांगायचं तर त्याच्या आयुष्यात आव्हानं होतीच, पण परिस्थिती आणखी बिकट होऊ शकली असती! कुटुंबाविषयी चिडचिड करणारा सॅम जेव्हा कुटुंब असणं म्हणजे काय हेच माहीत नसलेल्या आणि त्याला मिळणाऱ्या सुखसुविधांना कायम वंचित असलेल्या मुलांबरोबर जवळून काम करायला लागला तेव्हा त्याला एक नवा दृष्टिकोन लाभला.
- ज्याप्रमाणे ती मुलं संकटांचा सामना करत त्यातून मार्ग काढत होती त्याप्रमाणे आपणही आपल्या आयुष्यातल्या अडचणींपासून शिकत पुढे जाऊ शकतो, हे सॅमला समजलं.
- अखेर, आयुष्याची किंमत ही केवळ आपण किती पैसे कमावतो यावर अवलंबून नसते तर जीवनमूल्य जपण्यात, इतरांशी जमवून घेण्यात आणि जगात काहीतरी चांगलं घडवण्याची ऊर्जा धारण करण्यात आहे; हे समजल्यामुळे सॅमला वाटत होतं त्यापेक्षा त्याच्या विचारांत अधिक लवचिकता आली आणि तो दृढनिश्चयी झाला.

त्या मुलांना मदत करण्यामुळे सॅमला स्वत:च्या आयुष्यातील समस्यांकडे बघण्याचा एक वेगळा दृष्टिकोन लाभला आणि त्यामुळे त्याला त्याच्या चिंता महत्त्वाच्या वाटेनाशा झाल्या. या उदाहरणात संशोधनाचा निष्कर्ष प्रतिबिंबित झालेला दिसतो : 'जेव्हा तुम्ही इतरांना मदत करण्यात व्यग्र असता त्याच

वेळी तुम्ही स्वतःला वर्तमानात स्थिर ठेवत असता आणि त्यामुळे तुम्हाला तुमची उद्दिष्टं नव्यानं सापडतात.'

तुम्ही एखाद्या गरजू व्यक्तीला मदत केल्याचा शेवटचा प्रसंग आठवून बघा. मग ते कोणासाठीतरी दरवाजा उघडून धरण्यासारखी छोटी कृती असो किंवा एखाद्या स्थानिक साहाय्यता केंद्रात स्वयंसेवक म्हणून काम करण्यासारखी तुलनेनं मोठी कृती असो. त्या वेळी तुमच्या मनात निर्माण झालेला भावनिक ओलावा आठवा. एखाद्याच्या आनंदात योगदान देत असल्याची भावना आठवून बघा. आपण अशी आणखीही काही कामं करायला हवीत असं त्या वेळी तुम्हाला वाटलं होतं, हो ना? ही परिपूर्णतेची भावना तुमच्या मनासाठी उपचार असते, तुमच्या मनातल्या अति विचारांच्या आणि तीव्र चिंतांच्या वादळाला रोखणारा उपाय असते आणि आपल्याला सतत सतावणाऱ्या चिंतांव्यतिरिक्त आयुष्यात आणखी बरंच काही आहे, याची आठवण करून देते.

प्रकरण ८

इष्टापत्ती

जिथे आपल्यावर क्षणाक्षणाला नकारात्मक बातम्यांचा आणि निराशाजनक माहितीचा मारा होत असतो अशा या जगात गोंधळून जाणं आणि चिंतित होणं साहजिक आहे. 'तेल अवीव युनिव्हर्सिटी ऑफ सायकॉलॉजिकल सायन्स' यांनी नुकत्याच केलेल्या एका संशोधनात एका अशा विशेष गोष्टीवर प्रकाश टाकण्यात आला आहे जिच्यामुळे नकारात्मकतेच्या खवळलेल्या समुद्रात आपल्याला योग्य दिशादर्शन करून भावनिक आणि बौद्धिक स्थैर्य पुन्हा प्राप्त करून घेण्याला साहाय्यक ठरेल. नकारात्मक घटना वारंवार अनुभवल्यामुळे आपल्या मनोवस्थेवर आणि बौद्धिक क्षमतेवर आश्चर्यकारक परीणाम होतो, असं या संशोधनात म्हटलं गेलं आहे.

नकारात्मक दृष्टिकोनातून लवचिकता विकसित करणे :

कल्पना करा, एखाद्या सकाळी जाग आल्यापासून तुम्हाला विचित्र बातम्या समजत आहेत आणि त्यामुळे तुमची मनोवस्था पार कोलमडून गेलेली आहे. तुमचं मन वेगानं वाइटाहून वाईट कल्पना करू लागतं; समस्या, अडथळे आणि नुकसान यांनी व्याप्त निराशाजनक भविष्याची चित्रं दिसू लागतात. ही स्थिती ओळखीची वाटते आहे का? इथेच पहिला मुद्दा येतो : 'नकारात्मक कल्पना'.

या निराशाजनक विचारांपासून पळ काढण्याऐवजी त्यांचा स्वीकार करा. भविष्यातल्या संभाव्य समस्या जणू काही आत्ताच तुमच्यासमोर आल्या आहेत इतक्या स्पष्टतेनं त्यांचं चित्र रंगवा.

अशा संभाव्य नकारात्मक घटनांची वारंवार आणि स्पष्टतेनं कल्पना केल्यामुळे तुम्ही केवळ त्या समस्यांचं अस्तित्व मान्य करत नाही, तर त्या प्रत्यक्षात उद्भवल्यावर तुमची संभाव्य भावनिक प्रतिक्रिया कशी असावी हेही नियंत्रित करत असता. तेल अवीव युनिव्हर्सिटीच्या संशोधनात असं दिसून आलं की, सुरुवातीला नकारात्मक बातमीमुळे तुमची मनोवस्था बिघडू शकते आणि त्यामुळे तिच्या बौद्धिक/व्यावहारिक विचारक्षमतेवरही परिणाम होऊ शकतो. पण वारंवार अशा नकारात्मकतेचा अनुभव घेतला गेला तर एक विशेष गोष्ट घडून येते. या नकारात्मक कल्पनांची तुमच्या भावनांवरची पकड सैलावत जाते. परिणामत: तुमची मनोवस्था सुधारते आणि ते तुमच्या वागण्यातही दिसून येतं. थोडक्यात सांगायचं तर, त्या नकारात्मकतेपासून तुम्ही अलिप्त होत जाता.

अर्थातच, तुम्ही ऑनलाइनवरच्या मन:स्वास्थ्य बिघडवणाऱ्या गोष्टी बघण्यात तासन्‌तास घालवावेत असा या संशोधनाचा अर्थ नाही. कारण त्यातली बरीचशी माहिती आवश्यकही नसते आणि लाभदायकही नसते. खरं तर, एखादी परिस्थिती आपल्याला असहनीय ठरेल अशी पक्की धारणा आपण करून घेतो, चिंता करत राहतो आणि हळूहळू ती अति चिंताच आपल्या मनात संभाव्य परिस्थितीविषयी अलिप्तता आणते. पण जर आपण त्या परीस्थितीसंबंधीची भीती जबरदस्तीनं टाळण्याचा प्रयत्न केला किंवा त्या भीतीची भीती बाळगली तर मात्र चिंता अधिक वाढते, असं हे संशोधन सांगतं.

कल्पना करा की, स्वत:च्या वैवाहिक जीवनासंबंधी चिंतेनं तुम्हाला पोखरून काढलेलं आहे. परिस्थिती ठीक नाही आणि आपल्या जोडीदारानं आपल्याला घटस्फोट दिला तर आपण एकटे पडू, दु:खी होऊ आणि जगणं कठीण होईल या विचारानं तुमची झोप उडाली आहे. हा विचार इतका त्रासदायक आहे की, तुम्ही त्या विचारावर जितका जोर देता तितका तितके तुम्ही दु:खी होता आणि मग त्या दु:खात तुम्ही तोच विचार आणखी जास्त करत राहता.

दुर्दैवानं, अंथरुणात पडल्यापडल्या सतत मनात घोळत ठेवलेल्या, 'मला घटस्फोट दिला तर?' या विचाराचा परिणाम मन:स्वास्थ्यासाठी उपचारात्मक नक्कीच होत नाही. त्यापेक्षा जे काही घडणार आहे त्याचा थेट विचार करा. एका क्षणी तुमचं मन ते विचार थांबवतं. पण तुम्ही मात्र पुन्हा ते विचार सुरू करा आणि त्या विचारांचा माग घेत रहा. त्यामुळे तुम्ही विचार करत करत अखेर 'संभाव्य परिणामांची अति भयप्रद कल्पना'ही पचवायला सिद्ध होता.

'जर मला घटस्फोट दिला गेला तर काय होईल?'

'तसं झालं तर मी काय करेन?'

'मला दु:ख होईल, एकटेपणा येईल आणि मी निराधारही होईन.'

'बरं... आणि मग काय होईल?'

असे विचार करता करता तुम्ही कल्पनेतला तो अति भयप्रद टप्पाही ओलांडून पुढे जाता. आधी तुम्ही त्या टप्प्याचा विचार करायलाही घाबरत असता.

'ठीक आहे... मला वाटतं, तेव्हा मला एकटंच जगावं लागेल. काही काळ एखाद्या छोट्या जागी राहून स्वत:च्या दु:खावर स्वत:च फुंकर घालावी लागेल.'

'तुला दु:ख होईल. पण किती काळ?'

'माहीत नाही. एक वर्ष? दोन वर्ष?'

'आणि मग दोन वर्षांनंतर काय होईल?'

'मला वाटतं की, मी हळूहळू त्यातून बाहेर येईन. पण तरीही मी दु:खी असेन.'

'अर्थातच! पण म्हणजे सगळं संपून जाणार आहे का?'

'नाही, सगळं संपून तर नाही जाणार... मात्र माझ्यासाठी कठीण असेल ते.'

'पण तू त्यातून निभावून जाशील. तू त्यातून बाहेर येशील आणि काही वर्षांत तू काहीतरी वेगळं करत असशील.'

'मलाही तसंच वाटतं.'

तुमच्या लक्षात आलंच असेल की, संशोधकांनी तुम्हाला सतत भयप्रद विचार करायला सांगितलेलं नाही. उलट भयप्रद विचारांतून बाहेर येण्याचा

आणि 'वाइटात वाईट संभाव्य परिस्थिती'ची कल्पना करण्याची तुमची क्षमता थोडी कमी करण्याचा उपाय सांगितला आहे.

तुम्हाला ज्या गोष्टींची भीती वाटते त्या गोष्टींसंदर्भात अधिकाधिक वाईट काय होऊ शकेल याचा विचार करण्यासाठी दररोज थोडा वेळ राखून ठेवत जा. एखाद्या महत्त्वाच्या कामाची मुदत संपून गेली आहे, आपण एक मोठी चूक केली आहे किंवा आपल्याला नाकारलं गेलं आहे, आपला अपमान करण्यात आला आहे अशी कल्पना करा. विचार थांबवू नका. प्रतिकार करू नका.

सुरुवातीला तुम्हाला अस्वस्थ वाटेल. पण तुम्ही ही क्रिया चालू ठेवल्यावर तुमच्या लक्षात येईल की, ही अस्वस्थता जाणवणं म्हणजे जगच संपून गेलं आहे असं नाही. इथे एक गोष्ट लक्षात घेण्यासारखी आहे की, त्या भयप्रद कल्पना ओळखीच्या झाल्यावर त्यांच्याविषयीच्या भावना बोथट व्हायला लागतात. त्या त्रासदायक असल्या तरी तुम्ही त्यांना सहन करू शकता. ज्यांचा कधी विचारही केला नसेल अशा गोष्टी घडल्यावरही आयुष्य सुरूच राहतं हे तुम्हाला समजेल. त्यामुळेच तुमच्यातली भावनिक लवचिकता वाढेल.

स्वेच्छेने केलेला वेदनांचा स्वीकार :

भल्या पहाटे थंड पाण्यानं स्नान करणं, उपवास करणं, जाणीवपूर्वक सुखसुविधा नाकारणं... काही लोक आनंद वाढवण्यासाठी अशा गोष्टी करतात.

असं वर्तन जगावेगळं वाटू शकतं. आपण आपल्या आयुष्यात मुद्दाम असुविधा का निर्माण करायची? अर्थातच, या वर्तनाचा उद्देश वेदनेतून आनंद मिळवणं हा नसून आपल्या स्वभावात अधिक लवचिकता आणणं, अधिकाधिक वर्तमानात राहणं आणि त्याद्वारे अति चिंता आणि अति विचार कमी करणं हा आहे.

सुरुवातीला थंड पाण्यानं स्नान करणं किंवा अधूनमधून उपवास करणं, अशी छोटी आव्हानं घ्या. त्यामुळे फारशी असुविधा होणार नाही, पण त्यामुळे तुमचं मनोधैर्य वाढायला मोठी मदत होईल. उदाहरणार्थ, थंड पाण्यानं स्नान केल्यामुळे भरलेल्या हुडहुडीचा सामना करताना तुमचं पूर्ण लक्ष वर्तमानात केंद्रित झालेलं असतं. तसंच, उपवासादरम्यान भावनिक

नियंत्रण राखलं जातं आणि आपलं शरीर देत असलेले संकेत सखोलतेनं समजून घेण्याची क्षमता विकसित होते.

अशा सहजसाध्य होणाऱ्या आव्हानांची सवय झाल्यावर हळूहळू स्वत:साठीच्या आव्हानांची काठिण्यपातळी वाढवत न्या. तुम्ही उपवास वाढवू शकता किंवा आणखी जास्त थंडी सहन करण्याचा प्रयत्न करू शकता. अशा प्रकारे, स्वत:पुढे स्वेच्छेनं आव्हानं उभी करून स्वत:च्या मनाला प्रतिकूल परिस्थितीशी जुळवून घेत वर्तमानात स्थिर राहण्यासाठी प्रशिक्षित करत असता. त्याहूनही महत्त्वाचं म्हणजे, ही 'प्रतिकूलता' तात्कालिक आहे आणि आपण त्यातही जगू शकतो, हे तुम्ही स्वत:ला शिकवत असता. हे प्रशिक्षण तुम्हाला सक्षम करतं, कृतज्ञ राखतं आणि वर्तमानात लक्ष केंद्रित करायला मदत करतं.

माझा भाऊ माईक याची ही गोष्ट. तो एक सॉफ्टवेअर इंजिनिअर आहे. त्याला सतत अति विचार आणि अति चिंता करण्याची व्याधी जडलेली आहे. त्यामुळे त्यानं सहजसाध्य स्वेच्छा आव्हानांची संकल्पना उपयोगात आणण्याचं ठरवलं. त्यानुसार त्यानं रोज थंड पाण्यानं स्नान करण्याच्या साध्या आव्हानानं सुरुवात केली. पहिले काही आठवडे त्याला अतिशय त्रासाचे गेले. उघड्या शरीरावर थंड पाणी पडल्यावर मणक्यांपर्यंत शिरशिरी येऊन तो गारठून जायचा. पण त्यानं ते चालू ठेवलं. शरीरावर थंड पाणी पडताना प्रत्येक वेळी स्वत:ला त्यापासून वाचवण्याऐवजी तो श्वासावर लक्ष केंद्रित करत ती प्रतिकूलता स्वीकारायला शिकला.

असेच काही महिने गेल्यावर माईकमधली थंड पाणी सहन करण्याची क्षमता वाढली. त्याला थंड पाण्याचं स्नान कठीण वाटेनासं झालं, तर वर्तमानात स्थिर राखणारी ध्यानधारणा केल्याप्रमाणे वाटू लागलं. या प्रगतीमुळे प्रेरित होऊन त्यानं निश्चित दिवसांनी उपवास करायचं ठरवलं. उपवासाच्या दिवशी आधी सकाळची न्याहारी न करणं आणि मग हळूहळू उपाशी राहण्याचा काळ वाढवत नेणं यामुळे त्याची अन्नावरची वासना कमी झाली आणि त्याला खरी भूक लागल्यावर शरीर काय संकेत देतं, ते समजू लागलं.

माईकचा हा प्रवास, स्वत:साठी अनावश्यक त्रास शोधून काढण्याचा नव्हता, तर मन:शक्ती वाढवण्यासाठी काही आव्हानांचा जाणीवपूर्वक केलेला

स्वीकार होता. हळूहळू आपलं चिंता करण्याचं प्रमाण कमी होत आहे, अति विचार करण्याची सवय गेली आहे आणि आता आपण आयुष्यातल्या अनिश्चितता सक्षमतेनं हाताळण्यासाठी तयार झालो आहोत हे त्याला कळलं. याचा एक सकारात्मक परिणाम म्हणजे माईकचं धूम्रपानाचं व्यसन सुटलं. कारण प्रतिकूलता आणि शरीराच्या अनावश्यक मागण्या यांतून स्वत:ला सहजतेनं बाहेर कसं काढायचं, हे तो शिकला होता. तुम्हीही स्वत:साठी या कौशल्याचा वापर करू शकाल का?

प्रकरण ९

जाणीवपूर्वक प्रयत्नांनी मानसिक तणाव कमी करता येतो

वैचारिक स्पष्टता राखणे :

जंगलातून शांतपणे फेरफटका मारताना सभोवती गर्द झाडी, पानांची हलकीशी सळसळ आणि पक्ष्यांची आनंददायी किलबिल जाणवत असते, त्या वेळी आपलं मन कधीही न संपणाऱ्या कामाच्या यादीचा विचार करण्याऐवजी किंवा कामं पूर्ण करून देण्याच्या मुदतीचा ताण घेण्याऐवजी जाणीवपूर्वक त्या वर्तमान क्षणांवर केंद्रित होतं. थंड हवेच्या झुळुकीचा स्पर्श होताच आपली ज्ञानेंद्रिये जागृत होतात, आपण आपल्याच पावलांचा लयबद्ध आवाज ऐकू लागतो आणि हवेत भरून राहिलेला निसर्गगंध अनुभवू लागतो. जाणीवपूर्वक कृती याविषयी बोलताना आम्हाला हेच अपेक्षित असतं.

नुकत्याच झालेल्या एका संशोधनात असं आढळून आलं आहे की, विशेषत: महाविद्यालयीन विद्यार्थ्यांना फेरफटका मारण्यासारख्या हालचाली जाणीवपूर्वक करताना त्यांच्या मनावरचा तणाव आणि नकारात्मक भावना कमी झाल्याचा अनुभव आला. वर्तमानातल्या गोष्टींमध्ये व्यग्र झाल्यामुळे डोक्यातले विचार बाजूला ते सारून शारीरिक अनुभव घेऊ शकले.

पुढच्या वेळी जेव्हा तुम्ही कुठे चालत जात असाल किंवा अगदी कारमधून उतरून ऑफिसमध्ये चालत जात असाल तेव्हा हे करून बघा: स्वत:च्या श्वासावर लक्ष केंद्रित करा आणि चालताना टाकलेलं प्रत्येक

पाऊल अनुभवा. आजूबाजूच्या दृश्यांकडे आणि आवाजांकडे लक्ष द्या. पायांखालची जमीन अनुभवा. अशा प्रकारे जाणीवपूर्वक वर्तमानात राहण्याचा सराव केल्यामुळे मन शांत राहतं आणि विचारांच्या गुंत्यातून थोडी सुटका होते.

जर तुमच्या मनात पुन्हा विचारांचा गुंता व्हायला लागला (किंवा जेव्हा तसं होईल) तरी काही हरकत नाही. फक्त त्याची नोंद घ्या, खोल श्वास घ्या आणि पुन्हा आपलं लक्ष आसपास त्या क्षणी वर्तमानात काय घडतं आहे त्याकडे वळवा. स्वत:ला सांगा की, कोणतेही विचार असले तरी त्यांना थांबवता येतं. तुम्हाला त्या विचारांचं चर्वण करायचं असेल तर तुम्ही फिरून आलात तरी ते सर्व विचार आणि चिंता तिथेच असलेले तुम्हाला जाणवतील. स्वत:ला स्थिरचित्त राखण्यासाठी पंचेंद्रियांची मदत घ्या. जेव्हा तुमचं मन पुन्हा सैरावैरा धावू लागेल तेव्हा पुन्हा पंचेंद्रियांवर लक्ष केंद्रित करा :

- तुम्हाला एखादा गंध जाणवतो आहे का? शरदात गोठलेल्या जमिनीवर पडलेल्या पानांचा ताजा, गोडसर सुगंध? पावसाची सर जाणवते आहे का?
- आपल्या आजूबाजूला बघा- एकाच पानावर उमटलेल्या विविध रंगच्छटांचं निरीक्षण करा किंवा प्रकाशाचा झोत झाडाच्या तळाशी कसा झिरपत येतो आहे ते बघा.
- तुम्हाला कसले आवाज ऐकू येत आहेत का? नीट ऐका. तुम्ही जाणीवपूर्वक ऐकता तेव्हा तुम्हाला काय ऐकू येतं?
- चालणं, ताठ उभं राहणं, पायाखालची जमिनीची घनता हे तुम्ही कधी खऱ्या अर्थानं अनुभवलं आहे का? गवताचं एखादं पातं तोडून हातात घ्या. त्याचा बोटांना होणारा स्पर्श अनुभवा.
- आणि हो, फेरफटका मारताना तुम्ही स्वादही अनुभवू शकता. कधी स्वीट ग्रासचं टोक चावून पाहिलं आहे का? किंवा फिरायला जाताना तुम्ही थोडा फराळ बरोबर नेऊ शकता आणि चालताचालता त्याचा आस्वाद घेऊ शकता.
- खरं तर असे अनुभव पंचेंद्रियांपलीकडचे असू शकतात. तुमच्या सभोवतीची हवा आणि प्रकाश अनुभवायचा प्रयत्न करा. त्या

परिदृश्यात सामावून जाण्याचा प्रयत्न करा. निसर्गातली पंचतत्त्वं एकमेकांमध्ये कशी मिसळून गेली आहेत आणि आपणही त्या तत्त्वांमधला एक भाग आहोत, त्यांच्याबरोबर प्रवाहित होत आहोत हे अनुभवा.

सावकाश आणि उद्देशपूर्ण हालचालींची जादू :

आपल्या श्वासाकडे लक्ष ठेवून जाणीवपूर्वक मुद्दाम केलेल्या सावकाश हालचाली कमाल परिणाम साधतात. हालचालींची ही विशेष संगती आपल्या मज्जासंस्थेला स्पष्ट संदेश पोहोचवते आणि परानुकंपी (पॅरासिम्पथेटिक) चेतासंस्था म्हणजेच 'Rest and digest mode' कार्यान्वित करते. आपल्या धकाधकीच्या जीवनात सहानुभूतिशील मज्जासंस्थेद्वारे आपली अवस्था 'लढणे किंवा पळून जाणे' (Fight or Flight) अशी होणे अगदी साहजिक आहे, पण त्यामुळे तणाव आणि तीव्र चिंतेचं चक्र सुरू होतं.

एखादा दिवस जर तुमच्यासाठी बरा नसेल तर त्या दिवशी स्वत:विषयी विचार करण्याचा प्रयत्न करा. त्या वेळी तुम्ही कदाचित आपल्या टेबलजवळ खांदे पाडून बसलेले असाल आणि तुमच्या मनात चिंतेचं वादळ उठलेलं असेल. पण त्या चिंतित मन:स्थितीत आणि तशाच अवस्थेत बसून राहण्याच्या ऐवजी जर तुम्ही ताठ बसलात, डोळे मिटले आणि खोल, दीर्घ श्वास घेतला तर? दीर्घ श्वसन करताना आपल्या मनावरचा ताण हळूहळू कमी होतो आहे अशी भावना ठेवा. त्यानंतर तुम्ही शरीर ताणून आळस द्याल, एखादी योगासनातली कृती कराल किंवा पाण्याचा ग्लास आणायला जाल, पण जी काही हालचाल कराल ती श्वासाच्या गतीनुसार लयबद्धतेनं केली तर?

संबंधित संशोधनात सहभागी झालेल्या ज्या सदस्यांनी जाणीवपूर्वक शारीरिक हालचाली करून बघितल्या त्यांनी त्यांच्या आयुष्यात लक्षणीय असा सकारात्मक बदल झाल्याचं नोंदलं आहे. श्वासाची गती आणि हालचाली यांची हेतुपूर्वक संगती जोडल्यामुळे आपण केवळ आपल्या शारीरिक जाणिवांशीच जोडलेले राहत नाही, तर आपल्या चिंतित मनाला विसावाही मिळतो. सततच्या अति चिंतित अवस्थेतून शांत आणि वर्तमानात स्थित असलेल्या मनोदशेकडे जाण्याचा हा एक साधा, पण प्रभावी मार्ग आहे.

एका जागी बसून औपचारिक ध्यानधारणा करणं आवश्यक नाही. संपूर्ण दिवसभराच्या व्यग्रतेत जाणिवेच्या 'खिडक्या' उघड्या ठेवल्या तरी पुरेसं आहे. कधी हातपाय ताणून, कधी दीर्घ श्वसन करून, कधी एक फेरफटका मारून, चेहऱ्यावर स्मितहास्य आणून, शांत राहून आपल्या रोजच्या जीवनात जाणिवा जाग्या ठेवल्यामुळे तुमच्या जीवनात क्रांती घडून येईल. तुम्हाला जाणवेल की, आपलं मन शांत होत आहे, चिंता मागे पडत आहेत आणि जीवनात सकारात्मकतेचा प्रवेश होत आहे आणि तुम्हाला जे काही करायचं आहे ते तुमच्याकडे आधीपासूनच आहे : श्वास, शरीर आणि निरंतर राहणारे वर्तमान क्षण.

प्रकरण १०

नकोशा, नकारात्मक विचारांनी वैतागलेले आहात का? मग फेकून द्या ते विचार

ओहायो स्टेट युनिव्हर्सिटीमध्ये विचार व्यवस्थापनाच्या रंजक क्षेत्राशी संबंधित नुकत्याच करण्यात आलेल्या संशोधनातून अतिशय उपयुक्त माहिती प्राप्त झाली आहे. वास्तविक, सगळेच विचार एकसारखे नसतात. काही उपयोगाचे असतात, काहींचा थोडाच उपयोग होतो, तर काही विचार म्हणजे निव्वळ जुनापुराणा कचरा असतो. जर तुमच्या मनात असा वैचारिक कचरा असेल आणि तुम्हाला त्यापासून सुटका करून घेता येत नसेल तर या प्रकरणामध्ये त्या विचारांपासून मुक्त होण्यासाठी आणि आयुष्य पुढे घेऊन जाण्यासाठी काही क्लृप्त्या सांगितलेल्या आहेत.

विचारांना स्पर्श्य अस्तित्व प्राप्त करून देणं :

पहिली क्लृप्ती म्हणजे आपले नकारात्मक विचार लिहून काढणे. आपली मनोभूमी स्वच्छ राखण्यासाठीचा हा एक साधा, पण अतिशय प्रभावशाली उपाय आहे. यामध्ये आपल्या मनाच्या तळाशी घोंघावत राहणाऱ्या त्रासदायक विचारांना कागदावर उतरवून किंवा डिजिटल नोटमध्ये नोंदवून मनाच्या बाहेर स्पर्श्य माध्यमात आणलं जातं. नुकसानकारक विचार मनातून दूर करून, त्यांच्यापासून स्वतःला अलिप्त ठेवण्यातली शक्ती इथेही आपल्याला दिसून

येईल. या विचारांना प्रत्यक्षात हाताळून आपण एक दृष्टिकोन आणि उद्देश्य निर्माण करतो.

मी किशोरवयीन असताना एका हस्तलिखित कथेच्या स्वरूपात माझ्या सर्जनशील लेखनाची सुरुवात केली होती आणि ती कथा पुढे कधीकाळी कादंबरी म्हणून प्रकाशित होईल अशी मला आशा होती. सर्जनशीलतेच्या बाबतीत नेहमी घडतं त्याप्रमाणे मी वारंवार स्वत:विषयीच्या साशंकतेत अडकत होतो. माझं कथालेखन कधीच दर्जात्मक असणार नाही असं त्यादरम्यान मला वाटू लागलं होतं. या सततच्या नकारात्मकतेमुळे माझ्यातली लेखनाची ऊर्मी दडपली जात होती.

मग लेखनाच्या माध्यमातून विचारांना प्रत्यक्षात आणण्यातली शक्ती मला समजली. एक दिवस मी माझ्या मंद प्रकाशित खोलीत माझ्याच कथेविषयी साशंक मनानं बसलो असताना मी ते विचार कागदावर उतरवायचं ठरवलं. माझ्या मनात स्वत:विषयी शंका निर्माण करणारा प्रत्येक त्रासदायक विचार मी कागदावर नोंदवू लागलो. जणू काही मी माझ्या मनातलं शंकांचं ओझं समोरच्या कागदावर उतरवून ठेवत होतो. पांढऱ्या कागदावरचे काळ्या शाईतले माझे विचार पाहिल्यावर मला बदलून टाकणारी गोष्ट घडली. माझे विचार आता माझ्या मनातून बाहेर, कागदावर आलेले आहेत असं मला वाटलं. ते फारच वाईट होते. इतके दिवस हे विचार मनात घेऊन जगतो होतो मी?

एकदा ते विचार तिथे दिसल्यावर त्यांना हाताळणं अगदी सोपं झालं. कारण अखेर तिथे ते केवळ शब्दरूपात होते, पण माझ्या मनात असताना मात्र ते खऱ्या घटनेप्रमाणे भासत होते. मी माझं पेन त्या शब्दांजवळ टेकवलं तेव्हा माझ्या लक्षात आलं की, ज्याप्रमाणे मी माझ्या हस्तलिखितामध्ये बदल केले होते तसेच 'बदल' मी त्या शब्दांमध्येही करू शकतो. मग मी एक लाल शाईचं पेन घेतलं आणि त्या शब्दांमध्ये सुधारणा करू लागलो. काहीच मिनिटांत मला स्पष्ट समजलं की, मी कागदावर जे विचार उतरवले होते ते अगदी निरर्थक होते. त्यांच्यात सुधारणा करण्याचीही आवश्यकता नव्हती. तो केवळ वैचारिक कचरा होता. मी त्या कागदाचा बोळा करून कचऱ्यात टाकून दिला.

मी माझ्या हस्तलिखित कथेचा वस्तुनिष्ठ विचार करू लागलो तेव्हा माझ्या लक्षात आलं की, मी स्वत:ची अनावश्यक आणि नको तितकी

कठोर समीक्षा करत होतो. पण त्या विचारांना मनाबाहेर काढून कागदावर उतरवल्यामुळे मी त्रयस्थाच्या नजरेतून त्यांच्याकडे पाहू शकलो. माझ्या विचारांची एक ठरावीक पद्धत आहे हे मला समजलं. स्वत:चे दोष जास्त मोठे करून बघायचे आणि स्वत:च्या कामाला कमी लेखायचं अशी माझी वृत्ती होती. ते विचार पुन्हा माझ्या मनात डोकावले, पण मी आधीप्रमाणे त्यांना गांभीर्यानं घेत म्हटलं की, 'तुम्ही इथे काय करत आहात? तुम्ही कचऱ्याच्या टोपलीत जायला हवं आहे, हो ना?'

बौद्धिक लवचिकता वाढवणे :

या सरावामुळे आपल्या मनाला त्रासदायक ठरणारे सततचे आणि हटवादी विचार खंडित होतात आणि आपल्या मनात पर्यायी विचारांसाठी, सकारात्मक बौद्धिक प्रक्रियेसाठी जागा तयार होते.

कल्पना करा की, तुम्ही अति विचारांच्या आणि तीव्र चिंतेच्या दुष्टचक्रात अडकला आहात, काही दिवसांनी ऑफिसमध्ये असलेल्या प्रेझेंटेशनची किंवा एखाद्या कठीण परीक्षेची चिंता तुम्हाला लागून राहिली आहे. अशा चिंतात्मक विचारांवर तुमची मानसिक ऊर्जा खर्च होत असते. त्यामुळे तुम्हाला गोंधळ आणि तणाव जाणवतो. असे विचार मनात येताच त्यांच्यावर विचार करण्याऐवजी ते कागदावर लिहून ठेवा.

पुढची पायरी परिवर्तन घडवून आणणारी आहे : ते विचार नष्ट करून टाकणे. तुमच्यावर दडपण आणणाऱ्या चिंतात्मक विचारांना प्रतीकात्मक रीतीनं नष्ट करणं आवश्यक असतं. तुम्ही तो कागद फाडू शकता, चुरगळून त्याचा बोळा करू शकता किंवा तो तसाच कचऱ्यात टाकून देऊ शकता. (तुम्हाला नाट्यमयता हवी असेल तर तुम्ही तो कागद जाळूही शकता.)

अति विचार आणि तीव्र चिंता निर्माण करणाऱ्या निरर्थक विचारांची शृंखला खंडित करणं ही या तंत्राची शक्ती आहे. याद्वारे आपण मनात चिंतेचं चक्र चालवत राहणाऱ्या कड्या तोडून टाकतो. यामुळे विचारांना थोडा विराम मिळतो आणि पर्यायी विचार करण्याला वाव निर्माण होतो किंवा काही नाही तर निदान मनाला विसावा तरी मिळतो.

प्रकरण ११

झेप घ्या- काही करा!

'चिंतेला कृतीहून अधिक वेगात कशानंही नष्ट करता येत नाही.'

–वॉल्टर एन्डरसन

आता आपण वॉल्टर एन्डरसन यांनी दिलेल्या महत्त्वाचं तत्त्व दिशादर्शक तारा म्हणून विचारात घेऊ. त्यांनी एक साधीशी गोष्ट प्रकाशात आणली आहे: 'आपण आपल्या स्वप्नपूर्तीच्या दिशेनं व्यावहारिक पावलं टाकू लागतो तेव्हा आपण आपल्या कामचुकारपणानं निर्माण झालेल्या अडथळ्यांवर तर मात करतोच, पण आपल्या मनावरची अति चिंतेची बंधनंही सैलावतात.'

याच गोष्टीचा असा विचार करून बघा : विचार आणि कृती या दोन परस्पर पूरक तरीही एकमेकींपासून भिन्न गोष्टी आहेत. म्हणजेच त्या एकमेकांवर अवलंबून असल्या तरीही दोन्ही एकाच वेळी, एकाच ठिकाणी अस्तित्वात असू शकत नाहीत. जर तुम्ही कृती करत असाल तर तुम्ही विचार करत नसता आणि जर तुम्ही विचार करत असाल तर तुम्ही कृती करत नसता. 'आधी मला खूप भीती वाटत होती, पण एकदा कामाला सुरुवात केल्यावर सगळं नीट जमलं, एवढंच नाही तर काही वेळानं मला त्या कामात मजा यायला लागली,' असं आपलं कधीकधी होत असतं ते यामुळेच.

सकारात्मक अवलोकनाची साखळी (Positive Feedback Loop) तयार करणे :

आपण उत्तम स्वास्थ्यासाठी प्रयत्नशील आहोत अशी क्षणभर कल्पना करा. जेव्हा निश्चयपूर्वक तुम्ही नियमित व्यायाम आणि योग्य आहार यांचा अवलंब करता तेव्हा तुम्ही स्वत:च्या स्वास्थ्यामध्ये परिवर्तन घडवण्याचा प्रवास सुरू करता. तुमच्या शरीरात ते परिवर्तन दिसू लागतं आणि तुम्हाला छान वाटायला लागतं. जेव्हा जेव्हा तुम्ही व्यायाम करता किंवा योग्य आहार घेता तेव्हा तेव्हा तुम्ही स्वत:च्या आरोग्याची जबाबदारी स्वीकारलेली आहे आणि तुम्ही त्यावर योग्य नियंत्रण राखून, एका वेळी एक योग्य निवड करून दिवसागणिक उत्तम स्वास्थ्य प्राप्त करू शकता हे सिद्ध होतं.

आपण लेखिका व्हावं असं अलेक्साचं स्वप्न होतं, पण सुरुवातीला स्वत:विषयीच्या शंकांमुळे ती हतबल झाली होती. एक प्रथितयश लेखिका होणं ही आपल्यासाठी कधीच सत्यात न येणारी कल्पना आहे का, असं तिच्या मनात येत असे. खरं तर तिच्या मनात अनेक प्रश्न येत असत : आपल्यामध्ये लेखनकौशल्य आहे का? प्रिंट मीडिया नष्ट झाला आहे का? लोक मला हसतील का? आधी आपण YA फिक्शन (तरुणांसाठी मार्गदर्शक काल्पनिक कथा) लिहावी की प्रेमकवितेपासून सुरूवात करावी? पण एवढ्या सगळ्या प्रश्नांचा विचार करूनही एक गोष्ट मात्र होत नव्हती. ती म्हणजे, लेखन. मग अलेक्सानं ठरवलं की, आता आपण केवळ लेखनावर लक्ष केंद्रित करायचं. तेवढंच करायचं. काहीही झालं तरी रोज कमीतकमी तीनशे शब्द लिहायचे असा तिनं निश्चय केला. डोक्यात चालणाऱ्या वैचारिक गोंधळाकडे तिनं पूर्ण दुर्लक्ष केलं.

दिवस सरत गेले आणि सूर्यप्रकाशाच्या उबदार पोषणात एखादी बाग फुलून यावी तसं अलेक्सा रोज लिहीत असलेल्या शब्दांमधून सुंदर लेख आणि निबंध फुलून आले. कालांतरानं अलेक्साचं पुस्तक प्रकाशित झालं आणि लोकांनी तिच्या लेखनाची भरभरून प्रशंसा केली तेव्हा तिचं स्वप्न सत्यात उतरलं. मग तिला लगेचच नोबेल पुरस्कार मिळाला का आणि ती कोट्यधीश झाली का? तर नाही. अर्थातच नाही. पण ती रोज नियमितपणे कृती करत राहिली आणि त्यामुळे तिची लेखन कारकिर्द सुरू झाली. एक गोष्ट निश्चित होती. ती म्हणजे अलेक्सा धिम्या गतीनं पुढे चालली असली

तरी ती केवळ चिंता करत निष्क्रिय अवस्थेत घरात नुसतं बसून राहण्याच्या तुलनेत तिनं बरीच मोठी मजल मारली होती.

एक गोष्ट नेहमी लक्षात ठेवा की, जर तुम्हाला तुमच्या जीवनप्रवासात नायक म्हणून जगायचं असेल तर 'कृती' हीच तुमची सर्वोच्च शक्ती असली पाहिजे!

कृतीच्या माध्यमातून आपल्यावरचा चिंतेचा प्रभाव नष्ट करणे :

कल्पना करा की, तुम्ही तुमच्या चिंतेला सांगता आहात, 'आज वेळ नाही गं सखे!'

मी तुम्हाला माझा स्वत:चा एक अनुभव सांगतो. पूर्वी माझ्या मनात स्वत:चा व्यवसाय सुरू करण्याची भीती बसली होती. स्वत:चा व्यवसाय म्हणजे अनिश्चिततेच्या जगात धडपडत फिरणं असं मला वाटत होतं. पण मी जाणीवपूर्वक त्या भीतीवर मात करण्याचा निर्णय घेतला. अर्थातच, ते मला सहज शक्य झालं नाही, पण व्यवसायादरम्यान यशस्वी ठरलेली प्रत्येक छोटी गोष्ट मला छोटा विजय वाटत होती आणि ती माझ्या चिंतेचे तुकडे पाडून तिला संपवत होती. आपला व्यवसाय बहरत आहे आणि आपला आत्मविश्वास वाढत आहे हे बघताना मी माझ्या भीतीवर तर विजय मिळवलाच, पण उत्साहानं उद्योजकता साधत भरपूर आनंदही घेऊ लागलो.

तुम्हाला जर असंच करायचं असेल तर तुम्हीही स्वत:च्या चिंतांना थेट कृतीमध्ये किंवा प्रश्नांमध्ये परिवर्तित करायला हवं. उदाहरणार्थ :

'व्यवसायामध्ये लाभ होण्याआधीच माझी बचत संपून जाईल अशी भीती मला वाटत आहे.'

आपण या भीतीला प्रश्नामध्ये परिवर्तित करू :

'व्यवसायामध्ये लाभ होण्याआधीच माझी बचत संपून जाईल का?'

या प्रश्नाचं एकमेव आणि खरं उत्तर आहे, 'मला माहीत नाही.' हे उत्तर मिळताच तत्काळ आपल्याला त्या विचारापासून थोडा वेळ मिळतो आणि आपण अन्य विचार करू लागतो किंवा काहीच विचार करत नाही. आता आपण पुढच्या टप्प्यावर जाऊ आणि लगेचच त्या दिवशी काय कृती करता येईल हे बघण्यासाठी त्या प्रश्नाचा उपयोग करू :

'माझ्याकडे वास्तविक किती बचत आहे?'

'ती बचत मला किती काळ पुरेल?'

'ती जास्तीतजास्त पुरवण्यासाठी काय करायला हवं?'

'लवकरात लवकर लाभ मिळावा यासाठी काय केलं पाहिजे?'

या प्रश्नांद्वारे आधीच तुमची भीती अधिक उपयुक्त कृतीमध्ये परिवर्तित झालेली असते. थोडा वेळ या प्रश्नांचा विचार (चिंता नाही) केल्यावर तुम्ही त्यानुसार काही ठोस कृती करण्याचा निश्चय करता :

१. आपण ज्या बचतीचा विचार करतो आहोत ती नक्की किती आहे हे बघण्यासाठी सर्व उपलब्ध बचत एकत्रित करता.
२. आपलं बजेट कमीतकमी किती असू शकेल याचं गणित करता.
३. त्या बजेटनुसार आपली उपलब्ध बचत आपल्याला किती काळ पुरेल हे समजून घेता.
४. व्यवसाय लवकरात लवकर सुरू करून त्यातून कमाई करण्यासाठी काय करता येईल याचा शोध घेता.

आता तुम्हाला चिंता करण्याची आवश्यकता नाही. तुम्ही केवळ कृती करायची आहे. जेव्हा आपल्या चिंतेचा कृतीत काहीच उपयोग नाही, हे तुम्हाला समजतं तेव्हा काय करायचं हे आता तुम्हाला माहीत आहे : त्या चिंतेपासून सुटका करून घेणे!

पुढच्या वेळी जेव्हा तुम्हाला एखादी भीती एखादी कृती करण्यापासून मागे खेचत असेल तेव्हा हे लक्षात ठेवा : 'चिंतेला हरवण्यासाठी कृती हेच उत्तम शस्त्र आहे. कृती करण्याच्या दृढ निश्चयानं तुमच्या मनाच्या कोपऱ्यात रेंगाळणाऱ्या भीतीवर मात करा. तुमच्या जीवनकथेचे लेखक तुम्ही स्वतःच आहात आणि तुम्ही केलेली प्रत्येक कृती म्हणजे तुमच्या असामान्य जीवनपटलावर तुम्हीच चितारलेली रंगाकृती आहे.'

प्रकरण १२

'बरं मग?' तत्त्व

'मी नुकतीच स्वत:ला चिडचिड करण्याची अनुमती दिली आहे... मला फारच मुक्त झाल्यासारखं वाटत आहे.'

–जॉन ग्रीन

आता मी तुम्हाला 'द फॉल्ट इन अवर स्टार्स' या पुस्तकाचे प्रसिद्ध लेखक जॉन ग्रीन यांच्या गूढ जगात घेऊन जातो. त्यांचे शब्द म्हणजे केवळ ज्ञानामृताचे मोती नाहीत, तर एखाद्या मिश्किल वृत्तीच्या गुरूने मारलेल्या हलक्याफुलक्या कोपरखळ्या आहेत. त्या आपल्याला जीवन सुंदर करणाऱ्या अपूर्णतांनी सजलेल्या एका वेगळ्या प्रवासाकडे आकर्षित करतात.

सहेतुक अपयशाचा स्वीकार :

कल्पना करा, एक उदयोन्मुख चित्रकार कोऱ्या कॅन्व्हाससमोर उभा आहे. रंगाचा प्रत्येक फटकारा मारताना साशंकतेनं हात थरथरण्याऐवजी तो आपले ब्रश बिनधास्तपणे हाताळत आहे. कॅन्व्हासवर रंगांनी चमत्कार घडवून आणणारा तो एक जादूगार आहे. आपलं प्रत्येक रेखाटन हे आपलं 'मास्टरपीस' ठरणार नाही याची त्याला मनात खोलवर जाणीव आहे. काही रेखाटनं तर वास्तववादी चित्रशैलीप्रमाणे रंगरेषांच्या भेंडोळ्यांप्रमाणे वाटू

शकतील. ते काहीही असलं तरी त्याच्यासाठी सगळ्यात महत्त्वाची गोष्ट म्हणजे तो चित्र काढतो आहे. तो कृती करतो आहे. तो त्याच्यातल्या भीतीचा परिणाम त्याच्या जीवनावर होऊ देत नाही.

मी तुम्हाला जॉनबद्दल सांगतो. तो अति संकोची आहे आणि आपल्याला नाकारलं गेलं तर आपण संपूनच जाऊ अशी त्याच्या मनाची पक्की धारणा आहे. एका सुंदर मुलीला भेटावं आणि तिच्याशी नातं जोडावं अशी जॉनची तीव्र इच्छा आहे. पण मुली आपल्याला नाकारतील अशी भीतीही आहे. त्यामुळे त्यानं 'डेटिंग'संबंधी मार्गदर्शन करणाऱ्या अनेक प्रशिक्षकांकडून बरेच सल्ले घेतले, पण त्यामुळे त्याची स्थिती आणखीनच कठीण झाली. कारण त्या सर्व प्रशिक्षकांनी दिलेल्या सल्ल्यांमागे एकच समान उपदेश होता : 'आत्मविश्वास ठेवा, चतुराईने वागा, शांत रहा.'

पण जॉनच्या बाबतीत याच्या एकदम उलट घडत होतं. एक दिवस त्याच्या एका मित्रानं त्याला विचारलं, ''तुला नक्की कशाची भीती वाटते? मुलीनं तुला नाकारलं तर असं काय मोठं बिघडणार आहे? वाइटात वाईट काय होईल तर एखाद्या मुलीला तू भयंकर आहेस असं वाटेल. वाटू दे! त्यानं काय फरक पडतो?'' जॉनसाठी तो क्षण साक्षात्काराचा ठरला. त्याच्या लक्षात आलं की, आत्मविश्वास नसणं ही आपली समस्या नसून अपयशाचा स्वीकार करू न शकणं ही आपली समस्या आहे.

मग जॉननं स्वत:साठी एक योजना आखली. एक दिवस सकाळी तो एक निश्चय करून बाहेर पडला : कमीतकमी पन्नास मुलींशी बोलायचं आणि स्वत:ला त्या प्रत्येकीकडून मुद्दाम नाकारून घ्यायचं. तुम्हाला यामध्ये अपयशाची भावना बोथट करून घेण्याचा उद्देश दिसून येईल. पण यात त्याहून अधिक काही आहे. जॉन बाहेर गेला, त्याने काही मुलींशी संवाद साधला, त्या मुलींनी सभ्यता राखत त्याला नकार दिला. आपल्याला जेवढं वाटलं होतं तेवढं काही हे भयंकर नाही हे लक्षात आल्यावर जॉनला आश्चर्य वाटलं. वास्तविक नाकारलं गेल्यावरची पहीली भावना... कंटाळवाणी आणि साहजिक वाटते.

पन्नासावी मुलगी फारच सुंदर होती आणि ती तत्काळ जॉनच्या प्रेमात पडली. (ही काही rom com कथा नाही) पण काही आठवडे जॉननं मुलींशी संवाद साधण्याचा जो प्रयोग केला होता त्यामुळे जॉनमध्ये बदल घडून आला

होता. त्यानं स्वत:मधली अपूर्णता स्वीकारली होती. प्रत्येकानं आपल्याला स्वीकारलंच पाहीजे असं नाही.

त्यानं स्वत:ला अपूर्ण असण्याची अनुमती दिली होती. प्रत्येकाला आवडू असं नसण्याची अनुमती दिली होती. भीती आणि कमतरता असलेला माणूस असण्याची अनुमती दिली होती. बाहेरचं जग कधी काहीसं भीतिदायक भासलं तरीही बाहेर जाऊन त्या जगात मिसळण्याची अनुमती दिली होती.

या नव्या मनोवस्थेमध्ये जॉनला अधिक आत्मविश्वास जाणवला, आपली चिंता आणि भीती कमी झाल्याचं जाणवलं. आणि... बरोबर ओळखलंत! त्याच्या या वृत्तीमुळे तो इतरांना अधिक आकर्षक वाटायला लागला. त्यामुळे आता त्याला प्रेयसी मिळणं सहज शक्य होतं. स्त्रियांना जॉनविषयी आकर्षण वाटू लागलं. त्याचं कारण त्याच्यातला अत्मविश्वास किंवा त्याचा शांत स्वभाव हे नसून त्याचं माणूसपण, त्याचं खरेपण आणि अपूर्णतेविषयी नसलेला कमीपण हे होतं. शिवाय, त्याचा स्वभाव मिश्किलही होता!

जॉन ग्रीननं सांगितलेलं तत्त्व आपल्याला नेहमी या गोष्टीचं स्मरण करून देतं की, आयुष्य म्हणजे एक विशाल कॅन्व्हास आहे आणि परिपूर्णतेच्या शृंखलेतून स्वत:ला मुक्त केल्यावर होणारा व्यक्तिगत विकासाचा प्रवास हे त्या कॅन्व्हासवरचं सुंदर रेखाटन असतं.

प्रक्रिया परिणाम :

एखादा गाजलेला चित्रपट पाहायला तुम्ही उत्साहानं चित्रपटगृहात गेला होतात अशी शेवटची वेळ आठवते तुम्हाला? पॉपकॉर्नचं भलं मोठं खोकं आणि सोडा घेऊन आनंदानं उचंबळणाऱ्या मनानं तुम्ही तिथे बसला असाल. पण आता एक लाख मोलाचा प्रश्न. पटकन बाहेर पडता यावं यासाठी चित्रपटाच्या शेवटी नामनिर्देशन सुरू होत असताना तुम्ही हळूच तिथून सटकलात का? की एखाद्या अभिजात चित्रपटाच्या रसग्रहणात तल्लीन झालेल्या एखाद्या चित्रपट तज्ज्ञाप्रमाणे सुरुवातीपासून संपतानाच्या क्षणापर्यंत प्रत्येक दृश्याचा आनंद घेणाऱ्यांपैकी एक आहात?

आयुष्य हे एखाद्या उत्तम चित्रपटाचं रसग्रहण केल्याप्रमाणेच असतं. आपण स्वत: स्वत:च्याच सर्वोत्कृष्ट जीवनपटाचे दिग्दर्शक आहोत आणि

प्रत्येक दिवस हा तुमच्या जीवनपटाच्या संहितेमधलं एक नवं दृश्य म्हणून समाविष्ट होत आहे अशी कल्पना करा. त्या जीवनपटाचा शेवट कसा व्हावा हे आधीच ठरवून ठेवण्याऐवजी प्रत्येक दृश्य अधिकाधिक सुंदर करण्यासाठी आवश्यक प्रक्रियेकडे लक्ष का देऊ नये? म्हणजेच कथेत होत जाणारे आश्चर्यकारी बदल, पात्ररचना विकास आणि या प्रवासात येणाऱ्या अनपेक्षित आव्हानांचा स्वीकार करणं.

आपण माईकचं उदाहरण बघू या. माईक हा माझा एक सहकारी आहे. यशोशिखरं काबीज करत राहणारा आणि एके काळी परिपूर्णतेचा पुतळा असणारा! रबरी खेळणी नीटनेटकी मांडण्यासारख्या छोट्या छोट्या गोष्टींचाही तो खूप ताण घेत असे. तुम्ही बरोबर वाचलं आहे, 'रबरी खेळणी.'

पण आता माईकनं त्याच्या जीवनपटाच्या संहितेत बदल करायचं ठरवलं आहे. या जीवनप्रवासात धमाकेदार यश कधी मिळणार यावर लक्ष केंद्रित करण्याऐवजी तो त्या सुंदर जीवनप्रवासाचा आनंद घेऊ लागला आहे. आता त्याला या जीवनपटाची प्रत्येक गोष्ट जागच्या जागी अचूक राखत नामनिर्देशापर्यंत पटकन पोहोचण्याची घाई नाही. त्याऐवजी आता तो हा जीवनपट उलगडत जाण्याच्या प्रक्रियेचा आनंद घेत आहे. ही प्रक्रिया म्हणजे- कथेत होत राहणारे बदल, कथेतील पात्रांचा विकास (बरोबर! अगदी त्या रबरी खेळण्यांसह) आणि या प्रवासात त्याला आलेले अमूल्य जीवनानुभव.

अशा प्रकारे, प्रक्रियाभिमुख मनोभूमिका स्वीकारून माईकनं केवळ स्वत:च्या चिंतांचं प्रमाण कमी केलं असं नाही, तर जीवनप्रवासाचा खरा आनंद हा परिपूर्णतेच्या आभासी मृगजळामागे धावण्यापेक्षा अधिक काही आहे, हे त्याला समजलं.

प्रकरण १३

जे झालं ते झालं

'घडून गेलेले दुःखद प्रसंग पुन्हा पुन्हा आठवून आणि तेव्हा तुम्हाला दुःख झालं होतं म्हणून आताही दुःख करून काय फायदा आहे?'

–सिनेका

जुनी दुःखं आणि भूतकाळातल्या चुका यांच्या स्मरणचक्रात तुम्ही कधी अडकला आहात? खरं तर आपण सगळेच असे अडकतो, पण गांभीर्यानं विचार करावा असा एक प्रश्न आहे : 'त्याचा उपयोग काय?'

सिनेकानं आपल्या लक्षात आणून दिलं आहे की, वर्तमानातल्या आनंदावर विरजण पडेल इतक्या प्रमाणात जुनी दुःखं आठवत राहण्यात काहीच फायदा नाही. त्याऐवजी आपण आपल्या वर्तमान क्षणांवर आणि वर्तमान परिस्थिती सुधारण्यासाठी आवश्यक कृती करण्यावर लक्ष केंद्रित करावं यासाठी सिनेकानं प्रोत्साहन दिलं आहे.

एक मजेदार म्हण आहे, 'मी लहान असताना माझ्या पालकांनी मला योग्य प्रकारे वाढवलं नाही म्हणून आज मी आनंदी राहू शकत नाही.' असं म्हणणं अगदीच निरुपयोगी आहे कारण आता जे बदलता येणार नाही त्यावर विचार करत राहण्यातली निरर्थकता इथे स्पष्ट झालेली आहे. स्थितप्रज्ञ लोक वैचारिक स्पष्टतेसाठी ओळखले जातात. काय बदलता येईल आणि

काय बदलता येऊ शकणार नाही यांतला भेद त्यांना समजलेला असतो. जे बदलता येणार नाही त्याचा सातत्यानं विचार करत राहणं म्हणजे दु:खात रमलेलं राहणं. त्यामध्ये खर्च होणारी ऊर्जा योग्य प्रकारे प्रवाहित करून जे बदलणं शक्य आहे अशासाठी वापरता येते.

साध्या शब्दांत सांगायचं तर, आपल्या गतकाळातील अनुभवांचा प्रभाव वर्तमानातलं भावनाविश्व आणि निवड प्रक्रिया यांचा अर्थ लावण्यावर किंवा निर्णय घेण्यावर पडू देऊ नये. यामध्ये आपल्या मनावरची कालच्या घटनांची ओझी उतरवून आजच्या शक्यता आणि संधी प्राप्त करून घेण्याचा संदेश आहे. असं केल्यामुळे आपण अधिक जागरूकतेनं, निश्चित उद्देशासह आणि समाधानी जीवन जगू शकतो.

भूतकाळापासून सुटका :

भूतकाळातल्या दुर्घटना आणि चुकांच्या आठवणींनी झालेल्या गुंत्यात अडकून गाण्याच्या तुटक्या तबकडीप्रमाणे एकाच शब्दावर तुम्ही कधी अडकून राहिला आहात का?

आपण भूतकाळातल्या दुर्घटना आणि चुका आठवत, एकाच शब्दावर अडकलेल्या गाण्याच्या तुटक्या तबकडीसारखे सतत त्याच विचारांच्या जंजाळात अडकलो आहोत असं तुम्हाला कधी जाणवतं का?

विश्वास ठेवा, मीसुद्धा त्या गर्तेमध्ये जाऊन आलो आहे आणि काहीसं फुलपाखरं पकडायच्या जाळीनं धूर पकडण्यासारखं आहे ते. ज्यांची उत्तरंच नाहीत असे प्रश्न माझ्या मनात येत होते.

'मीच का?'

'आयुष्य इतकं कठीण का आहे?'

'मी अमुक करू शकतो होतो तरीही मी तमुक का केलं?'

'हे जरा सोपं का होत नाहीय?'

मी एकदा ऐकलं की 'why' हे 'Won't Help You' याचं संक्षिप्त रूप मानावं. कसं ते बघू या :

'मला शाळेत सतत चिडवत असत. अशा लोकांना शिक्षा का होत नाही?'

वरच्या प्रश्नाला योग्य उत्तर कोणतं असायला हवं? खरं तर या प्रश्नाला योग्य असं उत्तरच नाही. कारण मुळात तो प्रश्नच योग्य नाही. एकाच विचाराचं चर्वण करत करत नकारात्मकतेच्या गर्तेत जाण्याची ती सुरुवात आहे.

'त्यांना शिक्षा होत नाही कारण शिक्षक अशा गोष्टीत लक्ष घालत नाहीत. आता जरा व्यावहारिक विचार करू. अशा गोष्टींमध्ये लक्ष घालण्याइतका पगार शिक्षकांना मिळत नाही म्हणून ते तिकडे दुर्लक्ष करतात. पालकांनाही संघर्ष नको असतो. त्यामुळे सर्वच लोक, ज्या मुलाला चिडवलं जातं त्याच्या विरोधात असल्याचं दिसतं. मला वाटतं की, एका अर्थी त्या मुलासाठी हा एक चांगला धडा असतो कारण आपण मोठे होतो तेव्हा मोठ्या लोकांच्या जगातही असे त्रासदायक लोक असतातच. आपल्या आयुष्यात एकामागोमाग एक असे अनेक लोक येत राहतात. त्यांना हवं तसं वागतात आणि त्याबद्दल त्यांना कसली शिक्षाही होत नाही...'

भूतकाळात कोणीतरी आपल्याला चिडवलं असल्याच्या एका घटनेपासून आपण सुरुवात केली (लक्षात ठेवा की, आता ते संपून गेलेलं आहे) आणि त्यात सगळीकडच्या सर्व काळातल्या शिक्षकांना, सर्व प्रौढांना, कामाच्या ठिकाणाला विशेषत: मानवतेला आणि मानवतेमधल्या सर्व घटकांना, भूत-भविष्य आणि सर्व काळाला समाविष्ट केलं. तर अशा प्रकारच्या मनोवस्थेत आपल्या आयुष्यात सध्या असलेल्या चांगल्या माणसांना, शाळेत आपल्याबरोबर छान वागणाऱ्या शिक्षकांना, आपण प्राप्त केलेल्या अनेक चांगल्या गोष्टी, आपले प्रेमळ पालक यांना पटकन विसरून जातो. एवढंच नाही, तर कधीकाळी आपणही कोणालातरी चिडवलेलं आहे हेसुद्धा विसरतो.

ही सर्व विचारप्रक्रिया आपल्या मनात स्वत:ची प्रतिमा 'परिस्थितीचा बळी' म्हणून पक्की करते. त्यातून आपल्याला बळ मिळत नाही, हो ना?

अनुभवांसंबंधी आपल्या दृष्टिकोनात मोठा बदल होणं आवश्यक आहे. भूतकाळातले अनुभव कितीही क्षुल्लक, विचित्र किंवा भयानक असले तरीही त्यांनी आपल्या आयुष्याच्या आजच्या जडणघडणीत योगदान दिलेलं आहे याची नोंद घेतली पाहिजे. किंबहुना अगदी इथेच आणि आत्तापासूनच स्वत:चं वेगळंपण जपण्याचं, वेगळा विचार करण्याचं आणि वेगळी निवड करण्याचं स्वातंत्र्य तर तुम्हाला आहेच.

एकदा मी भूतकाळाला भूतकाळातच ठेवायला शिकल्यावर तो प्रश्नच मिटला. मला सातत्यानं सोबत करणारं दु:ख हळूहळू मागे पडून विरायला लागलं. स्वत:विषयी वाटणारी कमीपणाची भावनाही क्षीण होत गेली.

प्रत्येक दिवसागणिक मी भूतकाळात केलेल्या मोठ्या चुकांमधून मिळालेल्या शिकवणीतून माझ्या मनात सकारात्मकतेची बीजं पेरत राहिलो आणि माझी काहीही चूक नसताना आलेल्या दु:खद अनुभवांना सोडून देण्यासाठी शक्य ते प्रयत्न करत गेलो.

मनाची जागरूकता आणि वर्तमानातली शांती :

मनात अविरत फिरत राहणाऱ्या एकाच प्रकारच्या विचारचक्रापासून सुटका करणाऱ्या जागरूकतेच्या शक्तीविषयी जाणून घेऊ.

मला माझ्या आयुष्यातला तो काळ अगदी स्पष्ट आठवतो, जेव्हा मी भूतकाळातल्या एका अपयशाबद्दलच्या अति विचारांनी थकलो होतो. माझ्याकडे एक संधी चालून आली होती आणि मी ती वाया घालवली. तुमच्या बाबतीत असं काही झालं होतं का? मला खूप वाईट वाटलं, संकोच वाटला, पण जे व्हायचं ते झालं आणि त्याचे परिणामही सामोरे आले. अपराधीपणाच्या, दु:खाच्या भावनेनं मी कोलमडून गेलो आणि झाल्या चुकीसाठी स्वत:ला दोष देत राहिलो. दुर्दैवानं, सगळ्यांच्याच बाबतीत कधी ना कधीतरी असं झालेलं असतं.

मला दलदलीत अडकल्यासारखं झालं. त्या चुकीबद्दलचा प्रत्येक विचार मला त्या दलदलीत आणखी खोल खोल रुतवत गेला. वर्तमानातले अमूल्य क्षण माझ्याकडून हिरावत गेला आणि सिनेकाचा तो प्रश्न माझ्या मनात उभा राहिला :

'घडून गेलेल्या दु:खाला पुन्हा ओढून आणण्यात काय फायदा आहे?'

त्या क्षणी तो विचार क्रूर आणि असंबद्ध वाटला. मी सातत्यानं त्या घटनेचा विचार करत राहणं कसं आवश्यक आहे हे हजार कारणं देत माझं मन मला पटवू लागलं. पण शेवटी एक प्रश्न कायम असतोच. 'या विचारांनी काही मदत होणार आहे का? त्याविषयीच्या चिंतेमुळे जे घडून गेलं ते आता बदलता येणार आहे का?'

उत्तर अर्थातच 'नाही' असं होतं आणि त्या क्षणी मला समजलं की, मी स्वत:च स्वत:ला दु:ख देत होतो आणि तेही 'विनाकारण'. मी कितीही विचार केला तरी आणि केला नाही तरी जर भूतकाळ हा कायम भूतकाळच राहणार असेल तर मग मी विचार न करणंच योग्य आहे. बरोबर ना?

हळूहळू मला माझ्या भावनांवर आणि विचारांवर कोणताही शिक्का न मारता त्यांचं निरीक्षण करायला शिकावंच लागलं. भूतकाळातल्या दु:खद घटनांचा प्रभाव कमी झाल्यावर त्या घटना का घडल्या याचा मी मागोवा घेऊ लागलो : मग त्याविषयी राग, सूडभावना घेऊन येणारी आठवणींची भुतं येईनाशी झाली आणि त्याऐवजी बघून बघून शिळा झालेला जुन्या आठवणींचा खेळ सुरू झाला, मला त्याचा कंटाळा आला!

वर्तमानात स्थिरचित्त राखण्यासाठी जागरूकता हा माझा आधार होता. स्वत:ला वर्तमानात ठेवण्यासाठी मी ध्यानधारणा आणि प्राणायामाचा सराव सुरू केला. हळूहळू शांतता, एकांत यांची साथ मला आनंद देऊ लागली. स्वत:च्या विचारांशी संगती साधत त्यांना भूतकाळातल्या वादळांपासून दूर घेऊन जाण्यामुळे मी पुन्हा एकदा केवळ माझ्या विचारांवरच नाही, तर आयुष्यावरही नियंत्रण मिळवलं.

प्रकरण १४

दोषाचा अंश

'जेव्हा आपल्याला वाईट वाटतं तेव्हा आपोआपच आपण एक तर स्वत:ला वाईट समजतो किंवा अन्य कोणालातरी वाईट समजतो. या दोन्ही समजांमुळे सत्याची हानी होते किंवा ते नाकारलं जातं. ते सत्य म्हणजे, आपण सर्व जण कठीण परिस्थितीला योग्य दिशा देण्यासाठी शक्य ते सर्व प्रयत्न करत असतो आणि आपणा सर्वांनाच अनेक गोष्टी नव्यानं शिकाव्या लागतात किंवा काही गोष्टी सोडून द्याव्या लागतात.'

–डीन स्पेड

खाली दिलेल्या वाक्यांची तुलना करा :

१. 'मला दु:ख झालं.'

२. 'तू मला दु:खी केलंस.'

वरच्या दोन्ही भावनांमधला फरक समजून घ्यायचा प्रयत्न करा.

आपण नेहमी दोषारोपांमध्ये अडकतो. एखादी गोष्ट चुकीची झाली असेल तर ती चूक करणाऱ्या माणसाला आपण शोधत राहतो. एखाद्या हेराप्रमाणे वागतो आणि उतावीळपणे जवळच्या संशयिताला दोष देऊन मोकळे होतो, मग तो संशयित आपण स्वत:च असू शकतो किंवा त्या गोष्टीशी संबंधही नसलेला एखादा भलताच माणूस असू शकतो.

जेव्हा परिस्थिती कठीण होते तेव्हा आपण स्वत:च्या अनुभवांनुसार स्वत:वर किंवा इतरांवर शिक्के मारू लागतो. जर एखादा बळी असेल तर एक खलनायक असायलाच पाहिजे, हो ना?

जर तुम्ही अति चिंतेच्या जाळ्यात अडकला असाल तर त्यासाठी कोण जबाबदार आहे याचा शोध घेणं सोडून द्यायचा प्रयत्न करा. तुम्ही त्यांना शोधलं, दोष दिला किंवा अगदी त्यांना शिक्षा केली तरी त्यामुळे तुम्हाला जे हवं होतं त्याच्या जवळतरी तुम्ही जाऊ शकणार आहात का याचं भान ठेवा. त्याऐवजी वर्तमानावर, समस्यांवरच्या उपायांवर लक्ष केंद्रित करा. परिस्थिती सुधारण्यासाठी आज, आत्ता, इथे तुम्ही काय करू शकता याकडे लक्ष द्या. म्हणजेच स्वत:ला रमवण्यासाठी दु:खात बुडून राहणं टाळा आणि त्याबरोबरच इतरांना दोषी ठरवून स्वत:ला बळी सिद्ध करण्यातला अतिरेकी आनंदातही अडकून नका.

तुमच्या अव्यवहार्य अपेक्षा :

भावनाविवशतेनं आपल्या जन्मजात गुण–अवगुणांविषयी काही निश्चित मत करण्यापूर्वी आधी आपल्या मनाचा वेग नियंत्रित करू. कारण आयुष्य हे त्याहून अधिक गुंतागुंतीचं असतं.

माझा एक वैयक्तिक अनुभव सांगतो. माझ्या नोकरीच्या ठिकाणी माझा एका प्रोजेक्ट अनपेक्षितपणे ढासळल्यावर मी स्वत:ला दोषी मानू लागलो आणि स्वत:च्या क्षमतांविषयीच्या शंकांच्या जाळ्यात अडकत गेलो. त्या प्रसंगात मी स्वत:ला 'खलनायक' ठरवून टाकलं. अखेर नक्की काय झालं होतं याची स्पष्टता येण्यासाठी बरंच आत्मपरीक्षण करावं लागलं.

मी एक दीर्घ श्वास घेऊन माझं जर्नल उघडलं. ज्यामुळे मी गोंधळलो आणि अस्थिर झालो ती परिस्थितीची नोंद मी तपशिलांसह बारकाईनं करू लागलो. मला आव्हानात्मक स्थितीमध्ये पोहोचवणाऱ्या गुंतागुंतीच्या प्रक्रियेतल्या टप्प्यांची क्रमवार सूची तयार केली.

या सरावामुळे मला माझ्या कृतींच्या स्वरूपाचं वस्तुनिष्ठ मूल्यमापन करणं आणि ते खरोखरीच माझ्या क्षमतांच्या कक्षांमध्ये होतं का हे पाहणं शक्य झालं. काळजीपूर्वक विचार केल्यावर माझ्या लक्षात आलं की, खरंच मी केलेली निवड इथे महत्त्वाची ठरली होती. पण सगळंच काही वाईट

नव्हतं. हळूहळू मी काळा आणि पांढरा अशा दोन टोकांच्या विचारांऐवजी त्यांची राखाडी संगती समजून घ्यायला शिकलो.

त्यासाठी मी स्वत:ला काही कळीचे प्रश्न विचारले :

'भूतकाळात माझ्या नियंत्रणाखाली काय होतं?'

'सध्या माझ्या नियंत्रणाखाली काय आहे?'

'असं काय आहे जे मी यापुढे बदलू शकत नाही?'

'परिस्थिती सुधारण्यासाठी आज, आत्ता मी काय करू शकतो?'

'स्वत:मधल्या आणि इतरांमधल्या कोणत्या गोष्टी मी माफ करायला हव्या आहेत?'

'या सगळ्यातून मी काय धडा घ्यायचा आहे?'

'यातून बाहेर पडण्यासाठी मी काय 'करायला' हवं आहे?'

थोडक्यात सांगायचं तर, परिस्थितीतल्या 'चुका' शोधण्याऐवजी परिस्थितीवर नियंत्रण कसं मिळवायचं याचा विचार करा. आपल्या नियंत्रणात काय आहे आणि काय नाही, आपण काय बदलू शकतो आणि काय नाही, या विचारानं सुरुवात करणं योग्य आहे.

मला समजलं की, माझा काहीसा दोष असलातरी स्वत:ला खलनायक मानण्याची आवश्यकता नाही. त्याऐवजी व्यावहारिक बदल घडवून परिस्थितीतल्या कमतरता दूर करणं आणि त्यातून शक्य ते धडे घेणं गरजेचं आहे. मी पटकन स्वत:ला माफ करून टाकलं आणि असा गैरसमज पुन्हा होणार नाही याची खात्री करून घेऊन पुढच्या कामाला लागलो.

जर मी या कथेत नायक आणि खलनायक शोधत राहिलो असतो तर समस्येतून बाहेर पडण्यासाठी आवश्यक असं यातलं काहीच साध्य होऊ शकलं नसतं. कथेतील रहस्योद्घाटन : आपण सर्व जण काही प्रमाणात कधी नायक तर कधी खलनायक असतो.

वरील उक्ती आपल्याला एका मार्मिक मुद्द्याचं स्मरण करून देते. तो मुद्दा म्हणजे स्वत:विषयी दयार्द्रता राखणं आणि स्वत:च्या मर्यादांची जाणीव असणं, हे वैयक्तिक विकास आणि भावनिक स्वास्थ्य साधण्यासाठीचे प्राथमिक टप्पे आहेत. आयुष्याच्या चढ-उतारांवर अविरत चाललेल्या धावपळीमध्ये आत्मनिरीक्षणाच्या प्रगल्भ विचारांमुळे आणि स्वत:विषयी सादर अनुकंपा राखल्यामुळे आपल्याला नक्कीच काहीसा आराम मिळू शकेल.

सहानुभूतीची शक्ती :

स्पेडचं म्हणणं आपल्याला भान देतं की, आपल्या दैनंदिन क्रिया आणि प्रतिक्रियांमागे एक सामाईक मानवी संघर्ष दडलेला असतो. कोणालातरी दोषी धरणे आणि टोकाचे चांगले-वाईट विचार करणे म्हणजे आपण गोंधळलेल्या स्थितीत आहोत हे समजण्याचा सोपा मार्ग आहे, पण त्या स्थितीला योग्य वळण देण्यासाठी मात्र तो मार्ग योग्य नाही. वास्तविक आपण सगळे जण आपापल्या जीवनात उद्भवलेल्या विशेष आव्हानांसह गुंतागुंतीच्या स्थितीतून मार्ग काढण्याच्या प्रयत्नांत असतो.

जेफ्री एकदा त्याच्या नोकरीच्या ठिकाणी एका भानगडीत अडकला. आता आपण संतापणार, निराशेच्या आहारी जाणार आणि आपल्या सहकाऱ्याला दोषी ठरवणार, अशी त्याला भीती वाटली. पण जेफ्रीनं त्या सहकाऱ्याला खलनायक ठरवण्याची घाई केली नाही. उतावीळपणाने निष्कर्ष काढण्याऐवजी त्यानं शांत राहून आपल्या सहकाऱ्याच्या भूमिकेत जाऊन विचार करायचं ठरवलं. त्याच्यावरचा तणाव, त्याच्या गरजा आणि त्याच्या आयुष्यातली गुंतागुंत समजून घेण्याचा प्रयत्न केला. तेव्हा अचानकच सहकाऱ्याला दोष देण्याऐवजी जेफ्रीला त्याची परिस्थिती जाणून घेण्याची उत्सुकता वाटली. करुणा आणि सहानुभूतीची ही पहिली पायरी आहे.

अशा प्रकारे जेफ्रीनं आपल्या सहकाऱ्याच्या भूमिकेतून विचार करताच जेफ्रीचा दृष्टिकोन बदलला. त्याचा सहकारी आईच्या मृत्यूमुळे शोकमग्न होता. जेफ्रीला मिळालेल्या या नव्या माहितीमुळे त्याच्या मनात आपल्या सहकाऱ्याविषयी आणखीनच करुणा दाटून आली आणि त्यामुळे एकमेकांचे सहकारी म्हणून त्यांच्या नात्यात सुधारणा घडून आली.

आता यामुळे जादू घडली आणि त्यांच्यातला संघर्ष संपून गेला असं नाही. पण त्यामुळे नक्की समस्या काय आहे हे समजल्यामुळे त्यावर काम करणं शक्य झालं. जेफ्री आणि त्याचा सहकारी एकमेकांशी संवाद साधू शकले आणि गप्प राहून एकमेकांवर धुसफुस करण्याऐवजी एकत्र मिळून समस्येवर ठोस उपाय योजू लागले. जेफ्रीनं केवळ त्याच्या नोकरीच्या ठिकाणचा संवाद सुधारला असं नाही, तर त्याच्या स्वतःच्या मानसिकततेही मोठा बदल घडून आला. आपण स्वतःच्या चुकांचं विश्लेषण करण्याकडे पुरेसं लक्ष देत नाही हे त्याला समजलं.

प्रकरण १५

गरजा विरुद्ध इच्छा

'खऱ्या गरजा आणि कृत्रिम इच्छा यांच्यातला भेद ओळखा आणि कृत्रिम इच्छांवर नियंत्रण मिळवा.'

–महात्मा गांधी

आपण ज्या जगात जगतो आहोत तिथे प्रतिदिन आपल्यावर 'आणखी जास्त, आणखी जास्त, आणखी जास्त,' अशा मागणीचा मारा केला जातो आणि त्या माऱ्यात आपण वाहवत जाणं अगदी साहजिक आहे. गांधी–तत्त्वज्ञानाचा स्वीकार करून तुम्ही स्वत:च्या खऱ्या गरजा आणि गरजेच्या वेशात पुढे येणारी चकचकीत आकर्षणं यांतला भेद ओळखण्याचं कौशल्य प्राप्त करू शकता. आपल्यासाठी काय आवश्यक आहे आणि काय नाही हे जाणून घेण्याची परिपक्वता विकसित करून तुम्ही स्वत:च्या तीव्र लालसांवर मात करू शकता.

कृत्रिम इच्छा विरुद्ध खऱ्या गरजा :

स्वत:च्या आयुष्याची कल्पना जगाच्या अथांग पात्रामध्ये निघालेलं एक जहाज, अशी करून बघा. जहाजात लादलेल्या सामानाच्या सुरक्षिततेप्रमाणेच तुमच्या जीवनहिताची सुरक्षितताही त्या जहाजाच्या हेलकाव्यांवर अवलंबून

असते. त्या सामानामध्ये तुम्हाला तुमच्या खऱ्या गरजा आढळतील. त्या म्हणजे : निर्वाह, निवारा, पाणी आणि मानवी संपर्क. या काही मूलभूत तरतुदी आहेत ज्यांच्यामुळे तुमचा प्रवास केवळ चालू राहत नाही, तर तो सुरळीत आणि सहजतेनं पार पडतो.

त्या जहाजात आणखीही काही सामान असतं– कृत्रिम इच्छा! तुमच्या जीवनतारूवरचं अतिरिक्त अनावश्यक सामान असतं जे समाजाकडून, सततच्या जाहिरातबाजीकडून आणि समवयस्कांच्या दबावामुळे लादलं जातं. त्यात भौतिक संपत्ती, सामाजिक प्रतिष्ठेची प्रतीकं किंवा समाजमान्यतेसाठी चाललेली अथक धडपड या गोष्टींचा समावेश होतो. या अनावश्यक इच्छा कितीही मोहक असल्या तरी तुमच्या प्रवासात अडथळा निर्माण करू शकतात. त्यांच्यामुळे तुमच्या जहाजाची गती मंदावू शकते आणि ते वादळात सापडू शकते किंवा बुडूही शकते.

एखाद्या किमती कारची कल्पना करा. ती महागडी आहे, सुंदर आहे, चकचकीत आहे आणि आलिशानही आहे. पण त्या सर्व दिखावटीचा कारच्या उद्देशामध्ये किती उपयोग होतो? त्या कारमुळे तुमची जीवनशैली खरोखरीच सुधारणार आहे की सामाजिक मान्यता मिळवण्याच्यातून निर्माण झालेली केवळ एक कृत्रिम गरज आहे?

आता ती कार घेण्यामुळे निर्माण होणाऱ्या चिंतांचा आणि काळजीचा विचार करा. तुम्हाला सतत त्या कारची देखभाल करत राहावं लागेल (जर ती बंद पडली तर तिचे स्पेअर पार्ट्स जर्मनीहून मागवावे लागतील आणि त्या सगळ्याचा खर्च एका छोट्या सेकंडहँड कार खरेदी करण्याइतका असेल) आणि ती सुरक्षित राहील अशी पार्किंगची जागा मिळवावी लागेल तसंच कार धुताना तिच्या रंगाची विशेष चकाकी जाईल की काय, अशी काळजी तुम्हाला लागून राहील. शिवाय, ती कार खरेदी करण्याची किंवा भाड्यानं घेण्याची किंमत न सांगितलेलीच बरी.

'पण मग मी काय करू? मला कारची गरज आहेच ना?'

'गरज असेलही, पण 'ती' कार गरजेची आहे का?'

गरज वाढत जाऊन तिनं लालसेचं रूप धारण केल्यावर काय होतं हे एका छोट्या उदाहरणातून बघू या. समजा, तुमच्यासमोर टेबलवर एक ग्लास आहे आणि तुम्हाला तहान लागली आहे. एक जण तुमच्यासाठी त्या

ग्लासमध्ये पाणी ओततं. अर्धाच ग्लास भरला जातो आणि खरं तर तुम्हाला तेवढं पाणी पुरेसं असतं. पण तहान पूर्णपणे भागवण्यासाठी ग्लासभरून पाणी असावं असं तुम्हाला वाटतं. त्यामुळे तुम्ही त्या व्यक्तीला ग्लासमध्ये आणखी पाणी ओतायला सांगता. मग ती व्यक्ती ग्लास पूर्ण भरते. ठीक आहे. पण ग्लास भरल्यावरही ती व्यक्ती ग्लासमध्ये पाणी ओततच राहते. ग्लासच्या काठावरून पाणी बाहेर सांडू लागतं. तरीही ती व्यक्ती ग्लासमध्ये पाणी ओततच असते. अर्थातच, टेबलवर सगळीकडे पाणीच पाणी होतं. तरीही ती व्यक्ती ग्लासमध्ये पाणी ओतणं थांबवत नाही. ग्लासभर पाणी तुमची तहान भागवू शकतं, पण ग्लासमधून सांडणार जास्तीचं पाणी तुमची तहान भागवू शकत नाही. उलट, तुमच्या गरजेपेक्षा अधिक असलेलं ते ग्लासमधून सांडणारं पाणी तुमच्यासाठी त्रासदायक ठरतं. तुम्हाला पाणी सांडून झालेलं थारोळं पुसायचं काम करावं लागतं.

तुम्हाला तुमची तहान भागवण्यासाठी ग्लासभर पाणी गरजेचं असतं. त्याहून अधिक पाणी ही तुमची लालसा असते आणि गरज तुम्हाला जे देते त्याहून अधिक असं काहीच लालसेतून मिळत नाही.

आयुष्यात तुम्हाला काय मिळवण्याची इच्छा/लालसा आहे? आणि तुमची गरज काय आहे? कितीतरी चिंता या तुमच्या गरजांमुळे नाही, तर तुमच्या लालसेमुळे निर्माण होतात?

लाटांवर स्वार व्हा :

वास्तविक ज्यांची आवश्यकता नाही अशा गोष्टींविषयी मनात तीव्र लालसा निर्माण झाली की, गांधीजींच्या कालजयी उपदेशाचं स्मरण आवश्यक ठरतं. भवसागरातल्या विक्राळ लाटांमधून आपलं तारू सावरण्यासाठी त्यांच्या तत्त्वांचा आधार घेतला जाऊ शकतो. या लालसांना रोखणं म्हणजे जणू काही सतत निर्माण होत राहणाऱ्या समुद्री लाटा थोपवण्याचा प्रयत्न, ज्यामुळे तुमची ऊर्जा वेगानं खालावत जाते. पण जर तुम्ही या लाटांवर स्वार व्हायला शिकलात तर समुद्री वादळातही कौशल्यानं योग्य दिशेनं मार्गक्रमण करू शकाल.

आपल्या लालसेला लाटेप्रमाणे समजा. ती आधी उसळते आणि मग हळूहळू विरत जाते. या लाटा म्हणजे आपल्या मनात निर्माण होणाऱ्या

इच्छांच्या स्वाभाविक ओघाचं प्रतीक आहे. त्यांच्याशी व्यर्थ संघर्ष करण्याऐवजी जिज्ञासू नाविकाची भूमिका अवलंबा. तटस्थतेनं त्या इच्छारूपी लाटांचं निरीक्षण करा. जेव्हा एखाद्या अनावश्यक गोष्टीविषयीची इच्छा तुमच्या उसळून येते तेव्हा भावनेच्या आहारी जाऊन काही कृती न करता त्या इच्छेवर स्वार व्हा. इच्छा/लालसांचं आयुष्यही लाटांप्रमाणेच क्षणभंगुर असतं. त्या येतात आणि जातात, कधीच कायम राहत नाहीत.

उदाहरणार्थ, जेव्हा बटाट्याचे वेफर्स खाण्याची प्रबळ इच्छा निर्माण होते तेव्हा ती मनोपटालावर येतात तिच्याकडे लक्ष द्या. ती कृत्रिम इच्छा आहे हे समजून घ्या. तत्काळ वेफर्सचं पाकीट खरेदी करायला जायच्या ऐवजी थोडा धीर धरा. वेगळ्या गोष्टीवर लक्ष केंद्रित करा किंवा एक-दोनदा दीर्घ श्वास घ्या. समुद्राची लाट जशी उसळते आणि मग विरून जाते तसंच तुमची वेफर्स खाण्याची इच्छाही हळूहळू नाहीशी होते.

किशोरवयीन असताना मला सातत्यानं सोशल मीडियावरच्या प्रतिक्रिया वाचण्याची इच्छा होत असे. म्हणजेच मला सामाजिक मान्यता मिळवण्याची आस लागून राहिलेली असे. एखादी नवी प्रतिक्रिया आली आहे का हे बघण्यासाठी माझं लक्ष सतत माझ्या फोनकडे लागलेलं असे. ती इच्छा लाटेप्रमाणे येत-जात असली तरीही मला जाणवलं की, मला माझ्याच या वागण्याचा त्रास होत आहे. त्यामुळे मग इच्छा होताच तत्काळ ऑनलाइन जाण्याऐवजी मी थोडं थांबून मग माझं लक्ष अन्य उपयुक्त क्रियाकलापांवर केंद्रित करायला शिकलो. सोशल मीडियावर जाण्याची इच्छा निर्माण होते आणि मग विरून जाते, हे मी पाहत होतो. असं करणं सोपं नक्कीच नव्हतं. पण प्रत्येक वेळी हळूहळू ते सोपं होत गेलं. माझ्यातल्या त्या बदलामुळे कालांतरानं मला माझ्यावर नियंत्रण मिळवणं शक्य झालं, मनाला शांतता लाभली आणि चकचकीत पटलापलीकडचा विचार करत आयुष्यातला प्राधान्यक्रम ठरवता आला.

प्रकरण १६

भावनिक विवेकाची जोपासना

'धैर्यशीलता म्हणजे भावना नष्ट करणं नव्हे तर भावनांवर नियंत्रण प्राप्त करणं.'

–नस्सीम निकोलस तालेब

धैर्यशील लोक भावनांच्या बाबतीत बदनाम आहेत : पण आपल्या भावनांना मनाच्या तळकप्प्यात कोंडून ठेवून त्यांचं अस्तित्वच नाकारायचं नाटक करायचं, असं त्यांचं तत्त्वज्ञान सांगत नाही. तर ते आपल्या भावनांना सन्माननीय अतिथीच्या रूपात बघतात. हातात झाडू घेऊन आपल्या रागाच्या मागे घरभर धावाधाव करण्याऐवजी ते त्याच्याबरोबर दिवाणखान्यात बसून सभ्य सुसंस्कृत प्रौढांप्रमाणे चहाचे घोट घेत झाल्या गोष्टीवर चर्चा करतात.

भावनांना नियंत्रित करण्याच्या या प्रवासात आपल्याकडे दोन प्रभावी शस्त्रे असतात : भावनांचं परिवर्तन आणि भावनांसंबंधीची पूर्वकल्पना. भावना नियंत्रणासाठीच्या साधनासंचातली ही दोन सहज वापरता येणारी उपकरणं आहेत. त्यांच्यामुळे तुम्हाला रोजच्या जीवनात अनुभवाला येणाऱ्या भावनिक आंदोलनांमधून अधिक चांगल्या प्रकारे, हसतखेळत आणि गडबड-गोंधळ न होऊ देता मार्ग काढता येतो आणि भावनांचं दमन करण्याची आवश्यकता उरत नाही.

भावनांचं परिवर्तन :

ठीक आहे, तर आता आपण भावनांच्या परिवर्तनाविषयी जाणून घेऊ– ही भावनांची किमया आहे असं आपण म्हणू शकतो. कल्पना करा की, तुम्ही ट्रॅफिकमध्ये अडकला आहात. त्यामुळे तुम्हाला तुमच्या मीटिंगला जायला उशीर होत आहे आणि तुमचा धीर उन्हाळ्यात विरघळणाऱ्या आइसक्रीमपेक्षा अधिक वेगानं सुटत चालला आहे. जोरजोरात हॉर्न वाजवून ती सगळी चिडचिड समोरच्या एका छोट्याशा कारवर काढण्याचा मोह तुम्हाला होत आहे. पण थांबा. धीर राखण्यासाठीची एक युक्ती आहे.

स्वत:ला हॉर्न वाजवणारी कर्कशा करून घेण्याऐवजी स्वत:च्या रागाचं मूळ शोधा. कदाचित ट्रॅफिक हे तुमच्या रागाचं मूळ कारण नसेल; खरं तर तुम्ही आता 'नियमानं उशीर करणारी व्यक्ती' ठरल्यामुळे आलेला वैताग असेल. इथेच आपल्या भावनांचं परिवर्तन करायचं आहे. दीर्घ श्वास घ्या आणि कोणावरतरी राग काढण्याऐवजी त्या रागाचा रचनात्मक वापर करा. वाया गेलेला वेळ कसा भरून काढायचा याचा विचार करा किंवा रोज अशी जिवाची होणारी तगमग कमी करण्यासाठी अन्य काही मार्ग आहे का याचा विचार करा.

भावनांचं परिवर्तन करणं म्हणजे आपल्या भावना एखाद्या पेटीत कोंबून बंद करून ठेवणं नाही, तर सर्जनशीलतेनं त्यांचा विचार करणं. उदाहरणार्थ, आपल्या त्या ट्रॅफिक जामच्या दृश्यात रस्त्यावरच्या गर्दीच्या रागाला रचनात्मक विचाराच्या कामाला लावणं. परिणाम? तत्कालीन समस्येमुळे आलेली मानसिक अस्वस्थता तर कमी होतेच, पण तुम्ही त्या रस्त्यातच तुमच्या समस्येतून बाहेर पडण्याचा रस्ता शोधायला लागता.

या सवयीतून साधली जाणारी सर्वोत्तम गोष्ट म्हणजे तुम्ही स्वत:च स्वत:च्या भावनांचे मालक होता. तुम्ही राग, दु:ख किंवा निराशेच्या अधीन होत नाही. त्यांचे दोर तुमच्या हातात असतात. त्यामुळे भावना तुम्हाला नाही, तर तुम्ही भावनांना नियंत्रित करता. नव्यानं अवगत केलेल्या या तंत्रामुळे आयुष्यातले चढउतार शांतपणे, धोरणात्मकतेनं पार करणं शक्य होतं आणि तुमची उत्सुकता न ताणता आत्ताच सांगून टाकतो की त्यातून नेहमी उत्तम तेच घडतं.

भावनांसंबंधीची पूर्वकल्पना :

आता धैर्यशीलता प्राप्त करून घेण्यासाठी आणखी एक प्रभावी उपाय जाणून घेऊ : आपल्या भावनिक प्रतिक्रियांची पूर्वकल्पना असणं. आयुष्यात घडणाऱ्या अनपेक्षित नाटकांसाठीची ही जणू काही भावनांची रंगीत तालीम असते. भावनिक वादळ येण्यापूर्वीच भावनांचा विमा उतरवण्यासारखं आहे. त्यामुळे तुम्ही वर्तमानाशी अधिक निगडित राहता आणि तुमच्या चिंतांची तीव्रता कमी होते.

या तंत्रामध्ये आपल्याला एखाद्या वाइटात वाईट घटनेची कल्पना करायची असते. म्हणजे बागेत फेरफटका मारता मारता शेक्सपिअरच्या दुःखांत कथेप्रमाणे एखाद्या वाईट घटनेची कल्पना करायची. हा अपशकुनी विचार नाही, तर मनाची तयारी करून घेणं आहे. आयुष्याच्या चढउतारांदरम्यान संभवणाऱ्या संकटांची आधीच कल्पना केली तर ती संकटं येतील तेव्हा तुम्ही बेसावध नसाल. त्या संकटांचा सामना करण्यासाठी सज्ज असाल.

तुम्हाला तुमच्या ऑफिसमध्ये एक मोठं प्रेझेंटेशन द्यायचं आहे अशी कल्पना करू या. त्या वेळी तिथे असलेली प्रत्येक व्यक्ती आपल्याला टोमॅटो फेकून मारेल अशी कल्पना करण्याऐवजी अशी कल्पना करा की, तुमचा प्रोजेक्टर नीट चालत नाहीय, बोलताना जीभ वळतच नाहीय आणि तुम्ही अतिशय अगम्य भाषेत बोलत आहात, असे भाव समोरच्यांच्या चेहऱ्यावर उमटलेले आहेत. अशा कल्पना करणं म्हणजे स्वतःचा छळ करणं नाही, तर कोणतीही समस्या आली तरी ती स्वतःच स्वतःला सावरण्यासाठीची भावनिक आणि बौद्धिक सज्जता असते. कारण संभाव्य भावनिक वादळांसाठी तुमच्याकडे आकस्मिक योजना तयार असते.

त्यातून काय चमत्कार घडतो ते पाहू. मनातल्या मनात अशा वाईट घटनांमध्ये कसं वागायचं याचा सराव केलेला असल्यामुळे तुम्ही वर्तमानात स्थिर राहू शकता. चिंता आणि अति विचार मागे पडतात कारण जे काही वाईट घडू शकतं ते तुम्ही कल्पनेत आधीच पाहिलेलं असतं. तुम्हाला छोट्या छोट्या अडचणींची भीती उरत नाही आणि मोठ्या अडचणींसाठी तुम्ही तयार असता. जणू काही अन्य लोक हलक्याफुलक्या कपड्यांमध्ये आणि तुम्ही मात्र तलवारबाजीला निघाल्यासारखे चिलखत-शिरस्त्राणासह सज्ज असता.

हा सराव करणं म्हणजे नकारात्मकतेला वाव देणं नाही, तर आपल्या मनाच्या अंधाऱ्या कोपऱ्यांना प्रकाशानं उजळणं आहे. संकटांची कल्पना करून तुम्ही स्वत:ला घाबरवत नसता तर त्यांच्याशी सामना करण्यासाठी तयार करत असता. तुम्हीच तुमच्या स्वत:च्याच भावनिक चित्रपटाचे नायक ठरता आणि कौशल्यपूर्णतेनं कथेतल्या योग्य वळण देता.

संभाव्य समस्यांदरम्यान आपल्या भावनिक प्रतिक्रिया कशा असतील याची कल्पना करणं म्हणजे आयुष्यातल्या आव्हानांचा सामना करण्याची गुरूकिल्ली मिळवणं. यामुळे तुमच्यात अधिक लवचिकता येते, चिंता कमी होतात आणि अति विचारांना पळवून लावलं जातं. म्हणूनच आयुष्यानं कधी तुमच्यापुढे आव्हान उभं केलं तर तुमच्यातलं धैर्य एकवटा आणि वाइटात वाईट काय होऊ शकेल याची कल्पना करा. तुम्ही जर बौद्धिक आणि भावनिक स्तरांवर सज्ज असाल तर समस्यारूपी खाचखळग्यांनी भरलेला जीवन प्रवास सहजतेनं सुरळीत पार पडताना पाहून आश्चर्यचकित होऊन जाल.

प्रकरण १७

लक्षात ठेवा, 'तुम्ही' मालक आहात.

'तुम्हाला ज्या गोष्टींची चिंता वाटते,
त्या तुमच्यावर मालकी गाजवतात.'

—जॉन लोके

आपली चिंता जाणून घ्या :

बरेचदा मनाच्या भूलभुलैयामध्ये दडून बसलेल्या चिंता आपल्या भावनांना कठपुतळीप्रमाणे खेळवत असतात. पण एका क्षणात आपण स्वत:ला त्या विचारांपासून, कल्पनांपासून तोडू शकतो आणि कधीकाळी आपण तसे विचार करत होतो हेसुद्धा विसरून जातो. एखाद्या परिस्थितीविषयी चिंता करणं म्हणजे त्या चिंताजनक परिस्थितीवर प्राथमिक नियंत्रण मिळवणं अशी आपली समजूत असते. पण वास्तविक चिंता ही आपल्याला साहाय्य करणारी दासी नसते, तर आपली मालक होऊन आपल्यावर वर्चस्व गाजवत असते. चिंता करण्यात घालवलेला प्रत्येक क्षण हा नकारात्मक, निरुपयोगी, अव्यवहारिक आणि निष्प्रभ मनोवस्थेच्या कचाट्यातला क्षण असतो. (शिवाय, ती अवस्था किती त्रासदायक असते हे सांगायला नकोच) आपण जितकी जास्त चिंता करू तितके आपण समस्या सोडवण्याची, सर्जनात्मक

विचार करण्याची, स्वत: आनंद घेण्याची किंवा विविध उत्तम संधी जाणून घेण्याची क्षमता गमावत जातो.

कल्पना करा की, तुम्हाला तुमच्या जवळच्या मित्राशी एखाद्या संवेदनशील मुद्द्यावर प्रत्यक्ष बोलायची वेळ आलेली आहे. अशा वेळी पोटात खड्डा पडतो. पण आपल्यामध्ये काय बोलणं होईल, त्याचे काय परिणाम होतील अशा तपशिलांचं मंथन करत राहण्याऐवजी (म्हणजेच चिंतेच्या कचाट्यात सापडण्याऐवजी) क्षणभर शांत रहा आणि स्वत:शी मान्य करा की, 'होय, मला हा संवाद साधण्याची थोडीशी भीती वाटते आहे.' असं करणं म्हणजे आपल्या चिंतेशी मित्रत्व साधत केलेला तिचा स्वीकार आहे. सगळं अचानक घडत नाही किंवा अचानक संपूनही जात नाही. त्यादरम्यान मनात जे काही चाललेलं आहे ते सध्यापुरतं आहे हे समजून घ्या.

तुम्ही एकदा स्वत:ची चिंता ओळखली, समजून घेतली की पुढचं काम महत्त्वाचं ठरतं : स्वत:चं मन अन्य विषयावर केंद्रित करणं. चिंतेमध्ये गुंतून राहणं हे एखादा अंतहीन रिॲलिटी शो झपाटल्याप्रमाणे बघत राहण्यासारखं आहे. त्यात 'पुढचा भाग' बघण्याचं बटणच नसतं. तुम्ही आपोआपच एकामागोमाग एक भाग बघत राहता. त्याऐवजी तुम्ही आपल्या विचारांना जाणीवपूर्वक अशा दिशेनं घेऊन जा जिथे मनावर शांतपणे सहजतेनं नियंत्रण मिळवता येईल.

तसा एखादा तणावपूर्ण संवाद साधण्याच्या उदाहरणात त्यासंबंधीची आपली चिंता समजून घेतली की, मनातील विचारांना कोणती दिशा द्यायची हे ठरवता येतं. स्वत:साठी कपभर चहा करून घ्या, स्वत:ला एखाद्या छानशा पुस्तकात रमवा किंवा तुम्हाला असलेल्या एखाद्या मजेदार छंदात स्वत:ला गुंतवा.

ती परिस्थिती बदलण्यासाठी तुम्ही काही करू शकता का?

करू शकत असाल तर करा.

करू शकत नसाल तर जाणीवपूर्वक आपलं मन अन्य एखाद्या उपयुक्त आणि आनंद देणाऱ्या विषयाकडे वळवा.

जर आपलं मन पुन्हा त्या संभाव्य संवादासंबंधी चिंतेच्या विचारात भरकटतं आहे असं दिसलं, तर ती चिंता आपल्यासाठी काही उपयोगाची आहे का, हे दोनदा तपासून पहा. 'अरे, माझ्याकडून काही ठरवायचं राहून

जात आहे का? मी आता करण्याच्या कामातलं काही विसरत तर नाही ना?' स्वत:च स्वत:ला या प्रश्नांची उत्तरं द्या आणि पुढच्या कामाला लागा. जर तुम्ही त्या संभाव्य संभाषणासाठी तयार असाल आणि तिथे काय बोलणं अपेक्षित आहे, तुम्ही काय बोलू इच्छिता हे तुम्हाला स्पष्ट असेल तर आपल्या चिंतातुर विचारांना धन्यवाद द्या आणि सांगा की, आता तुम्हाला त्यांच्या 'मदतीची' आवश्यकता नाही कारण यापुढे त्यांच्याशिवाय तुम्ही परिस्थिती हाताळू शकाल.

या दृष्टिकोनामुळे तुम्ही नेहमी आपल्या चिंतांचं परिवर्तन एखाद्या उपयुक्त गोष्टीत करू शकाल. एक तर तुम्ही त्या चिंताचा स्वीकार करून त्यांचा उपयोग समस्या सोडवण्यासाठी करून घेऊ शकता किंवा तो वेळ अन्य काही चांगल्या कामासाठी करण्याची आठवण स्वत:ला करून देऊ शकता.

चिंता करणं म्हणजे केवळ विचार करणं नाही :

आता आणखी एक युक्ती समजून घेऊ : तुमच्या असं लक्षात येईल की, चिंता ही केवळ मनाशी निगडित नसते. चिंतेचा परिणाम मनावर, शरीरावर आणि एकंदरीत आयुष्यावर होत असतो. जॉन लॉक यांनी मांडलेल्या सिद्धान्तानुसार चिंता करणं हे केवळ विचारांपुरतं मर्यादित नसतं. तो केवळ मनोव्यापार नसतो, तर आपली कृती, आपला व्यवहार आणि पर्यायानं आपल्या जीवनकथेवर परीणाम साधणारी बहुआयामी विधा असते. कारण आपल्या विचारांचा परिणाम आपल्या भावनांवर आणि कृतीवर होतो. भावना आणि कृतीमुळे आपलं संपूर्ण जग आणि त्या जगाकडे बघण्याच्या आपला दृष्टिकोन प्रभावित होतो.

आपल्या जीवनपटाचा ताबा आपल्या चिंतेनं घ्यावा आणि आपल्या जीवनपटातलं प्रत्येक दृश्य तिच्यानुसार रचलं जावं असं तुम्हाला वाटतं का? आपल्या जीवनपटातल्या प्रमुख भूमिका भीती आणि चिंतातुर विचारांच्या ओघानं निभावावी असं तुम्हाला वाटतं का? चिंतेचा प्रत्येक विचार मनात एक बीज पेरत असतो. त्या बीजातून त्या विचारानुसार अंकुरणाऱ्या कृतीतून, व्यवहारातून आयुष्य आकार घेत असतं. एक प्रकारे हे नाटकाची संहिता लिहिण्यासारखं आहे. तुम्ही कागदावर जे काही उतरवता त्यानुसार तुम्ही तुमचं जीवननाट्य कसं साकारायचं ते ठरतं.

सुदैवानं, आयुष्यभर केवळ प्रेक्षक बनून असं चिंतायुक्त सादरीकरण बघण्यासाठी तुम्ही कधीच बांधील नसता. तुम्ही या सादरीकरणाची सूत्रं हाती घेऊ शकता, त्याच्या संहितेचा काही भाग कापू शकता किंवा ती पूर्ण संहिताच बदलू शकता. अधिकाधिक काळ वर्तमानात राहून, कमीतकमी चिंता आणि कमीतकमी विचार करण्याचा तसंच अनावश्यक काळजीच्या ओझ्यानं जडावलेलं जीवन न जगण्याच्या एका अत्युच्च संकल्पाचा हा एक भाग आहे.

अनावश्यक काळजीला पळवून लावण्यासाठी वर्तमानात राहणं हे जणू तुमच्याकडे असलेलं गुप्त शस्त्र आहे. जेव्हा तुम्ही संपूर्णपणे 'आत्ता आणि इथे' रमलेले असता तेव्हा तुम्ही भविष्याबद्दलच्या चिंता आणि अति विचारांच्या जाळ्यात अडकण्याची शक्यता कमी होते. हे जणू चिंतेच्या मशीनमधून प्लग काढून घेऊन स्वतःला वर्तमान क्षणाच्या समृद्धतेशी जोडून घेण्यासारखं आहे. वर्तमानात असणे याचा अर्थ कधीकधी स्वतःला मदत करण्यासाठी ठोस कृती करणे किंवा कोणत्याही न्याय-निषेधाशिवाय वास्तविक परिस्थितीचा स्वीकार करणे असा असतो. अशा प्रकारे, कोणत्याही परिस्थितीत तुम्ही मनात चालणाऱ्या निरर्थक विचारांमध्ये न गुंतता सत्याला सामोरे जाता.

कल्पना करा की, तुमच्या मनात सतत चालणारा 'असं झालं तर?'चा प्रोजेक्टर तुम्ही बंद करत आहात. त्याऐवजी तुम्ही सध्याच्या क्षणात पूर्णपणे समरस होता आणि आजूबाजूची दृश्यं, आवाज, संवेदना यांचा आस्वाद घेत असता. हा जाणीवपूर्वक घेतलेला निर्णय तुमचं लक्ष अनिश्चित भविष्याकडून ठोस वर्तमानाकडे वळवतो. तिथे तुम्हाला परिस्थिती अधिक नियंत्रित आणि स्पष्ट जाणवते.

एका दृष्टांताद्वारे तुम्हाला स्वतःच्या मनाला आपला स्वामी म्हणून नाही, तर आपला दास बनवून ठेवायला मदत होईल. कल्पना करा की, तुमचं जीवन म्हणजे एक गाडी आहे आणि ती आपल्या मुक्कामाच्या ठिकाणाकडे निघालेली आहे. त्या गाडीमध्ये अनेक प्रवासी आहेत, पण गाडीचा चालक मात्र एकच आहे. आपल्या मनात अनेक शंका, चिंता आणि भीती असल्याचं आपल्याला जाणवतं. पण आपण त्यांना आपल्या गाडीत प्रवासी म्हणून ठेवायचं आहे की चालक म्हणून? आपण अगदी

परिपूर्ण आणि अगदी निर्भय असण्याची आवश्यकता नाही. पण शब्दशः अर्थानं सांगायचं तर आपण आपल्या भीतीला आपला चालक होऊ द्यायचं नाही. आपल्या चिंतेच्या डोळ्याला डोळा भिडवून तिला सांगा की, 'मी तुला पाहिलेलं आहे. तुझं अस्तित्व मान्य केलेलं आहे. पण त्याचा अर्थ तू प्रमुख आहेस किंवा माझ्या जीवनरथाचं सारथ्य करणार आहेस असं नाही. ते काम माझं आहे.'

प्रकरण १८

भीतीचा स्वीकार करा, पण काहीही करून काम पूर्ण करा

'मन:शांती म्हणजे आपला प्रयत्न फसला असला तरी तो उत्तम होता याची जाणीव असणं.'

–जॉनी मिलर

आपला मेंदू कधीकधी नाटकी वागतो. जणू काही अखेरचा प्रलयकाळ आला आहे अशा भावनेनं आपण हॉलीवुडप्रमाणे कल्पना रंगवत मनातल्या मनात पराकोटीची वाईट दृश्यं रेखाटतो आणि भविष्यातल्या अनेकांगी विध्वंसाच्या संभावनांचा विचार करू लागतो. उदाहरणार्थ, समजा, तुम्ही एखाद्या स्पर्धेत उतरला आहात. तर त्यासंबंधी विचार करताना कल्पनेतच सुरुवातीला तुम्ही इतके चिंताग्रस्त आणि तणावग्रस्त होता की, त्यामुळे स्वत:च स्वत:चं सर्व प्रकारे नुकसान करून घेता. परिणामत: तुम्ही केवळ ती स्पर्धा गमावत नाही, तर परीक्षकांकडून तुमची निंदा, अवहेलनाही केली जाते. तुम्हाला पूर्णपणे स्पर्धेतून बाहेर काढलं जातं. एवढंच नाही तर पुन्हा कधी त्या स्पर्धेत भाग घ्यायला तुम्हाला बंदी केली जाते. स्पर्धेला जमलेली गर्दी तुमच्याकडे बोट दाखवून तुम्हाला हसते आहे (किंवा चिडवतही आहे? की दोन्ही करत आहे?) त्यामुळे 'असं झालं तर?' अशी चिंता करण्याची तुमची प्रवृत्ती अगदी शिगेला पोहोचते आणि अधिकाधिक 'सर्जक' विचार करू लागते असं म्हणायला हवं.

या भीतिदायक जगात आपलं स्वागत आहे. अन्य कोणीतरी आपल्याला भीती दाखवत असेल तर ते ओळखणं सोपं आहे, पण जर आपण स्वतःच स्वतःला भीती दाखवत असलो तर मात्र ते अधिक भयंकर आहे.

वाईट विचारांना नकार द्या :

अनिश्चित परिस्थितीतही शांतता मिळवण्याचा उपाय म्हणजे भीतिदायक विचार टाळणे. प्रत्यक्षात आयुष्य क्वचितच एखाद्या भयानक चित्रपटासारखं वळण घेतं आणि हे सर्वांत आधी समजून घेतलं पाहीजे. आपल्या योजनेनुसार घटना घडत नसल्या, अडचणी येत असल्या आणि भीती वाटत असली तरीही आपल्या आपलं मन जितकं घाबरवत असतं तितकं वाईट प्रत्यक्षात घडण्याची शक्यता नसते. ना जग नष्ट होणार असतं, ना आकाश कोसळणार असतं. जरी तुम्ही कधी अडखळलात, धडपडलात तरी आपण पुन्हा उठून उभे राहतो आणि आयुष्य पुढे सुरूच राहतं, हे तुम्ही विसरून गेलेले असता. अनिश्चिततेच्या वातावरणातही मनाची शांती जपण्यासाठीची ही पहीली पायरी आहे.

लेखक म्हणून मी तुम्हाला माझा एक वैयक्तिक अनुभव सांगतो. माझ्या लेखनप्रवासात मला वाईट विचारांनी भेडावणारे असंख्य क्षण येऊन गेले. जर माझी कल्पना फारशी चांगली ठरली नाही तर? लोकांना माझं लेखन आवडलं नाही तर? जर मला मोठं अपयश आलं तर? शेक्सपिअरच्या शोकांतिकेतल्या अतिभावुक अभिनय करणाऱ्या नटाप्रमाणे माझ्या मनात भीतिदायक विचार फेर धरून नाचत असत. पण जेव्हा मी त्या भीतीवर मात करून माझ्या वाईट काळातही लेखन सुरूच ठेवलं तेव्हा दिसलेले परिणाम माझ्या कल्पनेइतके वाईट नक्कीच नव्हते.

उदाहरणार्थ, एक काळ असा आला होता की, मला काय लिहावं ते काही सुचेनासंच झालं होतं. मी लिहिलेला प्रत्येक शब्द मला अपयशाकडे घेऊन जातो आहे असं मला वाटत होतं. माझं लिखाण अतिशय वाईट आहे आणि ते कोणीही प्रकाशित करणार नाही असं मला वाटत होतं. पण माझं लेखन दर्जात्मक नसलं तरीही मी लिहीतच राहायचं असं ठरवलं. आश्चर्याची गोष्ट म्हणजे कालांतरानं ते प्राथमिक दर्जाचे लेख मला अभिमान वाटेल अशा साहित्यकृतीत परवर्तित झाले, सहजतेनं वाचकांच्या हाती जाऊन पडले

आणि वाचकांची प्रशंसाही प्राप्त केली. मी अनुभवलेल्या वास्तवाच्या तुलनेत मी कल्पनेत रंगवलेलं भीतिदायक दृश्य फारच वेगळं होतं.

मजेची गोष्ट म्हणजे, माझ्या कल्पनेतल्या काही छोट्या समस्या मला प्रत्यक्षात अनुभवाव्या लागल्या आणि अजूनही कधी अनुभवाव्या लागतात. पण त्यांच्यामुळे सतत तणावात न राहिल्यामुळे मी त्यांचा सामना करू शकलो, शक्य उपाय योजू शकलो आणि पुढे जाऊ शकलो. आपलं मन आपल्याला जी भीती दाखवतं ती खोटी असते. (खरं तर या भीतीचे दोन भाग असतात) : एक म्हणजे काहीतरी भयानक घडणार आहे आणि दुसरं म्हणजे तुम्हाला ती परिस्थिती हाताळता येणार नाही.

प्रत्यक्षात भयानक घटना घडू शकतात, पण परिस्थिती अगदी वाईट असतानाही सगळं काही शंभर टक्के वाईट नसतं आणि जे वाईट असतं ते कायम राहणार नसतं. परिस्थिती कठीण असली तरी हळूहळू ती निवळत जाते. जर काही गडबड झालेली असली तर काहीतरी चांगलंही झालेलं असतंच. जर अपयश आलं तरी त्यातून काही धडा मिळालेला असतो आणि त्यातून पुढे जायचा मार्गही असतो. त्यामुळे पहिला भाग खोटा ठरतो: सगळंच वाईट झालं आहे, असं कधी होत नाही. दुसरा भागही खोटाच असतो : जर काही वाईट झालं तर तुम्ही त्याच्याशी जुळवून घेऊ शकता. आयुष्यात पुढे जाऊ शकता. खरं तर अशा गोष्टींमधून पुढे कसं जायचं आणि स्वत:ला उत्तम कसं घडवायचं हे तुम्ही शिकत असता.

इथे हा धडा शिकायचा असतो की, तुम्ही केलेल्या कामाचा दर्जा कमी असला तरीही काहीच न करण्यापेक्षा ते बरं, विशेषत: जर ती कामं तुमच्यासाठी महत्त्वाची असली तर! स्वत:ला त्याविषयीच्या भीतीच्या जाळ्यात अडकू देऊ नका. तुम्हाला समजेल की, तुम्ही शोधत असलेली शांती नेहमी तुमच्या मनातल्या भीतीच्या आणि शंकांच्या दुसऱ्या बाजूला असते.

प्रयत्नांची कास धरणे :

जॉनी मिलर यांनी व्यक्त केलेले विचार आपल्याला आपलं लक्ष संभाव्य नकारात्मक परिणामांच्या विचारावरून हटवून प्रत्यक्ष कामामध्ये गुंतवून घेण्यासाठी प्रेरित करतात. आपल्याला अपेक्षित परिणाम तत्काळ मिळालेले

नसले तरीही आपण केलेले प्रयत्न आणि त्यांसाठी आपण घेतलेली मेहनत ओळखून आपण त्याविषयी आनंद व्यक्त केला पाहिजे.

भविष्यात काय काय वाईट घडू शकेल आणि आपले प्रयत्न फसले तर काय होईल या विचारांमुळे स्वत:ची झोप उडवून घेण्याऐवजी आपण प्रयत्न केले आहेत, या वास्तवात समाधान मानायला हवं. आपण कृती केलेली आहे, हे महत्त्वाचं! त्याचा परिणाम काय झाला ते महत्त्वाचं नाही. दृष्टिकोनातला हा बदल आपल्याला अधिकाधिक काळ वर्तमानात राहायला, चिंता कमी करायला आणि अति विचारांची वृत्ती घटवायला मदत करू शकतो.

आता हीच गोष्ट माझ्या वडिलांच्या लेखन-कारकिर्दीच्या माध्यमातून समजून घेऊ. अर्थातच ते माझं प्रेरणास्थान तर होतेच, पण परिणामांच्या विचारात गुंतण्याऐवजी प्रयत्नांवर लक्ष केंद्रित करणाऱ्या व्यक्तीचं उदाहरणही होते. आपली पुस्तकं प्रचंड लोकप्रिय ठरावीत असं तरुणपणी लेखक म्हणून त्यांचं स्वप्न होतं. पण त्यांच्या लेखनप्रवासात नकार आणि नुकसानाचे अडथळे येत होते.

पण या आव्हानांमुळे खचून जाण्याऐवजी त्यांनी रोज नियमितपणे लिहीत राहण्याचा एक साधासा मार्ग निवडला. प्रचंड लोकप्रिय ठरलेल्या पुस्तकांच्या यादीत आपल्या पुस्तकाचं नाव असो किंवा नसो, पण आपले विचार कागदावर उतरवता येणं हेच एक मोठं यश आहे, हे त्यांच्या लक्षात आलं होतं. ते शिस्तबद्ध होते आणि त्यांनी खूप मेहनतही घेतली होती. त्यालाच खूप महत्त्व होतं आणि आजही आहे. त्यांच्या अशा विचारसरणीमुळे केवळ त्यांना स्वत:वरचा ताण कमी करायला तर मदत झालीच, पण त्यांनी आपल्या लेखनप्रवासाचा मनसोक्त आनंदही घेतला.

कालांतरानं, माझ्या वडिलांच्या शिस्तबद्ध आणि सातत्यपूर्ण लेखनप्रपंचाला फळ आलं. अखेर त्यांना त्यांच्या वाट्याचं यश लाभलं. पण त्याहीपेक्षा महत्त्वाचं म्हणजे त्यांना त्या संपूर्ण प्रक्रियेदरम्यान मानसिक समाधान लाभलं. त्यांनी कधीच मागे वळून पाहिलं नाही आणि आपण आणखी खूप काही लिहिलं असतं तर बरं झालं असतं असंही त्यांना वाटलं नाही. भीती आणि काळजी यांमुळे त्यांनी आपलं काम वाढवलं नाही. त्यांना जणू काही शांतता आणि समाधानाचा खजिनाच मिळाला होता.

आपलं एखादं काम खराब ठरवलं गेलं तरी आपण ते खरंच चांगल्या पद्धतीनं केलेलं होतं हे त्यांनी समजून घेतलं होतं. कारण ते त्यांच्या आवडीचं आणि कामावरच्या निष्ठेचं प्रतीक होतं.

प्रयत्नांचा आनंद घेण्याच्या या दृष्टिकोनामुळे ते केवळ एक सिद्धहस्त आणि आत्मविश्वासू लेखक झाले असं नाही, तर ते एक आनंदी आणि चिंतामुक्त व्यक्ती झाले. शांती–समाधानासाठी चाललेल्या आपल्या सततच्या शोधामध्ये, त्या शोधाच्या दिशेनं चाललेला प्रवास आणि त्या प्रवसादरम्यान केलेले प्रयत्न हे अपेक्षित परिणामांपेक्षा अधिक महत्त्वाचे असतात याची आठवण आपल्याल्या या दृष्टिकोनामुळे होत राहते. म्हणूनच जेव्हा आपण अनिश्चित परिस्थितीतून जात असतो तेव्हा स्वत: करत असलेल्या प्रयत्नांचा आणि त्या प्रयत्नांमधून होत जाणाऱ्या प्रगतीचा आनंद घेत स्वत:ला अधिकाधिक वर्तमानात स्थिर ठेवून आणि अनावश्यक चिंतांच्या, अति विचारांच्या तणावापासून दूर ठेवायचं आहे हे लक्षात ठेवा. आपण भीतीनं घेरले गेलो असलो तरीही आपल्याला शांतीकडे घेऊन जाणारा असा तो राजमार्ग आहे.

प्रकरण १९

जे काही घडतं ते इथेच, वर्तमानात घडत असतं

'कितीही चिंता केली तरी ती भविष्य बदलू शकत नाही.
कितीही पश्चात्ताप केला तरी तो भूतकाळ बदलू शकत नाही.'
–कारेन सालमॅनसोन

ओऽह! भविष्य... जिथे संभाव्य संधी आणि अनिश्चितता आहेत, अशी आशा लावून ठेवणारी अस्पष्ट भूमी. तिथल्या भूलभुलैयात फिरत राहणं आणि अपेक्षापूर्तीच्या आनंदापासून अपेक्षाभंगाच्या दुःखापर्यंतच्या दिवास्वप्नांमध्ये अडकून राहणं ही मानवी मनाची सहजवृत्ती आहे. जिथे काहीही आणि सगळं काही घडू शकतं अशी ती जागा असते. तिथे आपण वेगळे असू शकतो का? अधिक चांगल्या स्थितीत असू शकतो का? की वाईट स्थितीत असू शकतो? तिथे आपली सर्व स्वप्नं साकार होऊ शकतात किंवा सर्व स्वप्नं कायमची उधळूनही लावली जाऊ शकतात.

पण खरंच, भविष्य असं काही नसतंच. ते वास्तवात नसतं. अजूनपर्यंत ते कधीच अस्तित्वात आलेलं नाही.

वर्तमानात राहून भविष्यात जगणं अशक्य आहे. भविष्याविषयी आपण फक्त बोलू शकतो. पण तसं करणं म्हणजे 'अन्न' हा शब्द खाण्याचा प्रयत्न करण्यासारखं आहे. म्हणूनच 'भविष्याचा विचार करता येणं' शक्य

नाही. वर्तमानात असतानाही स्वत:ला 'भविष्य' या शब्दानं संमोहित करणं, एवढंच आपण करू शकतो. मग भविष्य अवतरतं आणि त्याला जसा हवा तसा आकार घेतं. पण तुम्ही त्या भविष्याशी जिथे जोडले जाता, ते वर्तमानच असतं.

चिंता भविष्य बदलू शकत नाही :

जरा विषयाच्या तळाशी जाऊ. सालमॅनसोन यांच्या मतानुसार, आपण हे समजून घ्यायला हवं आहे की, भविष्याविषयीच्या अतोनात काळजीमध्ये भविष्य बदलण्याची शक्ती नसते. आपण एखाद्या आरामखुर्चीत तासन्‌तास झुलत राहिलो तरी त्या एकाच जागी असतो, तसंच काहीसं होतं. काय घडू शकेल याची चिंता केल्यामुळे आपण भविष्य नियंत्रित करत आहोत असा केवळ भास निर्माण होतो. पण वास्तवात ते विचार निरुपयोगी असतात. आपण कितीही चिंता केल्या, विचार केले तरीही योग्य वेळी भविष्य जसं उलगडायचं तसंच उलगडतं.

आता हीच गोष्ट व्यावहारिक दृष्टिकोनातून समजून घेऊ. आयुष्यात जेव्हा आपल्याला आपलं कार्यक्षेत्र बदलण्यासारखे महत्त्वाचे निर्णय घेण्याची वेळ येते तेव्हा आपल्याला त्यातलं संभाव्य अपयश, आर्थिक अस्थैर्य यांची भीती वाटते आणि 'असं झालं तर?'च्या विचारांनी आपली झोप उडते. असं का होतं? : तुम्ही या चिंतांचा जितका जास्त विचार कराल तितके तुम्ही आवश्यक माहिती घेऊन त्यानुसार निर्णय घेण्याची क्षमता गमावून बसाल. का? कारण समस्यांवरचे उपाय शोधणे किंवा व्यवस्थित योजना आखणे यासारखं वर्तमानात जे काही करणं आवश्यक आहे त्याकडे लक्ष देण्याऐवजी तुम्ही स्वत:ला अस्तित्वातच नसलेल्या गोष्टींसंबंधी विचार करण्यात गुंतवून ठेवता. चिंता ही कृष्णविवराप्रमाणे तुमची मानसिक, बौद्धिक ऊर्जा शोषून घेऊन तुम्हाला अकार्यक्षम करून टाकते.

हे एका घटनेतून समजून घेऊ. अलाना नावाची एक मेहनती व्यावसायिक सातत्यानं तिच्या कामासंबंधीच्या सादरीकरणाविषयी चिंतेमध्ये असते. त्या सादरीकरणांसंबंधी ती वाइटात वाईट काय घडू शकेल याच्या कल्पना करते. उदाहरणार्थ : आपल्या स्लाइड्स चुकीच्या पद्धतीने चालत आहेत, त्यामुळे अस्वस्थ शांतता पसरली आहे आणि तिचे सहकारी तिच्याकडे

विचित्र नजरेनं बघत आहेत. पण खरं तर त्याहूनही वाईट म्हणजे, आपण तिथून निघून चाललो आहोत, सर्वांसमोर घसरून पडलो आहोत अशा स्वप्नांमुळे रोज रात्री ती घामानं चिंब होते. तिच्या चिंता तिला भीती आणि स्वत:विषयीच्या शंकांच्या दुष्टचक्रात गरगरत ठेवतात. पण वास्तव हे आहे की, तिच्या चिंता काही एखाद्या जादूगाराचं रूप घेऊन तिचं सादरीकरण उत्तम घडवून आणणार नाहीत. तिच्या चिंता तिला काहीही मदत करणार नाहीत, उलट तिला त्रासदायकच ठरतील.

हे वास्तव समजून घेणं हीच आपल्यात सकारात्मक परिवर्तन घडवून आणण्याची पहिली पायरी असते. चिंतेनं आपली ऊर्जा शोषून घेण्यापूर्वी अलानाने त्या चिंतेला सकारात्मक ऊर्जेची दिशा देणं आवश्यक आहे. आपल्या विषयासंबंधी संशोधन करून सखोल माहिती घेणं, आपल्या सादरीकरणाचा सराव करणं आणि विश्वसनीय सहकाऱ्यांकडून त्यासंबंधी सूचना जाणून घेणं यांसारख्या रचनात्मक गोष्टी ती करू शकते. अशा प्रकारे आपली ऊर्जा आवश्यक कृतींसाठी वापरून ती केवळ स्वत:ला यशप्राप्तीच्या संधीच उपलब्ध करून देईल असं नाही, तर परिस्थिती पुन्हा आपल्या नियंत्रणातही ठेवू शकेल.

भविष्याविषयीची चिंता ही एखाद्या गळक्या नळासारखी असते. त्यातून पाणी गळतं आहे याची चिंता तुम्हाला लागून राहू शकते, पण जोपर्यंत तुम्ही तो नळ दुरुस्त करत नाही तोपर्यंत ती समस्या सुटणार नाही. त्याचप्रमाणे वर्तमानात आवश्यक ती उपाययोजना केल्यामुळे केवळ अलानाच्या सादरीकरण कौशल्यात सुधारणा होईल असं नाही, तर स्वत:च्या चिंतावर नियंत्रण मिळवण्याचं महत्त्वाचं शिक्षणही तिला मिळेल.

भविष्यातल्या वाऱ्याची दिशा आपण वर्तमानात निश्चित करू शकत नाही, पण त्यानुसार आपण आपल्या जीवननौकेच्या शिडाला नियंत्रित करू शकतो. वर्तमानात केलेल्या कृतीमुळे भविष्यातल्या प्रवासाला दिशा मिळते. म्हणूनच कार्यक्षेत्रात बदल करणं असो, व्यक्तिगत नातेसंबंधांची बाब असो किंवा आयुष्यातला एखादा मोठा निर्णय असो, त्याविषयीची चिंता तुमच्या जीवनप्रवासाची दिशा ठरवू शकत नाही, हे लक्षात ठेवा.

भूतकाळातील दु:खांपासून स्वत:ला मुक्त करा :

पुढे हेसुद्धा समजून घेणं आवश्यक आहे की, भूतकाळात जे होऊन गेलं त्याविषयी दु:खं, पश्चात्ताप करण्यामुळे ते बदलू शकत नाही. त्याविषयी विचार करणं म्हणजे फोडलेलं अंडं पुन्हा अखंड करण्याचा प्रयत्न करण्यासारखं आहे. एखादी गोष्ट एकदा घडली की घडली. भूतकाळ हे असं जग आहे जे आपण केवळ प्रेक्षक म्हणून बघू शकतो, त्याचं दिग्दर्शन करू शकत नाही. तरीही आपल्यापैकी अनेक जण भूतकाळातल्या निर्णयांचा आढावा घेताना 'असं झालं असतं तर?' आणि 'तसं केलं असतं तर?' या विचारचक्रात हरवून जातात. जणू काही त्या विचारातून आपल्याला भूतकाळात नेणारं एक टाइम मशीन तयार होणार असतं. आधीच उतू गेलेल्या दुधासाठी आपण इतकी रडारड करतो की आपल्या घरात आणखी दूध आहे किंवा आपण दुकानातून आणखी दूध आणू शकतो, याचा आपल्याला विसर पडतो.

पण सालमॅनसोन म्हणतात की, दु:खाचे विचार म्हणजे टाइम मशीन नाही, तर ते मैलाच्या दगडांसारखे असतात. त्यांच्याजवळ थांबून राहण्याऐवजी वैयक्तिक विकासातले टप्पे म्हणून आपण त्यांना स्वीकारू शकतो. कल्पना करा : तुम्हाला संधी मिळाली असतानाही तुम्ही तुमच्या अत्यंत आवडत्या क्षेत्रात पदवी प्राप्त करून घेऊ शकला नाहीत याची तुम्हाला खंत आहे. तुम्ही घड्याळाचे काटे उलटे फिरवून काळ मागे नेऊ शकत नाही. पण ती चूक तुम्ही वर्तमानात सुधारू शकता. एक जुनी म्हण आहे– 'झाड लावण्याचा एक काळ वीस वर्षांपूर्वीचा होता आणि दुसरा काळ आत्ताचा आहे.' ही म्हण प्रत्येक गोष्टीला लागू होते. 'मी या वयात काही शिकू शकत नाही. मला पदवी मिळेपर्यंत मी वयाची पन्नाशी गाठलेली असेल.' असे विचार येऊ शकतात. ते खरंही आहे, पण हेसुद्धा खरं आहे की, कधी ना कधीतरी तुम्ही पन्नाशी गाठणार आहातच. मग पन्नाशीमध्ये पदवीधर असण्यात काय हरकत आहे?

हा मुद्दा उदाहरणातून नीट समजून घेऊ : मायकेल हा एक मध्यमवयीन गृहस्थ आहे. त्याने त्याच्या तरुणपणात केलेल्या एका व्यवसायात आलेल्या अपयशाबद्दल तो सतत निराशा व्यक्त करत असतो. त्या वेळी आलेली आर्थिक समस्या, हुकलेल्या संधी आणि अपयशाची कटुता या सगळ्यांची तो दररोज उजळणी करत असतो. पश्चात्तापामुळे त्याचं आयुष्य एवढं

झाकोळून गेलं आहे की, तो स्वत:च्या भूतकाळाच्या पिंजऱ्यात अडकलेला कैदी आहे असं वाटतं.

आता जादू बघा. सालमॅनसोनचा सल्ला मानून आपल्या पश्चात्तापाला आता वैयक्तिक विकासासाठीचा एक धडा समजायचं असं तो ठरवतो. स्वत:चीच कीव करत रडत राहण्याऐवजी त्याने त्या व्यवसायामध्ये झालेल्या चुकांचं विश्लेषण करायला सुरुवात केली आणि त्यातून मुख्य धडे समजून घेतले : बाजाराविषयीची संपूर्ण माहिती घेण्याचं महत्त्व, व्यवसायासाठी एक परिपूर्ण योजना आखण्याची आवश्यकता आणि नुकसान झाल्यावरही धैर्य राखण्याचं मूल्य. त्यामुळे मायकेलनं केलेल्या प्रत्येक चुकीचं रूपांतर त्याच्यासाठी एका अमूल्य, अवलंबण्यायोग्य शिकवणुकीत झालं.

मायकेलला भूतकाळाकडे बघण्याची नवी दृष्टी लाभल्यावर तो वर्तमानात हुशारीने निर्णय घेण्यासाठी सक्षम झाला. योग्य प्रकारे अभ्यास करून, उत्तम सल्लागाराकडून मार्गदर्शन घेऊन आणि भूतकाळातल्या चुकांमधून धडे घेत त्यानं एक नवा व्यवसाय सुरू केला. असं केल्यामुळे हळूहळू त्याच्या मनावरचं भूतकाळाचं ओझं उतरलं आणि तो त्याच्या वर्तमानातील प्रयत्नांमध्ये स्थिर राहू लागला.

दु:खाचा किंवा पश्चात्तापाचा त्रास करून घेण्याऐवजी त्यांना आपलं शिक्षक मानलं तर ते आपल्या वैयक्तिक विकासासाठी प्रेरक ठरेल. असं करणं म्हणजे प्रतिगामी दिशा दाखवणाऱ्या दिशादर्शकाचा बाण पुरोगामी दिशेकडे वळवण्यासारखं आहे. भूतकाळ बदलता येत नाही हे समजून घेऊन आणि भूतकाळातून मिळणाऱ्या शिकवणुकीकडे लक्ष देऊन तुम्ही स्वत:ला दु:ख, पश्चात्तापाच्या शृंखलेतून मुक्त करता आणि अधिकाधिक वर्तमानात जगू लागता.

तुम्हाला खोल गर्तेत घेऊन जाणाऱ्या भूतकाळाचा नांगर सोडून देऊन, शिडामध्ये हवा भरून वर्तमानातील विकासाच्या दिशेनं जायचं आहे. आयुष्यातील विविध पैलूंसाठी अशा प्रकारच्या मनोधारणेचा वापर करून तुम्ही वर्तमानात अधिकाधिक राहताच, पण त्याबरोबरच तुमच्या चिंता कमी होतात आणि अति विचारांची सवय कमी होते. भूतकाळासंबंधीचा पश्चात्तापाचा अडथळा करून न घेता त्याचा उपयोग जेव्हा तुम्ही यशाकडे नेणाऱ्या पायरीसारखा करता तेव्हा त्या पश्चात्तापाची धार कमी होते.

प्रकरण २०

फक्त दीर्घ श्वसन करा

'दीर्घ श्वसन हे भावनेच्या खवळलेल्या समुद्रात स्थिरता देणाऱ्या नांगरासारखं असतं : तो नांगर वादळ थोपवू शकत नाही, पण ते वादळ शांत होईपर्यंत तुम्हाला स्थिर ठेवू शकतो.'

—रूस हॅरीस

अनिश्चिततेच्या सततच्या लाटांमुळे आणि अचानक येणाऱ्या भावनिक वादळांमुळे मानवी आयुष्याचं परिवर्तनशील असणं किती आश्चर्यकारक आहे ना? दहा-वीस वर्षांपूर्वी तुम्हाला कोणत्या गोष्टींची भीती वाटत होती ते आठवून पहा. आता त्या गोष्टी तशा वाटणार नाहीत, हो ना? एखाद्या प्रसन्न सकाळी फेरफटका मारत असताना आदल्या रात्री येऊन गेलेल्या विध्वंसक वादळाची तीव्रता जाणवत नाही. आपलं भावनिक वातावरण सतत बदलत असतं. त्यामुळेच वयाच्या पंधराव्या वर्षी जी गोष्ट जगातली सर्वाधिक वाईट गोष्ट वाटते, ती वयाच्या पस्तिशीमध्ये आपल्यासाठी नगण्य असते. ज्याप्रमाणे एखादा कसलेला खलाशी समुद्रात असताना समुद्री मिठात सामावून राहतो त्याप्रमाणेच भक्कम नांगर जहाजाला खवळलेल्या समुद्रात सुरक्षित तरंगत ठेवतो.

दीर्घ श्वसनाद्वारे स्वत:ला शांत ठेवण्याचं तंत्र :

भावनिक वादळ येत आहे असं जाणवताच स्वत:ला स्थिर राखण्याचं प्रभावी तंत्र म्हणून प्रथम दीर्घ/संथ श्वसन सुरू करा. संथ आणि जाणीवपूर्वक केलेलं श्वसन नांगराप्रमाणे काम करतं आणि भावनिक चढ-उतारांमध्येही आपल्याला स्थिर आणि संतुलित राहायला मदत करतं.

भावनेच्या खवळलेल्या समुद्रात दीर्घ श्वसन जण काही जीवरक्षकाचं कार्य करतं. त्या वादळात आपण भरकटले जात आहोत असं वाटत असतानाच आपले पाय जमिनीवर घट्ट रोवून स्वत:ला स्थिर ठेवण्यासाठीचं हे अगदी साधं, पण अतिशय प्रभावी तंत्र आहे. मला माझ्या कामाच्या ठिकाणचा एक तणावाचा विशिष्ट दिवस आठवतो आहे. त्या वेळी अनेक कामं आणि त्यांच्या अंतिम मुदतीच्या तारखा ससे व्यायल्याप्रमाणे वाढत चालल्या होत्या. त्यामुळे माझ्या धैर्याचा कडेलोट होऊ पाहत होता. तशा गोंधळाच्या परिस्थितीमध्ये मला संथ श्वसनाची जादू समजली.

त्या दिवशी तणाव अति वाढलेला जाणवल्यावर मी एक शांत कोपरा पकडला आणि माझं मानसिक संतुलन पुन्हा मिळवण्याचं ठरवलं. प्रत्येक श्वासोच्छ्वासाबरोबर मी श्वासाची गती संथ करत गेलो. चार आकडे मोजत दीर्घ श्वास घेत होतो. श्वास सोडताना तो सहा आकड्यांमध्ये सोडत होतो. श्वास घ्यायचा, सोडायचा. अशी आवर्तनं करत गेलो. मी माझ्या विचारांच्या डचमळणाऱ्या समुद्रात खोलवर नांगर टाकतो आहे असं मला जाणवलं. हळूहळू माझ्या मनातलं वादळ कमी होत गेलं. चिंतेची घट्ट गाठ सैलावली आणि माझ्यावरून गेलेल्या शांततेच्या लाटेने मी स्थिरावलो.

तो अनुभव साक्षात्कारी होता. दीर्घ श्वसन ही केवळ सैद्धांतिक संकल्पना नसून भावनेच्या उफाणलेल्या समुद्रातला प्रत्यक्ष जीवनाधार आहे हे मला समजलं. श्वासावर जाणीवपूर्वक नियंत्रण मिळवल्यावर मी माझ्या भावनांवरही ताबा मिळवू शकलो. जणू काही आयुष्यात अचानक येणारी वादळं मला भरकटवण्याची भीती दाखवू लागताच जमिनीवर स्थिर राहण्याची गुप्त शक्ती मला मिळाली असं मला वाटलं.

भावनिक अस्थिरतेमध्ये दीर्घ श्वसन हे माझं नित्य नियमित तंत्र होऊन गेलं. वैयक्तिक आव्हानं, संघर्ष असो किंवा अगदी अत्यानंदाचे क्षण असोत. आयुष्याच्या भावनिक भूलभुलैयात दिशादर्शक म्हणून मी या तंत्राचा

वापर करत असतो. अस्तित्वाच्या खळाळत्या पाण्यात जेव्हा आणि जिथे स्वत:ला स्थिर करण्याची गरज भासेल तिथे टाकता येईल असा एक भक्कम विश्वसनीय नांगर माझ्या हाती लागला आहे.

भावनांचं तात्कालिक स्वरूप ओळखणं :

पुढची पायरी म्हणजे, वादळाप्रमाणेच भावनाही तात्कालिक असतात हे समजून घेणं. त्या कितीही वाईट असल्या तरीही त्या निघून जातात. नेहमीच! म्हणूनच त्यांना थोपवण्याऐवजी किंवा त्यांना जबरदस्तीनं घालवून देण्याऐवजी त्यांची नोंद घ्या आणि मानवी स्वभावाचा एक भाग म्हणून त्यांचा स्वीकार करा. तुम्ही त्यांना रोखण्याची, त्यांच्यापासून मुक्त होण्याची किंवा त्यांच्याशी संघर्ष करण्याची गरज नाही. तुम्ही फक्त त्यांच्यावर स्वार होणं आवश्यक आहे. लक्षात ठेवा की, तुम्ही म्हणजे वादळ नाही.

काही काळ येऊन जाणाऱ्या वादळासारखंच अस्थायी असणारं भावनांचं स्वरूप समजून घेण्याच्या या सखोल ज्ञानामुळे, स्वत:ला अधिकाधिक वर्तमानात स्थिर राखण्याच्या आणि चिंता कमी करण्याच्या माझ्या सततच्या प्रयत्नांना योग्य दिशा लाभली. एकदा जंगली प्रदेशातल्या साहसी प्रवासादरम्यान शिकलेला एक धडा माझ्यासाठी आयुष्याचं स्वरूप उलगडणारं एक रूपक ठरला होता.

मी वनप्रदेशातील भटकंतीचं आव्हान स्वीकारून प्रवास सुरू करताच मला उत्साहाची आणि भीतीची भावना जाणवू लागली. हिरवीगार वनराई, कोसळणारे धबधबे आणि विस्तृत निसर्गदृश्यानं नटलेला तो प्रवास रमणीय होता. पण काही तास प्रवास केल्यावर आणि थकवा जाणवू लागल्यावर मात्र मनात चिंता आणि शंका निर्माण होऊ लागल्या. आपल्याला अजून खूप दूर जायचं आहे, आपण किती थकलो आहोत आणि आपल्याला मुक्काम गाठणं जमणार आहे की नाही, असं माझं मन तत्काळ मला विचारू लागलं.

त्याच वेळी भावना या वादळासारख्या असतात, ही शिकवण मला आठवली. त्यामुळे भीती आणि स्वत:विषयीच्या शंका या भावनांना रोखण्याऐवजी प्राप्त परिस्थितीमध्ये येणाऱ्या नैसर्गिक भावना म्हणून मी त्यांचा स्वीकार केला. तसं वाटणं साहजिकच आहे आणि त्या भावना म्हणजे मनाच्या आकाशात विहरत जाणारे ढग आहेत हे मी स्वत:ला समजावलं.

मी पुढे चालणं सुरूच ठेवलं तेव्हा मला काहीतरी विशेष घडत आहे हे जाणवलं. मी माझ्या भावनांचा जसा स्वीकार करत गेलो तसतसा त्यांचा माझ्यावरचा प्रभाव कमी होत गेला. मी वादळाला शरण गेलो होतो आणि तसं केल्यामुळे त्या वादळातही मला शांती लाभली होती. त्यामुळे मी त्या प्रवासाचा आनंद घेऊ लागलो होतो.

हा अनुभव केवळ त्या प्रवासापुरता मर्यादित राहिला नाही. माझ्या लक्षात आलं की, दैनंदिन जीवनातही मी नेहमी नकारात्मक भावनांना विरोध करण्याचा, त्यांना घालवून देण्याचा प्रयत्न करत होतो किंवा तशा भावना मनात येतात म्हणून स्वत:ला कमी लेखत होतो आणि त्या विरोधामुळे माझ्या चिंतांना आणि अति विचारांना खतपाणीच मिळत होतं. पण भावना या वादळासारख्या तात्कालिक आणि नैसर्गिक असतात या दृष्टिकोनामुळे मला अधिकाधिक वर्तमानात राहणं शक्य झालं, असा विचार करा : वादळी लाटांसमोर खंबीरपणे उभं राहून त्या लाटा रोखण्यासाठी तुमची सर्व शक्ती पणाला लावायची की, त्या लाटांवर स्वार होऊन सर्फिंगचा खेळ खेळायचा.

सतत भविष्याची चिंता करत राहणं किंवा भूतकाळाविषयी पश्चात्ताप करणं याऐवजी मी वर्तमानावर लक्ष केंद्रित करायला लागलो. भावना आनंददायी असल्या किंवा त्रासदायक असल्या तरीही मानवी अनुभवविश्वाचा समृद्ध भाग म्हणून मी त्यांचा स्वीकार करू लागलो. दृष्टिकोनातल्या या बदलामुळे माझ्या चिंता कमी झाल्या आणि माझ्या विचारांचा ओघही मंदावला. जणू काही मला आयुष्याच्या वादळात शांततेचा केंद्रबिंदू गवसला.

प्रकरण २१

चिंता करा... पण तुमच्या शर्तींवर करा

अन्निका दिप्पल, जोस एफ. ब्रोशोट आणि बार्ट वर्कुईल यांच्या, चिंता व्यवस्थापन कलेविषयी महत्त्वाचा विचार देणाऱ्या माहितीपूर्ण संशोधनाचा आढावा घेऊ.

या संशोधकांनी सुमारे हजार सहभागींच्या, प्रामुख्याने स्त्रियांच्या अभ्यासातून आठ वेगवेगळ्या प्रकारच्या विषयांवर काम केलं. त्यात त्यांना काय आढळलं? तर ते एका आकर्षक धोरणाशी येऊन थांबले : 'चिंतेला पुढे ढकलणं किंवा चिंतेला मिळणारं उत्तेजन नियंत्रित करणं.'

यात लक्षवेधक असं काय आहे? आपल्या दैनंदिन जीवनात नियमित आणि सातत्यपूर्ण गोष्टी स्थापित करून चिंतेवर परिणामकारक उपाय देणारा तो एक साधा, पण शक्य असणारा मार्ग आहे. रोजच्या जीवनातली दोन धोरणं समजून घेत चिंता व्यवस्थापनाचा हा नवीनतम मार्ग समजून घेऊ.

आपल्या चिंतेचं व्यवस्थापन करणे :

प्रथम चिंतेविषयी जागरूकता विकसित करा. असं करणं म्हणजे आपल्या विचारांमधल्या अंधाऱ्या कोपऱ्यांवर प्रकाश टाकून आपण खरोखरीच चिंतेमध्ये आहोत हे जाणून घेणं. हे करण्याचा प्रभावी उपाय म्हणजे आपल्या चिंतांच्या नोंदी ठेवणं आणि चिंता करण्यासाठी निश्चित वेळ राखून ठेवणं. याचं महत्त्व काय आणि ते कसं करायचं हे पाहू.

बऱ्याचदा, चिंता ही आपल्या मनाच्या पृष्ठभूमीवर सावलीसारखी रेंगाळत असते त्यामुळे आपल्याला ती स्पष्टपणे दिसत नाही. आपल्याला ती जाणवते आणि आपल्यावर तिचा परिणामही होतो, पण आपल्याला त्या परिणामांची जाणीव नसते आणि ते कशामुळे होतात हेसुद्धा माहीत नसते. चिंतांची नोंद ठेवल्यामुळे आपण त्या चिंतांना प्रकाशात आणू शकतो. त्या चिंतांना कोणत्या गोष्टींमुळे उत्तेजना मिळते, त्यांचा प्रकार काय आणि त्या चिंता कोणत्या वेळी मनात प्रवेश करतात यांविषयी आपण जागरूक राहू लागतो.

समजा, बऱ्याचशा चिंता संध्याकाळच्या वेळी किंवा रात्री झोपण्याच्या वेळी भरतीच्या लाटांप्रमाणे तुमच्यावर येऊन कोसळतात. हे समजणं खूप महत्त्वाचं आहे. त्या वेळी तुमच्या विचारप्रक्रियेवर चिंतांची पकड घट्ट असते, हे त्यातून समजतं. हे ज्ञान प्राप्त झाल्यावर तुम्ही त्या चिंतांशी अगदी थेट सामना करू शकता.

आपल्याला कोणत्या वेळी चिंतांचा प्रभाव अधिक जाणवतो हे समजल्यावर मग तुम्ही चिंतेचा काळ निश्चित करायचा आहे. म्हणजेच तुम्ही स्वतःला चिंता करण्यासाठी निश्चित वेळ, जागा आणि अवधी ठरवून द्यायचा आहे. खरं तर त्या वेळात तुम्ही स्वतःला जाणीवपूर्वक चिंता करायला लावायची आहे. चिंतेला नियंत्रित करण्यासाठी हे ठीक आहे ना? आपण आपल्या चिंतांमध्ये कधी आणि किती गुंतायचं याचं नियंत्रण तुमच्याकडे असणार आहे.

चिंता करण्याच्या काळासाठी एक आरामदायी आणि शांत जागा निवडा. एक वेळ निश्चित करा. उदा., संध्याकाळी ५.०० वाजता. चिंता करण्याचा अवधीही ठरवून घ्या. उदा., १५ मिनिटं. त्या काळात स्वतःला कशाचीही किंवा सगळ्याचीच शक्य तितकी तीव्र चिंता करण्याची अनुमती द्या. अखेर, तो तुमचा चिंतेसाठीचा खास वेळ असणार आहे ना!

आपल्या चिंतांना वेगळं काढून एका निश्चित कालखंडात सीमित केल्यामुळे तुम्हाला तुमच्या विचारांवर पुन्हा नियंत्रण प्राप्त करणं शक्य होतं. अन्य कोणत्या वेळी त्या चिंता मनात डोकावल्या तर तुम्ही शांतपणे स्वतःला सांगायचं आहे की, 'आत्ता नाही. चिंतेचा वेळ नंतर आहे. तेव्हा मी मला हवी तेवढी चिंता करू शकणार आहे.' अशा प्रकारे चिंतेला पुढे ढकलल्यामुळे दिवसभरासाठी त्या चिंतेचा प्रभाव कमी होतो आणि चिंतेत न गुंतता तुम्ही वर्तमानावर लक्ष केंद्रित करू शकता.

उद्देशानुसार चिंता कमी करणे :

पुढच्या टप्प्यावर, चिंता पूर्णपणे नष्ट करण्याऐवजी तिचं प्रमाण कमी करायचं आहे. कारण चिंता कमी करून अधिकाधिक काळ वर्तमानात राहणे आणि अति विचारी वृत्ती कमी करणे हे साधण्यात परिपूर्णता मिळवण्याचाही एक वेगळा ताण येऊ शकतो. त्याऐवजी साध्य करण्याजोगे आणि प्रमाण ठरवता येण्याजोगे उद्देश निश्चित करण्यामुळे मन:शांतीचा मार्ग खुला होऊ शकतो. ही संकल्पना नीट समजून घेऊ.

चिंता हा आयुष्याचा भाग आहे, पण त्यांनी तुमच्या विचारांना प्रभावित करू नये. एक असा उद्देश धरून बघा : 'या आठवड्यात मी चिंता करण्यासाठी दहा मिनिटं आणि पुढच्या आठवड्यात फक्त पाच मिनिटं खर्च करेन.' या पद्धतीमुळे हे लक्षात येईल की, आपली चिंता अजून अस्तित्वात आहे, पण ती चिंता आणि त्यासाठी मानसिक ऊर्जा वापरण्याचं प्रमाण हळूहळू कमी होते आहे. यामुळे आपल्या उद्देशाचं काठिण्य कमी होऊन तो साध्य करण्याची संभावना वाढते.

चिंता कमी करण्यासाठी साध्य होऊ शकतील अशा प्रमाणातले उद्देश निश्चित केले तर ते वर्तमानात अधिकाधिक स्थिरावण्यासाठी उपयुक्त ठरतात. जेव्हा तुम्ही चिंतेसाठी कमी वेळ खर्च करण्याचं ठरवता तेव्हा तुम्ही वर्तमानातल्या प्राप्त क्षणांवर केंद्रित होण्यासाठी मनाला चिंतामुक्त करता. ध्यान केंद्रित करण्याची दिशा बदलली की, तुम्ही वर्तमानाशी अधिक जोडले जाता आणि त्यामुळे तुमच्यामध्ये सजगता जोपासली जाते.

अन्य उद्देश असा असू शकतो : 'माझ्या चिंतेला उत्तेजना देणारी गोष्ट मी दहा मिनिटं टाळणार आहे.' यामुळे थोडा वेळ का होईना, पण चिंतेला कारण ठरणाऱ्या गोष्टींपासून जाणीवपूर्वक दूर राहण्यासाठी तुम्हाला प्रेरणा मिळते. भविष्याविषयीच्या चिंतांचं चर्वण करण्याऐवजी आपलं लक्ष वर्तमानाकडे वळवणं हे मोठ्या सजगतेच्या दिशेनं टाकलेलं पाऊल असतं. तुम्ही ती सजगता प्राप्त करून घेतली की, तुम्ही तुमचा उद्देश पंधरा मिनिटांपर्यंत वाढवण्यासाठी सक्षम होता आणि अशाच पद्धतीनं आपल्या क्षमता वाढवत नेता.

अशा प्रकारे, व्यावहारिक उद्देश आपल्यामध्ये परिपूर्णतेची भावना जागवतात. आपला चिंता करण्याचा कालावधी कमी करता आला किंवा

चिंतेला उत्तेजना देणाऱ्या गोष्टीपासून दूर राहता आलं तर यशाचा तो प्रत्येक टप्पा साजरा करा. त्या विजयांमुळे हळूहळू तुमच्या जीवनातील चिंतेचा प्रभाव कमी होत जातो आणि चिंता व्यवस्थापनाची क्षमता तुम्हाला पुन्हा प्राप्त होते.

चिंतेला नष्ट करण्याऐवजी ती कमी करण्याचा उद्देश ठेवला, तर प्रगतीमधल्या कमतरता लक्षात येतात. त्यामुळे अधिकाधिक वर्तमानात राहणारी आणि चिंता कमी करणारी मनोभूमिका घडवण्यासाठी तुम्ही प्राप्त करता येतील अशी आणि प्रमाण ठरवता येईल अशी उद्दिष्टं निश्चित करू शकता. क्रमाक्रमानं चिंता करण्याचा वेळ आणि त्यासाठी वापरली जाणारी मानसिक ऊर्जा कमी करून तुम्ही शांत आणि अधिक संतुलित आयुष्याकडे नेणाऱ्या सजगतेच्या प्रवासाला आरंभ करता. म्हणून तसेच व्यावहारिक उद्देश निश्चित करा, आपल्या प्रगतीचा आढावा घ्या आणि आयुष्यातल्या शांततेच्या आणि वर्तमानातल्या वाढत्या क्षणांचा आनंद घ्या.

प्रकरण २२

कृतीमधून विसावा मिळवा

तेल अवीव विद्यापीठातील संशोधकांनी केलेल्या अभ्यासानुसार, आपली दैनंदिन दिनचर्या सातत्यपूर्ण आणि नियमित राखण्याचं महत्त्व ओळखण्यात चिंता कमी करण्याची गुरूकिल्ली आहे.

पहिल्या दृष्टिक्षेपात ही कल्पना परस्परविरोधी वाटू शकते. नित्यनियमाचे पालन करण्यासारखी सामान्य गोष्ट चिंता कमी करण्यासाठी कशी योगदान देऊ शकते? चौकसपणे बघितलं तर याच्या उत्तराचं मूळ हे रचनात्मकता आणि अंदाज बांधण्याच्या मूलभूत मानवी गरजेमध्ये आहे. जेव्हा आपल्या जीवनात सगळं सुरळीत चाललेलं असतं, जेव्हा आपल्याला पुढे काय होणार याचा अंदाज बांधता येतो तेव्हाच आपला विकास होत असतो.

यासंदर्भात आपली दिनचर्या आपल्याला आवश्यक ती महत्त्वाची चौकट प्रदान करते. ती चौकटच आपल्याला दीपस्तंभाप्रमाणे मार्गदर्शन करते. त्यामुळे आपल्या चिंतांना खतपाणी घालणारं अस्पष्टता आणि संदिग्धतेचं धुकं दूर होतं. आता या संशोधनावर आधारित दैनंदिन कार्यातून विसावा मिळवण्यासाठी मदत करणाऱ्या दोन गोष्टी जाणून घेऊ.

चिंता कमी करण्यासाठी सातत्याचा स्वीकार करणे :

पहिली गोष्ट म्हणजे आपल्या दैनंदिन स्तरावर एक नियमित आणि सातत्यपूर्ण जीवनशैली धारण करण्याचं अत्यंतिक महत्त्व समजून घेणं. ही नियमित

जीवनशैली म्हणजेच रोजच्या कार्यातली नियमितता ज्यामुळे आपले रोजच्या जीवनातील विविध कार्यविधी करत असताना आपल्याला अधिकाधिक शांतता लाभते. त्या कार्यविधींमध्ये सकाळी उठणे, रात्री झोपणे, जेवणाच्या वेळा, व्यायाम आणि आरामाच्या वेळा यांचा समावेश होतो.

विचार करा, रोजचं काहीच निश्चित काम ठरलेलं नसताना तुमचं सकाळी उठणं कसं असेल? रोज तुम्ही वेगवेगळ्या वेळेला उठाल कारण उठल्यावर काय काम करायचं आहे, याची निश्चिती नसते. नियमिततेच्या अभावी मन विचलित होऊ शकतं आणि त्यामुळे चिंता वाढते. आता दुसऱ्या परिस्थितीचा विचार करा : तुम्ही सकाळी उठण्याची एक निश्चित वेळ ठरवली आहे आणि उठल्यावर सकाळच्या कामांची क्रमवार योजना आखलेली आहे. मग कदाचित दिवसाची सुरुवात तुम्ही हलक्या व्यायामानं कराल किंवा कपभर आयुर्वेदिक चहानं कराल. अशी नियमित दिनचर्या तुमचा भक्कम आधार ठरते. तुमच्या मेंदूला संदेश मिळतो की, आजचा दिवस ठरल्याप्रमाणे सुरू झालेला आहे आणि त्यामुळे परिस्थिती आपल्या नियंत्रणात आहे आणि आपल्याला पुढचा अंदाज करता येईल असं वाटतं. कालांतरानं, रोज सकाळच्या अशा अगदी साध्या, पण नियमित कामांमुळे सकाळच्या वेळी चिंतेच्या प्रमाणात लक्षणीय घट होते आणि पुढच्या संपूर्ण दिवसामध्ये सकारात्मकता भरून राहते.

जेवणाच्या वेळा निश्चित ठरवण्यानेही मोठा परिणाम दिसून येतो. रोजच्या धकाधकीच्या जीवनात जेवण घाईगडबडीनं उरकलं जातं किंवा कधीकधी तर जेवण टाळलंच जातं. जेवणाच्या अशा अनियमिततेमुळे शरीरावर आणि मनावर ताण येतो. पण रोजच्या दिनक्रमात जेवणासाठी वेळ राखून ठेवल्यामुळे आणि तो वेळ नियमिततेनं पाळल्यामुळे तुम्हाला व्यवस्थित वाटेल आणि स्वस्थता जाणवेल. कल्पना करा की, तुम्ही रोज ठरलेल्या वेळी कोणताही ताण न घेता जेवायला बसला आहात आणि पुढ्यातल्या पदार्थांचा आस्वाद घेत आहात. यामुळे जेवणासंबंधी चांगल्या सवयी तर लागतातच, पण त्या निमित्तानं दिवसभराच्या धावपळीमध्ये तुम्हाला थोडा विसावाही मिळतो आणि त्यामुळे एकंदरीतच मनावरचा ताण कमी होतो.

नियमित व्यायाम हा चिंता कमी करण्याचा आणखी एक प्रभावी उपाय आहे. एखादा दिवस व्यायामाचं सत्र हुकलं तर हुरहुर लागते आणि अपराधीपणाची भावना निर्माण होते. पण सकाळच्या वेळी धावायला जाणं,

योगासनं किंवा संध्याकाळी भारोत्तलनाचं प्रशिक्षण असो, तुम्ही व्यायामाची नियमित आखणी केली की, तुमच्या दिनचर्येला निश्चित आकार येतो आणि शिस्त लागते. शारीरिक व्यायामासाठी आपण कधी आणि कसा वेळ द्यायचा आहे याचा अंदाज आला की चिंतेचं प्रमाण कमी होतं, उत्साह वाढतो आणि एकंदरीतच सकारात्मकतेची भावना वाढते.

एवढंच नाही, तर विश्रांतीच्या वेळामुळेही रोजच्या दिनचर्येला फायदा होतो. विश्रांतीला आणि करमणुकीला जितकं महत्त्व आहे तितकंच आपल्या छंदांसाठी आणि खास वेळ राखून ठेवणं आणि काही वेळ कामातून सुट्टी घेणं यांमुळेही तुम्हाला स्वत:वर पुन्हा योग्य प्रकारे ताबा मिळवायला मदत होते. पुस्तक वाचन असो, चित्र काढणं असो किंवा वाद्यवादनाचा रियाज असो, अशा क्रियाकलापांसाठी खास वेळ राखून ठेवल्यामुळे ते तुमच्या जीवनाचा अविभाज्य भाग होऊन जातात. रचनात्मक नियमितता आणि विश्रांती यांत साधलेलं संतुलन, रोजच्या धावपळीमध्ये तुम्हाला शांतवतं आणि तुमच्यात नवोन्मेश भरून चिंतेला शमवणाऱ्या मलमासारखं काम करतं.

आपल्या दैनंदिन जीवनात नियमितता आणि सातत्य अंगीकारण्याचं महत्त्व जाणून घेणं हे चिंता कमी करण्यासाठीचं एक प्रभावी धोरण आहे. सकाळी उठण्याची आणि रात्री झोपण्याची वेळ, जेवणाची वेळ, व्यायामाची आणि विश्रांतीची वेळ पाळल्यामुळे पुन्हा एकदा परिस्थिती नियंत्रणात असल्याचा, पुढचा अंदाज घेऊ शकण्याचा भाव निर्माण होतो आणि त्यामुळे आयुष्य संतुलित होतं. अशी नियमित दिनचर्या तुमच्या सहकाऱ्याप्रमाणे काम करून तुम्हाला आजच्या आधुनिक जीवनातील गोंधळाच्या परिस्थितीत स्थिर राहायला मदत करते आणि येणाऱ्या प्रत्येक दिवसाला सहजतेनं आणि शांतपणे योग्य दिशा देता येते.

पुनरावृत्तीमधून शांतता मिळवणे :

चिंतेचं प्रमाण कमी करण्यासाठीचं आणखी एक प्रभावी धोरण म्हणजे पुनरावृत्तीमधून सहजता प्राप्त करून घेणे. पुन्हा पुन्हा केल्या जाणाऱ्या कृतींमध्ये स्वत:ला गुंतवून घेणं हा शांतता आणि सजगता प्राप्त करून घेण्याचा एक मार्ग असू शकतो ज्यामुळे वर्तमान स्थितीमध्ये पूर्णपणे सामावून जाणं आणि विचारांची गती कमी करणं शक्य होतं.

आपल्या जीवनात साध्या दैनंदिन कामांपासून ते कौशल्यपूर्ण छंद आणि सरावांपर्यंत अनेकविध प्रकारची पुन्हा पुन्हा केली जाणारी काम असू शकतात. अशा पुन्हा पुन्हा करण्याच्या कामांमध्ये शांतता मिळण्याचं रहस्य त्या कामांमधून साधली जाणारी लय आणि त्या कामांची लागलेली सवय यात आहे. जेव्हा तुम्ही अशा पुनरावृत्तिपूर्ण कामांमध्ये स्वत:ला गुंतवता तेव्हा तुमचं मन भूतकाळासंबंधीच्या किंवा भविष्यासंबंधीच्या विचारांपासून बरचंसं मुक्त असतं. त्याऐवजी तुम्ही वर्तमानात स्थिरावता आणि वर्तमान क्षणांचा पुरेपूर अनुभव घेता.

पुनरावृत्तिपूर्ण विधेचं उत्तम उदाहरण म्हणजे विणकाम. विणकामाच्या सुयांची लयबद्ध हालचाल, त्यातून येणारा 'क्लिक-क्लॉक' हा सवयीचा आवाज आणि हळूहळू आकाराला येत जाणारं वस्त्र यांमुळे ध्यान साधल्याचा अनुभव येतो. विणत असताना त्या धाग्याचा स्पर्श, हातांची हालचाल आणि विणकामातून आकाराला येणारं वस्त्र यांत आपण पूर्णपणे बुडून गेलेले असतो. त्या प्रक्रियेदरम्यान विणकामाच्या पुन्हा पुन्हा होणाऱ्या एकसारख्या हालचालींत गुंतल्यामुळे आपण ताणतणाव विसरून जातो.

पुनरावृत्तीतून शांतता मिळवण्याच्या संकल्पनेत स्वयंपाक आणि बागकाम अशा दैनंदिन कामांचाही समावेश होतो. कारण या कामांमध्येही पुन्हा पुन्हा करण्याच्या काही क्रिया असतात आणि टप्पे असतात. भाज्या चिरणे किंवा रोपांची निगा राखणे ही कामं मनाला शांत करण्याचे उपचार ठरू शकतात कारण त्या वेळी आपण संबंधित वस्तूंचा स्पर्श आणि संवेदनांचा अनुभव घेत असतो. त्या प्रक्रियेत पुढे काय होणार याचा अंदाज करताना मन तणावरहित होतं आणि चिंतेला मनात घर करायला जागाच उरत नाही.

प्रकरण २३

दोन तणावग्रस्त व्यक्ती म्हणजे कमी तणाव :

हे दृश्य ओळखीचं वाटतं आहे का बघा : तुम्हाला अतिशय तणावपूर्ण वाटणारं एक सादरीकरण करायचं आहे. तुमच्या हृदयाची धडधड वाढली आहे, तळहाताला घाम सुटला आहे आणि मनात चिंतेच्या विचारांचा ओघ वाढला आहे. तुम्हाला असं वाटतं आहे की, जणू काही सगळ्या जगाचं ओझं आपल्या खांद्यावर आहे आणि तुम्ही चिंता, तणावाच्या प्रभावात आहात, बरोबर?

यूएससी मार्शल स्कूल ऑफ बिझनेस इथल्या प्राध्यापिका सारा टाऊनसेंड यांनी केलेल्या संशोधनात दिसून येतं की, जीवनात अति तणावाचे क्षण येणं अगदी साधारण गोष्ट आहे. त्या क्षणी वाटतं की, आपण अगदी एकटे पडलो आहोत आणि आपल्या समस्यांशी एकटेच लढतो आहोत. पण खरं तर आपल्यापैकी प्रत्येकालाच चिंता आणि तणाव सहन करावे लागतात. हे एकदा मान्य केलं की, चिंता आणि तणावाशी सामना करणं सोपं होतं.

तणावाच्या परिस्थितीमध्ये लोक आपल्या भावनांना कसं हाताळतात याविषयी टाऊनसेंड यांनी अभ्यास केला. भाषण देण्यापूर्वी आपल्या काय भावना असतात याविषयी त्यांनी त्यांच्या बावन्न विद्यार्थिनींशी चर्चा केली. त्यातून त्यांना जे समजलं ते म्हणजे तणावाची स्थिती हाताळण्यासाठीचे आणि स्वत:ला अधिक सक्षम करण्यासाठीचे महत्त्वपूर्ण धडे आहेत.

उपाय असा आहे : तुमच्याप्रमाणेच तणावामध्ये असलेल्या व्यक्तीशी बोलून तुम्ही तुमचं मन मोकळं केलं, तर तुमचा ताण कमी व्हायला मदत होईल. तुम्ही दोघंही बोटीतून प्रवास करत आहात आणि दोघांच्या बोटी वादळात अडकलेल्या आहेत अशी कल्पना करा. आपल्याला करायचं असलेलं काम किती गंभीर आहे यावर तुम्ही दोघं एकमेकांशी चर्चा करता तेव्हा तुम्ही एकेकटे उरत नाहीत, तर तुमचा एकत्रित प्रवास सुरू होतो. या सांघिक भावनेमुळे तणाव कमी होतो.

भावनिक आधार मिळवणे :

जेव्हा परिस्थिती खूपच कठीण होते तेव्हा आपल्यावरचा तणाव हाताळण्यासाठीचा सर्वाधिक प्रभावी उपाय म्हणजे आपल्या ज्या मित्रांनी किंवा सहकाऱ्यांनी कठीण परिस्थितीमध्ये अशाच प्रकारचा भावनिक तणाव झेलला आहे, अशांकडून भावनिक आधार मिळवणे. एकमेकांचे अनुभव जाणून घेतल्यामुळे आणि सहानुभूती लाभल्यामुळे तो आधार आपला तणाव कमी करण्याचं साधन बनू शकतो.

समजा, अति प्रतिष्ठित अशा ग्राहकांसाठी करायच्या एका गुंतागुंतीच्या प्रकल्प सादरीकरणाकरता नियुक्त केलेल्या प्रमुख गटाचे तुम्ही एक सद्स्य आहात. जसजसा त्या सादरीकरणाचा दिवस जवळ येतो तसतसा तुमच्यावरचा ताण वाढू लागतो. अशा वेळी तुम्ही तुमच्या अशा एका सहकाऱ्याला भेटायचं ठरवता ज्यानं आधी अशाच अति तणावाच्या परिस्थितीचा अनुभव घेतलेला आहे. तुम्ही त्या सहकाऱ्याशी तुमच्या चिंतेविषयी चर्चा करता आणि आश्चर्य म्हणजे तो सहमतिदर्शक मान हलवतो आणि घामेजलेल्या तळव्यांचा, वाढलेल्या धडधडीचा स्वत: घेतलेला अनुभव तुम्हाला सांगतो.

अशा प्रकारे, एकमेकांशी जोडलं गेल्यामुळे कोणीतरी आपली दखल घेत आहे, आपलं ऐकून घेत आहे असं तर तुम्हाला वाटतंच, पण आपण सध्या जो संघर्ष करत आहोत तसाच संघर्ष करून इतर लोक पुढे गेले आहेत याचं प्रत्यक्ष प्रमाण तुम्हाला प्राप्त होतं. इतरांचा भावनिक अनुभव समजून घेतल्यामुळे तुम्हाला तुमची स्वत:ची मन:स्थिती स्थिरावायला मदत होते आणि तुमची एकटेपणाची भावना लोप पावते. तुम्ही तुमच्या

सहकाऱ्याबरोबर मिळून तुमच्या सादरीकरणाचा सराव, वेळेचं व्यवस्थापन आणि तणावरहित राहण्याचं तंत्र अशी काही धोरणंही आखू शकता.

यावरून लक्षात येऊ शकेल की, वैयक्तिक पातळीवर गंभीर समस्यांचा (घटस्फोट किंवा हिंसाचार) अनुभव घेतलेले लोक स्वत: पीटीएसडी विकसित करतात. तर सामूहिक पातळीवर संकटांचा (पूर किंवा भूकंप) अनुभव घेतलेल्या लोकांचं वागणं अधिक चांगलं असल्याचं दिसतं. समूहामध्ये आणि एकमेकांशी अनुभवांची देवाणघेवाण करण्यामध्ये मोठी ताकद असते. पण याचा अर्थ तुम्हाला आपल्यासारखाच घाबरलेला सहकारी शोधायचा परवाना मिळाला आहे असा नाही. हा फरक लक्षात ठेवायचा आहे.

ध्यानपूर्वक ऐकून घेऊन भावनिक बंध दृढ करणे :

दुसरा प्रभावी उपाय म्हणजे जर एखादी व्यक्ती तुम्हाला स्वत:च्या भावना तुमच्यापुढे व्यक्त करत असेल तर ते ध्यानपूर्वक ऐकणे. ध्यानपूर्वक ऐकणे म्हणजे केवळ कानांवर पडणारे शब्द ऐकणं नाही, तर त्या शब्दांमागची भावना समजून घेण्याचा यथोचित प्रयत्न करणे आणि त्या व्यक्तीचं बोलणं मध्येच न थांबवणं, त्या व्यक्तीविषयी कोणताही ग्रह करून न घेणं. असं केल्यामुळे तुम्ही त्या व्यक्तीच्या भावनांना केवळ न्याय देता असं नाही, तर त्या व्यक्तीला स्वत:च्या भावना सखोल जाणून घ्यायला मदत करता, सहानुभूती दर्शवून त्यांच्या मनात विश्वास निर्माण करता आणि त्याबदल्यात तुमच्या आणि तुमच्याशी बोलणाऱ्या व्यक्तीच्या प्रतिक्रिया विकसित होत जातात.

कल्पना करा की, तुमची एमिली नावाची एक अगदी जवळची मैत्रीण आहे आणि तिनं तुम्हाला विश्वासात घेऊन तिच्या कामाच्या ठिकाणच्या समस्यांविषयी सांगितलेलं आहे. तिच्यावर सोपवण्यात आलेल्या एका आव्हानात्मक योजनेविषयी ती चिंतित आहे आणि तिला तणाव आलेला आहे हे स्पष्ट दिसत आहे. तिचा भावनिक ताण तिच्या वागण्याबोलण्यातही प्रतिबिंबित होत आहे हे तुमच्या लक्षात आलेलं आहे. अशा वेळी लगेचच तिला काही उपदेश देण्याऐवजी किंवा तिच्या समस्यांवर 'उपाय' सुचवण्याऐवजी तिचं म्हणणं समजून घेणं आवश्यक आहे.

एमिलीला आपल्याजवळ बसवून घ्या. तिच्या नजरेला नजर देऊन तिचं बोलणं ऐका आणि मान डोलवत ते तुम्ही समजून घेत आहात हे दर्शवा.

तिला मध्येच थांबवून तुमचाही तसाच एखादा अनुभव आणि तुम्ही योजलेले उपाय तिला सांगण्याची ऊर्मी रोखून धरा. त्याऐवजी तिला उत्तर द्यायला सोपे वाटेल असे काही प्रश्न विचारा. उदा., 'बरं मला सांग की, तुझं आणखी काय चाललं आहे?' किंवा 'मग या परिस्थितीत तुला काय वाटत आहे?' तुम्हाला खरोखरीच जाणून घ्यायचं आहे हे दिसल्यावर एमिली तिच्या भावना आणखी मोकळेपणाने व्यक्त करेल.

एमिली बोलतच राहील आणि तुम्ही मनापासून तिच्या भावनांशी जोडले जात आहात हे तुम्हाला जाणवेल. तिला वाटत असणारी काळजी योग्य आहे हे मान्य करून तिला सहानुभूती दर्शवा. एमिलीचं बोलणं संपल्यावर आपलं कोणीतरी ऐकून घेतलं आहे आणि आपल्याला समजून घेतलं आहे असं तर तिला वाटेलच, पण भावना मोकळ्या केल्यामुळे तिच्यावरचा ताणही थोडा कमी झालेला असेल. त्याहूनही चांगलं म्हणजे तुम्हाला स्वतःलाही काहीसं हलकं वाटू लागेल आणि तत्कालीन परिस्थितीमध्ये तुम्हाला चिंतित करणाऱ्या गोष्टींकडे संतुलित नजरेनं बघण्याचा दृष्टिकोन तयार होईल.

यातली केंद्रवर्ती कल्पना अशी आहे की, मन विचलित करणाऱ्या गोष्टींनी भरलेल्या या वेगवान जगामध्ये समजून घेऊन ऐकून घेणं हाच चिंतेवरचा आणि अति विचारांवरचा एक रामबाण उपाय आहे. एखाद्या व्यक्तीसाठी आपण उपलब्ध असणं, तिचं म्हणणं सहानुभूतिपूर्वक ऐकून घेणं आणि समजून घेणं यांमुळे आपण केवळ त्या व्यक्तीचं सांत्वन करत नसतो, तर स्वतःसुद्धा वर्तमानाशी जोडलं जाण्याचा आणि त्यानुसार स्वतःकडे बघण्याचा दृष्टिकोन अनुभवत असतो.

प्रकरण २४

'आणि त्याचा अर्थ काय...?'

आता अति चिंतेतून निर्माण होणाऱ्या विचारांच्या ओघावर आणि नैराश्यावर प्रभावी उपाय ठरलेल्या सीबीटीमध्ये सॉक्रेटीसच्या प्रश्नाची भूमिका यावर लिसा व्हिट्टोरियो आणि त्यांच्या सहकाऱ्यांनी मिळून केलेल्या रंजक संशोधनाची माहिती घेऊ. संशोधकांनी आपल्या अभ्यासात उपचार घेत असलेल्या १२३ लोकांना समाविष्ट करून घेतलं आणि विविध प्रकारच्या प्रश्नांना ते कसा प्रतिसाद देतात याचा अभ्यास केला.

त्यांच्या लक्षात आलेल्या गोष्टी अशा : लोकांच्या मनात खोलवर रुजलेल्या विचारसरणीमध्ये बदल घडवण्यासाठी सॉक्रेटीसचे प्रश्न अतिशय उपयुक्त आहेत. सॉक्रेटीस हा एक तत्त्वज्ञ होता. एखाद्या विषयात अनभिज्ञ असल्याचा दिखावा करून त्या विषयावर वादविवाद सुरू करण्यासाठी तो कुप्रसिद्ध ठरला होता. मनात दडलेल्या धारणा उघड करण्यासाठी विचारणा करणे हे सॉक्रेटीसच्या प्रश्नांचं उद्दिष्ट होतं. जे जसं दिसतं तसंच स्वीकारण्याऐवजी आपल्याला सत्य वाटणाऱ्या, पण आपण ज्यांचं योग्य ते परीक्षण केलेलं नाही अशा गोष्टींविषयी चौकशी करायला सॉक्रेटीसचा प्रश्न भाग पाडतो. अशा अतिशय महत्त्वाच्या सॉक्रेटीस/सीबीटी शैलीतील प्रश्नांपैकी एक म्हणजे : 'तुझ्या या धारणेसाठी तुझ्याकडे काही पुरावा आहे का?'

त्याचप्रमाणे सॉक्रेटीसच्या प्रश्नामुळे आपल्याला आपल्या धारणांचं विश्लेषण करून त्यामागे खोल रुजलेल्या विचारांपर्यंत पोहोचता येतं. उदाहरणार्थ, जर आपण विचारत राहिलो की, 'आणि त्याचा अर्थ काय?'

तर तो अर्थ शोधताना आपण आपल्या आयुष्याला प्रभावित करणाऱ्या काही मूळ विचारांपर्यंत पोहोचतो. उदाहरणार्थ,

'मी माझ्या नव्या व्यवसायामध्ये गोंधळ करून ठेवणार आहे.'

'गोंधळ करणार आहेस याचा अर्थ काय?'

'म्हणजे अर्थातच मी माझी सगळी बचत खर्च करून टाकेन आणि त्यातून लाभ मिळवण्यात मी अपयशी ठरेन.'

'बरं आणि मग? त्याचा अर्थ काय?'

'त्याचा अर्थ मी कोलमडून पडेन.'

'म्हणजे काय वाईट होईल?'

'म्हणजे... सगळ्यांना वाटेल की मी एक अतिशय अपयशी ठरलेला माणूस आहे.'

'तू अपयशी आहेस असं लोकांना वाटेल... त्याचा अर्थ काय?'

'त्याचा अर्थ असा होईल की, मी एक वाईट माणूस आहे.'

इथे काहीच, पण योग्य ठिकाणी विचारलेल्या सॉक्रेटीसच्या प्रश्नांद्वारे आपण मनात खोल दडलेली भीती आणि त्या भीतीशी जोडलेल्या धारणा उजेडात आणू शकतो. म्हणजेच- 'या व्यवसायात मला अपयश आलं तर त्याचा अर्थ मी एक वाईट माणूस आहे असा होईल.'

आपण आणखीही काही सॉक्रेटीसचे प्रश्न विचारू शकतो. उदाहरणार्थ, 'तुला जे वाटतं त्यासाठी काही पुरावे आहेत का? तुला जे वाटतं ते खरं आहे का?'

नकारात्मक विचारसरणी रोखणे :

कल्पना करा, कामाच्या ठिकाणी तुमचा दिवस अतिशय वाईट गेला आहे आणि आता तुम्ही ट्रॅफिकमध्ये अडकल्यामुळे नैराश्यानं धुसफुसत आहात. अशा वेळी, मनात नकारात्मक विचार शिरकाव करू लागतात. उदा.,

'मला नेहमीच ट्रॅफिकमध्ये अडकून पडावं लागतं' किंवा 'माझा बॉस फारच विचित्र वागतो.' आता तशा विचारांची साखळी तयार होण्यापूर्वीच तुम्ही प्रश्न विचारण्याचं तंत्र अवलंबा.

आपल्या मनात असे प्रश्न येत आहेत हे लक्षात येताच त्यात खंड पाडून ते थांबवा. त्या विचारांना बेफाम होऊ देऊ नका. स्वत:ला विचारा, 'या विचारासाठी माझ्याकडे काही पुरावा आहे का?' या ट्रॅफिकच्या दृश्यासंदर्भात तुमच्या लक्षात येईल की, तुम्ही काही नेहमीच असे ट्रॅफिकमध्ये अडकत नाही. असे वैतागाचे दिवस कधीतरीच येत असतात आणि बॉसच्या बाबतीत बोलायचं तर तुम्हाला जे वाटतं त्यासाठी तुमच्याकडे कोणताही भक्कम पुरावा नाही.

मनाच्या आणखी तळाला जाण्यासाठी आणखी एक प्रश्न विचारा– 'त्यासाठी एखादं पर्यायी स्पष्टीकरण आहे का?' पुढे एखादा अपघात झाल्यामुळे किंवा रस्त्याचं काम चाललेलं असल्यामुळे ट्रॅफिक वाढलं असेल. बॉसच्या बाबतीत बोलायचं तर त्याच्या वागण्यामागे काही तणाव किंवा व्यक्तिगत समस्या असेल का?' अशा प्रकारे पर्यायी स्पष्टीकरण शोधत नकारात्मकता कमी करता येते.

आपल्या मनातल्या शेरलॉक होम्सला कधी जागं करायचं ते बघा: स्वत:ला विचारा, 'आपला जवळचा मित्र या परिस्थितीविषयी काय म्हणेल?' विचार करा, तुमच्या जागी तुमचा मित्र असता तर तुम्ही त्याला काय सल्ला दिला असता? बहुतेक करून तुम्ही त्याला सहानुभूती दाखवली असती आणि त्याला व्यावहारिक सल्ला दिला असता. असा दृष्टिकोन ठेवल्यामुळे तुम्हाला तुमच्या स्वत:च्या विचारांना आणि भावनांना समजून घ्यायला मदत होते.

स्वत:च स्वत:लाच प्रश्न विचारण्याची सवय लावून घेतल्यामुळे तुम्ही स्वत:च स्वत:ला संज्ञानात्मक उपचार देत असता. तुम्ही स्वत:च्या नकारात्मक विचारसरणीला रोखत तिची पुनर्रचना करत असता. असं करणं म्हणजे आपलं विकृत प्रतिबिंब दाखवणारा मजेसाठी लावलेला घरातला आरसा काढून टाकून तिथे यथार्थ प्रतिबिंब दाखवणारा योग्य आरसा लावण्यासारखं आहे. कालांतरानं, तुम्ही ट्रॅफिकमध्ये अडकलेले असलात किंवा तणावाच्या स्थितीतून जात असलात तरी हा सराव तुम्हाला अधिक सकारात्मक आणि संतुलित विचारसरणीकडे घेऊन जाईल.

प्रकरण २५

तुम्हाला स्वत:ची सोडवणूक करून घेणं आवश्यक आहे

या डिजिटल युगामध्ये तुमचं आयुष्य म्हणजे एखाद्या खचाखच भरलेल्या कपड्यांच्या कपाटासारखं झालं आहे असं तुम्हाला कधी वाटतं का? आपण सतत काही ना काहीतरी जमा करत असतो, साठवून ठेवत असतो आणि आपल्या बोटांच्या टोकांवर उपलब्ध असलेल्या माहितीच्या प्रचंड जंजाळातून भटकत असतो. या अंतहीन डिजिटल गोंगाटामध्ये आपण जितकी माहिती गोळा करू तितकी ती कमी ठरते. जणू काही आपण मन विचलित करणाऱ्या भूलभुलैयातून मार्ग काढत आपल्यासाठी खरोखरीच जे आवश्यक आहे त्यावर लक्ष केंद्रित करण्यासाठी धडपडत असतो. हा आधुनिक जगातला विरोधाभास आहे : 'आपल्याला जितकी अधिक माहिती उपलब्ध होते तितके आपण स्वत:पासून दुरावत जातो.'

फेसबुक, ट्विटर, इन्स्टाग्राम आणि टिकटॉक अशा सोशल मीडिया प्लॅटफॉर्मचा वापर एक आठवडाभर केला नाही तर त्याचा काय परिणाम होतो यावर डॉ. जेफ्री लॅंबर्ट यांच्या नेतृत्वातील संशोधन मंडळानं अभ्यास केला. त्यासाठी त्यांनी २९.६ वर्षं वय असलेल्या १५४ सहभागींची अनिश्‍चित क्रमपद्धतीच्या परीक्षणासाठी नोंदणी केली. त्यांना जे दिसून आलं त्यात आश्‍चर्य वाटण्यासारखं काहीच नाही. जे लोक एक आठवडा सोशल मीडियापासून दूर राहिले त्यांना त्यांच्या जीवनात मोठा सकारात्मक फरक

जाणवला. त्यांच्या नैराश्यात घट झाली, त्यांची चिंता कमी झाली. या अभ्यासावरून मीडियापासून काही काळ दूर राहण्याचे आणि त्यात दीर्घ काळ गुंतून राहण्याचे संभाव्य परीणाम दिसून येतात.

सोशल मीडियापासून दूर राहून पुन्हा मानसिक स्थिरता प्राप्त करून घेणं :

डिजिटल माध्यमाच्या कारणाने विचलित होणं थांबवायचं असेल तर त्यासाठी करायची पहिली गोष्ट म्हणजे आपली जीवनशैली आणि आपलं उद्दिष्ट याला अनुसरून सोशल मीडिया वापराचा निश्चित वेळ ठरवून घ्यायचा. हा निर्णय महत्त्वाचा आहे कारण सोशल मीडियापासून घेतलेल्या सुट्टीचा वेळ कसा व्यतित करायचा हे त्यावरून ठरतं. ही सुट्टी काही दिवसांची छोटी सुट्टी असू शकते. मानसिक स्थैर्य पुनर्स्थापित करण्यासाठी हा थोडक्यातला, पण प्रभावी उपाय आहे. तुम्ही ही सुट्टी वाढवून आठवड्याची किंवा महिन्याचीही करू शकता. तुम्ही जो अवधी ठरवाल तो पाळता येणं आणि वास्तविक असणं हे महत्त्वाचं आहे.

मला एक गोष्ट कबूल करायची आहे : मला सोशल मीडियाचं वेड होतं. पण मग मला जाणवलं की, मी त्यात फारच वाहवत जात आहे आणि माझं चित्त वेधण्यासाठी नोटीफिकेशन्स, अपडेट्स आणि विविध संदेश यांचा अखंडित ओघ सुरू आहे. मला त्यातून थोडा वेळ सुटका हवी होती. पण डिजिटल जगापासून पूर्णपणे दूर राहण्याचा विचार अस्वस्थ करणारा होता. म्हणून मी सोशल मीडियापासून एक आठवडा दूर राहण्याचं ठरवलं.

त्या आठवड्यादरम्यान सोशल मीडियापासून जाणीवपूर्वक दूर राहण्याचे फायदे मला समजले. सुरुवातीला मला ते कठीण गेलं. सतत फोन हातात घेण्याची आणि त्यावर नकळत एकामागोमाग एक फीड्स बघत राहण्याची सवय खोलवर रुजलेली होती. तरीही जसजसे दिवस उलटत गेले तसतसा मला माझ्या मानसिकतेत मोठा बदल झाल्याचं जाणवू लागलं. सोशल मीडियाचा कोलाहल हळूहळू विरत गेला आणि त्याची जागा स्पष्टता, शांततेनं घेतली.

जो वेळ मी सोशल मीडियावर घालवला असता तो वेळ आता मी माझ्यासाठी खरोखरीच आवश्यक असलेल्या गोष्टींसाठी वापरू लागलो. मला जी पुस्तकं वाचायची होती ती मी वाचली, माझ्या जवळच्या

माणसांच्या सहवासात रमलो शिवाय, एक नवा छंद सुरू केला. कोणत्याही नोटीफिकेशन्समुळे चित्त विचलित न होता मी वर्तमान क्षणांशी अधिकाधिक जोडला गेलो. आठवडा संपल्यावर माझ्या लक्षात आलं की, मी केवळ माझ्या मानसिकतेवर पुन्हा ताबा मिळवला होता असं नाही, तर मी आयुष्याचा अर्थ नव्यानं समजून घेतला होता. मी ठरवलं की, भविष्यात जेव्हा मी काही ना काही काम करत असेन तेव्हा तंत्रज्ञानाशी माझं नातं सजगतेचं असायला पाहिजे आणि दिवसेंदिवस त्या तंत्रज्ञानाचा परिणाम माझ्या आयुष्यावर कसा होत आहे याचं भान मला असायला पाहिजे. त्या आठवड्यात बदललेली माझी विचारसरणी आजतागायत तशीच आहे.

सोशल मीडियापासून दूर राहण्याचा अवधी कितीही असला तरीही तो एक परिवर्तनशील अनुभव असतो. माहितीच्या अखंडित वाहत्या जोरदार प्रवाहातून मनाला स्थिरता देण्यासाठीचा तो एक अत्यंत आवश्यक अवधी असतो. त्याही पलीकडे जाऊन तुम्हाला स्वत:वरचा ताबा पुन्हा मिळवायला, आपल्या जीवनमूल्यांशी जोडलं जायला आणि पुढे जाण्यासाठी आणखी काही स्वास्थ्यपूर्ण मार्ग आहेत का, याचा विचार करायला वेळ मिळतो.

स्वत:ला प्रत्यक्षातल्या जगाशी जोडून घेणं :

सोशल मीडियामुळे आपल्याला एकमेकांशी जोडलेले राहण्यात मदत मिळत असली तरीही त्यासाठी प्रत्यक्ष मानवी संपर्काचा बळी जात असतो. आपलं एकंदरीत जीवनमान सुधारण्यासाठी आणि आपल्या मानसिक स्वास्थ्यावर होणारे सोशल मीडियाचे नकारात्मक परिणाम कमी करण्यासाठी आणखी एक उपाय म्हणजे आपलं लक्ष पुन्हा एकदा आपल्या सभोवतीच्या स्पर्श्य जगाकडे वळवणं. होय! मला तुम्ही त्या जगात जायला हवं आहे.

समोरासमोर संपर्क साधण्याचं महत्त्व माझ्या केली नामक एका मैत्रिणीच्या उदाहरणावरून समजतं. बघावं तेव्हा ती सोशल मीडिया वापरताना दिसत असे, आपली सर्व सोशल मीडिया अकाउंट्स ती सतत तपासून पाहत असे आणि आपले फोटो नीटनेटके करून सोशल मीडियावर टाकण्यात गुंतलेली असे. पण डिजिटल माध्यमाच्या सततच्या वापरामुळे आपल्या मानसिकतेवर परिणाम होतो आहे हे कालांतरानं तिच्या लक्षात आलं. तिनं ती परिस्थिती बदलायचं ठरवलं आणि ती खऱ्या जगातल्या माणसांशी अधिकाधिक संपर्क

साधू लागली. मित्रमंडळी आणि कुटुंबीयांना प्रत्यक्षात भेटण्याला ती प्राधान्य देऊ लागली. एवढंच नाही, तर त्यासाठी ती वरचेवर कॉफीडेट्स आणि गेमनाइट्सचं आयोजन करू लागली.

कालांतरानं केलीच्या लक्षात आलं की, अशा प्रकारे प्रत्यक्ष भेटींमुळे केवळ तिच्या चिंतेचं प्रमाण कमी झालं नाही, तर तिच्या मनातले अनावश्यक विचारही कमी झाले आहेत. जेव्हा ती लोकांशी अर्थपूर्ण संवाद साधत असे किंवा प्रेमाच्या माणसांबरोबर हास्यविनोदात रमून जात असे तेव्हा तिला आपल्या ऑनलाइन व्यक्तिमत्त्वासंबंधीच्या चिंता लांबच्या आणि अनावश्यक वाटत असत. तिनं खऱ्या जगाशी जोडलेल्या संबंधांमुळे तिला जी समाधानाची आणि आपलेपणाची भावना जाणवत असे, ती सोशल मीडियामध्ये शक्य नव्हती.

तिनं स्वत:ला विविध छंदांमध्ये आणि आवडीच्या कामांमध्येही गुंतवून घ्यायला सुरुवात केली. आपल्यापैकी अनेक जण सोशल मीडियावरचे फीड्स बघण्यात बराच वेळ खर्च करत असतात, पण तीच ऊर्जा जर आपण आपल्याला खरोखरीच आवडणाऱ्या कामांसाठी वापरली तर? मग ते पेंटिंग असेल, एखादं वाद्य वाजवणं असेल, बागकाम असेल किंवा अन्य एखादा छंद असेल; पण या गोष्टी आपल्याला वर्तमानाशी अधिकाधिक जोडून घ्यायला मदत करतात.

एवढंच नाही! निसर्गाच्या सान्निध्यात राहणं हा आपल्याभोवतीच्या डिजिटल कोलाहलावरचा प्रभावी उतारा आहे. निसर्गामध्ये आपल्याला स्थिर राखण्याची आणि आपल्या चिंता कमी करण्याची लक्षणीय क्षमता आहे. तुम्ही सहजच बागेत फेरफटका मारायला जा, गिरिभ्रमण करा किंवा एखाद्या तळ्याच्या काठावर शांत बसून रहा. निसर्ग तुम्हाला सोशल मीडियाच्या सततच्या वर्षावातून मोकळीक देतो.

लोकांशी प्रत्यक्ष भेटीगाठी, छंदांमध्ये रमणं आणि निसर्गाच्या सान्निध्यात वेळ घालवणं हे वर्तमानात अधिकाधिक स्थिर राहणं आणि आपल्या मानसिक स्वास्थ्यावरचा सोशल मीडियाचा नकारात्मक परिणाम कमी करण्यासाठीचे महत्त्वाचे टप्पे आहेत. खऱ्या जगातल्या अनुभवांमुळे तुम्ही डिजिटल कोलाहलातून आणि चिंतांमधून सुटका करून घेऊ शकता आणि त्याऐवजी प्रत्यक्ष संपर्क साधून, आवडीच्या गोष्टी करून त्यातून गहिऱ्या शांततेचा अनुभव घेऊ शकता.

प्रकरण २६

सत्याला धरून रहा

'कधीही अतिशयोक्ती करू नका. सत्याचा अपमान टाळण्यासाठी आणि तुमच्या मताची किंमत कमी होऊ नये यासाठी सर्वोत्कृष्टतेचा हव्यास सोडून देणं खूपच महत्त्वाचं आहे.'

–बाल्टसार ग्रेशियन

आपल्या प्राचीन पूर्वजांनी संकटांपासून जीवित रक्षणासाठी शरीरतंत्र विकसित केलेलं होतं. ते धोका ओळखायला शिकले होते. उदाहरणार्थ, एखादा हिंस्र वाघ जंगलात फिरत असेल तर ते त्यांना समजत असे. त्याचप्रमाणे आधुनिक मानवानं भाषा विकसित केली. या भाषा-उपकरणामध्ये एक रंजक गुणधर्म आहे : भाषेमुळे आपल्यामध्ये शारीरिक आणि भावनिक स्थिती बदलण्याचं सामर्थ्य असतं. दुसऱ्या शब्दांत सांगायचं तर, त्या भीतिदायक प्रसंगाचं वर्णन करणारे 'शब्द वाचल्यावर' त्या काळी आपल्या पूर्वजांनी खऱ्या जंगलात वाघाला बघितल्यावर त्यांची जशी 'लढा किंवा पळा' अवस्था झाली असेल तशीच काहीशी अवस्था आपणही अनुभवतो. म्हणजेच जे खरं नाही त्यातून खऱ्याचा आभास निर्माण होऊ शकतो. धमकीचे शब्द भीतीची भावना जागवू शकतात आणि त्यामुळे आपल्याला खऱ्या प्रसंगाप्रमाणे भीती वाटू शकते.

जेव्हा आपण भीतिदायक विचार करतो तेव्हाही असंच घडतं. भाषा-उपकरणाचं हे एक वैशिष्ट्य आहे. काल्पनिक आणि वास्तविक नसलेल्या स्थितीचा अंदाज लावण्याचा एक दुष्परिणाम म्हणजे आपण स्वत:च स्वत:ला घाबरवतो. जेव्हा आपण म्हणतो की, 'सगळं काही संपलेलं आहे,' तेव्हा आपण स्वत:च ते ऐकतही असतो, हे लक्षात ठेवायला हवं.

शांततेचा शोध घेण्याच्या प्रवासात आपल्याला बाल्टसार ग्रेशियनच्या शब्दांचं मार्गदर्शन मिळू शकतं. त्यांनी आपल्याला अतिशयोक्तीच्या धोक्यांपासून सावध केलेलं आहे, भाषेचा जाणीवपूर्वक आणि सीमित वापर करण्याच्या कौशल्याचं महत्त्व सांगितलेलं आहे. सगळं संपून जाणार आहे का? खरंच? की फक्त तुमचा प्रिंटर बिघडला आहे? शब्दांना महत्त्व असतं. विशेषत: जर आपण विचार न करता अवाजवी शब्द वापरून स्वत:साठी अनावश्यक ताण निर्माण करत असलो तर. त्याऐवजी अचूक शब्द वापरायला शिकू या आणि स्वत:च स्वत:च्या चिंतेला खतपाणी घालण्याऐवजी चिंता नियंत्रित करू या, चिंतेचं व्यवस्थापन करू या.

उच्चतम दर्जादर्शक शब्दांचा जाणीवपूर्वक वापर :

आपण आपल्या भाषेत ज्या प्रकारे दर्जात्मक शब्दांचा वापर करत असतो ते पाहता आपल्या भावविश्वावर त्याचा फार मोठा परिणाम होऊ शकतो. आपल्याला आपल्या चिंता आणि काळजीविषयी बोलताना त्यांची तीव्रता वाढवण्यासाठी अतिशयोक्तिपूर्ण शब्द वापरण्याची सवय असते. पण चिंतेला योग्य प्रकारे नियंत्रित करण्यासाठी पहिल्यांदा काय करायचं ते पाहू : तीव्रता दर्शवणारे शब्द वापरताना ते जाणीवपूर्वक वापरा. म्हणजे अनावश्यक, अयोग्य शब्द टाळायचे आणि ते वापरण्यायोग्य तीव्र प्रसंगांसाठी किंवा परिस्थितीसाठी राखून ठेवायचे.

कल्पना करा, कामाच्या ठिकाणी तुम्ही एका कठीण परिस्थितीला तोंड देत आहात आणि त्याविषयी पहिली प्रतिक्रिया म्हणून तुम्ही घोषित करून टाकणार आहात की, 'ही आतापर्यंतची सर्वांत वाईट परिस्थिती आहे!' त्यातून तुमचं नैराश्य व्यक्त होईल, पण त्यामुळे तुमची चिंता आणखी वाढेल. त्याहूनही अधिक म्हणजे तुम्ही केलेलं भावनांचं मूल्यांकन हेच वास्तविक स्थितीचं तंतोतंत प्रतिबिंब आहे यावर तुमचा विश्वास बसेल. तुम्हाला जरी

असं वाटलं की, ही परिस्थिती अतिशय वाईट आहे तरी ती खरंच तशी असेल असं नाही. म्हणूनच त्या परिस्थितीचं वर्णन करताना संतुलित शब्द वापरा. उदा., 'ही एक आव्हानात्मक परिस्थिती आहे.' हे वाक्य आणि आधी केलेलं अतिशयोक्तिपूर्ण विधान यांतला फरक तुम्हाला जाणवला का? 'सर्वात वाईट'च्या ऐवजी 'आव्हानात्मक' हा शब्द योजल्यामुळे तुम्ही परिस्थितीचं भय न बाळगता तिच्यातली समस्या समजून घेऊ शकता.

या तत्त्वाचं सार म्हणजे तुम्हाला यथार्थवादी निर्णय घ्यायला मदत करणे. जीवनात येणाऱ्या समस्या किंवा एखादी परिस्थिती सुरुवातीला कितीही जटिल वाटत असली तरीही त्यांच्यासाठी वास्तववादी उपाय असतात. जेव्हा तुम्ही त्यांचं अचूक वर्णन करता तेव्हा तुम्ही त्यासंबंधी एक मानसिक आराखडा तयार करत असता. त्यामुळे तुम्ही त्या समस्या/परिस्थितीकडे पार करण्यास अशक्य अडथळे म्हणून न पाहता नियंत्रित करता येणारी आव्हानं म्हणून पाहू लागता. दृष्टिकोनातला हा बदल तुमच्या चिंता लक्षणीय प्रमाणात कमी करतो आणि प्रभावी पद्धतीने समस्यापूर्तीसाठी स्पष्ट दिशा दाखवतो.

हे तत्त्व तुमच्या स्वत:च्या जीवनात लागू करण्यासाठी सर्वांत आधी तुमच्या भाषेकडे लक्ष द्या. 'सर्वांत वाईट', 'सर्वोत्तम', 'नेहमीच' किंवा 'कधीच नाही', असे वरचा दर्जा दाखवणाऱ्या शब्दांचा वापर आपण कधी करतो याकडे लक्ष द्या. थोडा वेळ विचार करा आणि हे वर्णनात्मक शब्द संबंधित घटनांसाठी संदर्भानुसार योग्य आहेत का ते बघा. ते शब्द तुम्हाला संबंधित परिस्थितीशी जुळवून घ्यायला, समस्या सोडवायला मदत करत आहेत का किंवा ते शब्द वापरल्यामुळे तुम्हाला बरं वाटत आहे का? जर तसं नसेल तर आपले विचार व्यक्त करण्यासाठी अधिक योग्य मोजमाप सांगणारे अचूक शब्द निवडा.

उदाहरणार्थ, समजा, एखाद्या प्रकल्पासाठी दिलेली अंतिम मुदत तुम्हाला कठोरतेनं पाळावीच लागणार आहे. अशा वेळी 'देवाशप्पथ ही अंतिम मुदत माझाच अंत करणार आहे,' असं काहीतरी म्हणण्यापेक्षा आपल्यावरचा ताण व्यक्त करण्यासाठी तुम्ही म्हणू शकता की, 'ही अंतिम मुदत पाळणं म्हणजे एक आव्हान आहे, पण मी टप्प्याटप्प्याने काम पूर्ण करत ती पाळू शकेन.' अतिशयोक्तिपूर्ण वर्णनं टाळून आणि वास्तववादी विचार करून तुम्ही स्वत:च्या चिंतेवर नियंत्रण ठेवू शकता आणि स्थिरचित्ताने, अधिक आत्मविश्वासाने समस्यांना सामोरे जाऊ शकता.

उच्च दर्जादर्शक शब्दांचा वापर सजगतेनं करणं म्हणजे अतिरिक्त, अयोग्य शब्द टाळणे आणि ते खरोखरीच जिथे योग्य ठरतील अशा अपवादात्मक प्रसंगांसाठी त्यांना राखून ठेवणे. या युक्तीने तुम्ही चिंतेचं प्रमाण कमी करू शकता आणि जीवनातील आव्हानांना अधिक वास्तववादी आणि रचनात्मक विचारसरणीने सामोरे जाऊ शकता. अधिकतम समस्यांवर उपाय असतात आणि भाषेचा वापर विवेकाने करून तुम्ही स्वत:ला त्या समस्यापूर्ण परिस्थितीतून मार्ग काढण्यासाठी सक्षम करत असता.

भावनिक संयमाचा वापर करणे :

दुसरा सल्ला तुम्हाला एक साधं, पण प्रभावी तंत्र सांगतो. जेव्हा आपण सकारात्मक किंवा नकारात्मक, कोणत्याही भावनेच्या भरात आहोत असं तुम्हाला जाणवतं तेव्हा थोडं थांबा आणि एक ते दहा या प्रमाणात त्या भावनेची तीव्रता मोजून बघा. जर ती दहापर्यंत गेलेली असेल तर थांबा आणि त्या वेळी कोणताही निष्कर्ष लावणं किंवा महत्त्वाचा निर्णय घेणं टाळा.

आनंद असो किंवा निराशा, कोणतीही भावना तीव्र असेल तर ती आपला निष्कर्ष झाकोळून टाकते आणि भावनेच्या भरात असे काही निर्णय घेतले जाऊ शकतात ज्यासाठी पश्चात्ताप करावा लागू शकतो. म्हणूनच भावनांनी परमोच्च बिंदू गाठलेला असेल तेव्हा एक पाऊल मागे यावं आणि त्या भावनेच्या प्रवासाचं निरीक्षण करावं. भावनेची तीव्रता पाचपर्यंत येईतोवर थांबायचं आहे. कारण त्या वेळी भावना नियंत्रित करणं शक्य असतं. त्यामुळे त्या वेळी घेतलेले निर्णय स्पष्ट आणि तात्कालिक भावनिक प्रतिक्रियेनं भारलेले नसतात.

भावनिक संतुलन राखल्यामुळे आपण वर्तमानाशी अधिक निगडित राहतो आणि आपल्या चिंता कमी होतात हे या सिद्धांतामधलं मूळ तत्त्व आहे. हे तत्त्व तुम्हाला अति विचार टाळायला मदत करते आणि भावनावेगात केल्या जाणाऱ्या अतिरेकी कृतीपासून रोखते.

तुम्ही यशाने रोमांचित झालेले असाल किंवा निराशेच्या गर्तेचा अंधार अनुभवत असाल, पण त्या भावनांचं भान असणं आणि भावनिक प्रतिक्रिया संयमित राखायला शिकणं यांमुळे जीवनाकडे बघण्याचा अधिक संतुलित आणि सजग दृष्टिकोन प्राप्त होतो.

या तत्त्वाचा सराव आपल्या जीवनात करण्यासाठी आपल्या भावनिक प्रतिसादांबद्दल जागरूकता विकसित करायला सुरुवात करा. तीव्र भावना जागवणारी परिस्थिती समोर येते तेव्हा जरा थांबा आणि स्वत:ला विचारा, 'एक ते दहा या मोजपट्टीनुसार ही भावना सध्या किती तीव्र आहे?' जर ती दहा असेल तर आता आपण थोडं मागे हटायचं आहे आणि घाईगडबडीनं कोणतेही निर्णय घेणं किंवा निष्कर्ष काढणं टाळायचं आहे याची स्वत:ला आठवण करून द्या.

भावनांचं निरीक्षण करण्याबरोबरच सजग राहण्याचा सराव करा. स्वत:ला वर्तमान क्षणांमध्ये स्थिर राखण्यासाठी दीर्घ श्वास घ्या आणि शारीरिक संवेदनांवर लक्ष केंद्रित करा. त्यामुळे तत्काळ निर्माण होणाऱ्या भावनिक वादळात न अडकता योग्य दृष्टिकोन प्राप्त करून घेण्यास मदत होते. भावनेचा भर नैसर्गिकपणे पाचपर्यंत आल्यावर किंवा त्याखाली गेल्यावर तुम्ही शांतपणे, अनावश्यक विचार करण्याची किंवा भावनावेगात प्रतिक्रिया देण्याची शक्यता कमी झाल्यावर परिस्थिती हाताळू शकता.

भावनिक संयम राखण्याचा सराव आपल्याला वर्तमानात अधिकाधिक स्थिर राहण्याच्या आणि चिंता कमी करण्याच्या उद्देशाच्या जवळ घेऊन जातो. आपल्या भावनांच्या तीव्रतेचं प्रमाण समजून घेऊन आणि कोणताही निष्कर्ष काढण्यापूर्वी किंवा निर्णय घेण्यापूर्वी भावनावेगाला नैसर्गिकपणे कमी होऊ देणं यामुळे सजगता आणि तर्कशुद्ध विचार शक्य होतात.

तथापि, एक सूचना : तुम्ही जागरूक आहात आणि आपल्या भावनांविषयी वस्तुनिष्ठ भूमिका घेत आहात, याचा अर्थ तुम्ही तुमच्या भावनांचं दमन करत आहात किंवा त्यांना टाळत आहात असा होत नाही. जर तुम्हाला भीती वाटत असेल तर ते मान्य करा. जर तुम्हाला उत्साह वाटत असेल, अत्यानंद झाला असेल तर त्या भावनेचा आनंद घ्या. फक्त एवढंच करा की, तो भावनिक अनुभव क्षणिक आहे याचा विसर पडू देऊ नका. ते जे काही असेल ते संपून जाईल आणि जेव्हा ते अस्तित्वात असेल तेव्हा असू दे. तुम्ही त्याला परिभाषेत बांधण्याची आवश्यकता नाही.

प्रकरण २७

योग्य दृष्टिकोन मिळवण्याचा वेगवान मार्ग

''मेमेन्टो मोरी' (मरण अटळ आहे), राजा कुजबुजला. 'मृत्यूचं स्मरण असू दे. ज्यांनी महान सत्ता प्राप्त केली आहे त्यांचं आयुष्यही क्षणभंगुर आहे. मृत्यूवर विजय मिळवण्याचा केवळ एकच मार्ग आहे आणि तो म्हणजे आपलं आयुष्य हे एक अत्युच्च आदर्श घडवणं.'

—डॅन ब्राऊन

आयुष्यात घ्यायला लागणारे असंख्य निर्णय आणि चिंतांनी गांजून गेल्यामुळे तुम्ही किती वेळा स्वत:च्याच विचारांच्या भूलभुलैयामध्ये अडकून पडता? आधुनिक जगात आपल्यासाठी त्रासदायक ठरणारी ही अशी पीडा आहे ज्यामध्ये आपल्या आयुष्याचा वेग आणि सातत्यानं कोसळत राहणारा माहितीचा प्रपात आपलं मन कायम ढवळून काढत असतो. अशा वेळी, मनातला गोंधळ आणि वैचारिक गुंता यांतून मार्ग काढण्यासाठी आपण दिशादर्शकाचा उपयोग करू शकतो आणि हे दिशादर्शक म्हणजे अर्थातच 'मेमेन्टो मोरी' हा वाक्प्रचार जो वर्षानुवर्षं अनेक राजांनी आणि विद्वानांनी उच्चारला आहे.

डॅन ब्राऊनच्या वाक्यानुसार, 'मेमेन्टो मोरी' आपल्याला मृत्यूचं आणि आयुष्याच्या नश्वरतेचं स्मरण करून देत, मृत्यूला आपल्या आयुष्यातील

निर्णयांचा मार्गदर्शक स्रोत म्हणून स्वीकारायला सांगतं. हा उपाय प्राचीन काळात जितका प्रभावी होता तितकाच आजही आहे.

मेमेन्टो मोरीसह घेतलेला सजग निर्णय :

यासाठी आपल्या यादीतली पहिली गोष्ट म्हणजे खवळलेला भवसागर आपल्या पद्धतीनं आणि दिमाखात पार करण्यासाठी दिशादर्शक मिळवणं. कल्पना करा की, तुम्ही एकमेकांना छेदणाऱ्या दोन रस्त्यांवर उभे आहात आणि हा तुमच्या आयुष्याची दिशा ठरवणारा निर्णायक क्षण आहे. अशा वेळी गोंधळून न जाता थोडं शांत व्हा आणि आयुष्याची नश्वरता आठवा, – 'मेमेन्टो मोरी.'

त्या वळणावर सज्ज उभे रहा आणि स्वतःला विचारा, 'जर वेळ ही सर्वाधिक मूल्यवान गोष्ट आपल्याकडे कमी असेल तर तो वेळ मी कसा खर्च करायचा आहे? मला खरी ऊर्जा कशातून मिळेल? मी कोण आहे आणि या पृथ्वीतलावर मी माझा वेळ कसा व्यतित करायचा आहे?' हे प्रश्न तुम्हाला डिवचण्यासाठी किंवा गोंधळवण्यासाठी नाहीत, तर तुम्हाला गोंधळातून आणि कोलाहलातून सोडवण्यासाठी आहेत. तुमच्या अंतरात्म्याच्या आवाजाशी संगत असा चतुर, कौशल्यपूर्ण निर्णय घेण्यासाठीचं ते गुप्त अस्त्र आहे.

या जगात तुम्ही काहीच काळ राहणार आहात. मग तो वेळ तुम्ही हीन दर्जाच्या आंतरजालीय माध्यमातल्या अनोळखी लोकांशी विवाद करण्यात घालवणार आहात का? एक दिवस तुम्ही डोळे मिटाल ते पुन्हा कधीच न उघडण्यासाठी. मग आत्ता या क्षणी त्या डोळ्यांचा वापर आधीही कधी न आवडलेला आंतरजालीय कार्यक्रम पुन्हा बघण्यासाठी तुम्ही करणार आहात का?

एक दिवस असाही येईल की, तुम्ही वृद्धावस्थेत असाल आणि आपल्या जीवनाचं सिंहावलोकन करत असाल. त्या वेळी आव्हानं टाळणं आणि जबाबदारी नाकारणं हीच आपल्या आयुष्याची सर्वोच्च कमाई आहे असं म्हणायला तुम्हाला आवडेल का?

पूर्ण वेळ लेखक होण्यापूर्वी मी कॉर्पोरेट क्षेत्रातल्या जीवघेण्या स्पर्धेत पदोन्नत्ती आणि पगारवाढ अप्राप्य असल्याप्रमाणे मी त्याच्या मागे फरफटला जात होतो. मला खरोखरीच जे हवं आहे, ते हेच आहे का, याचा विचार

करण्यासाठी क्षणभरही विसावा न घेता अधिकाधिक मिळवण्याच्या अंतहीन हव्यासाने मी भरकटत जात होतो.

आणि मग माझ्या आयुष्यात 'मेमेन्टो मोरी'चा प्रवेश झाला. मी त्याची परीक्षा घेण्याचं ठरवलं. मी कल्पना केली, 'जर माझ्याकडे काही मोजकेच दिवस असतील तर मला काय न मिळाल्याचं दु:ख होईल?' मला या प्रश्नाचं स्फटिकाप्रमाणे स्पष्ट उत्तर मिळालं : कुटुंबीयांचा आनंदी सहवास, व्यक्तिगत विकास आणि माझ्या सहकाऱ्यांशी ऋणानुबंध.

म्हणून मी अकल्पनीय असं काही केलं. मी माझ्या आयुष्याची नव्यानं रचना करायचं ठरवलं. आप्त-स्वकीयांबरोबरच्या गाठीभेटी वाढवल्या, लिखाणासाठी अधिक वेळ राखून ठेवला आणि रात्री उशिरापर्यंत होणारं ऑफिसचं काम कमी केलं. मी काही लेखन प्रशिक्षणं पूर्ण केली त्यामुळे मला आत्मिक समाधान लाभलं आणि जोडलेल्या काही नात्यांमुळे आत्मिक आनंद लाभला. त्यामुळे काय झालं असेल? माझी कारकिर्द कोलमडली नाही, तर तिनं यशाचे नवे उच्चांक गाठले कारण आता मी एक नेमकं लक्ष्य साधणारा, स्वच्छंदी लेखक झालो होतो.

'मेमेन्टो मोरी'ला माझा साहाय्यक कप्तान समजून निर्णय घेण्यात भीती अजिबात नव्हती तर मुक्ततेची भावना होती. त्या भावनेनं माझ्यातल्या अनावश्यक गोष्टी काढून टाकून मला नक्की काय करायचं आहे, याचा स्पष्ट आराखडा माझ्यापुढे उलगडला. आयुष्य कधीकधी गुंतागुंतीचं वाटू शकतं. पण अंतिमत: आपल्यासाठी काय महत्त्वाचं आहे याची स्वत:ला आठवण करून दिल्यावर गोष्टी पुन्हा सुरळीत होत जातात. म्हणूनच जर पुढे कधी आपण कोणता रस्ता निवडावा अशी द्विधा मन:स्थिती झाली तर निर्णय घेताना गडबडून जाऊ नका. 'मेमेन्टो मोरी'ला दिशादर्शक तारा समजा. तो ताराच तुम्हाला अधिक अर्थपूर्ण आयुष्याचा मार्ग दाखवेल.

चिंताजनक विचारांसाठी मेमेन्टो मोरीचा उपयोग करा :

मेमेन्टो मोरी ही संकल्पना केवळ मानवी जीवनाची नश्वरता दर्शवत नाही, तर आपल्या मनाला ग्रासणाऱ्या चिंताजनक विचारांना स्पष्टता प्रदान करते. कल्पना करा : तुमची झोप उडालेली आहे. तुमच्या मनात चिंता आणि भीतीचे विचार रिंगण घालत आहेत. अशा वेळी दुसरा उपाय असा – त्या

चिंताजनक विचारांना शांत करण्यासाठीही तुम्ही 'मेमेन्टो मोरी' ही संकल्पना वापरू शकता.

जेव्हा जेव्हा तुम्हाला अति विचारांमध्ये गुंतल्याचं जाणवेल तेव्हा तेव्हा थोडं थांबा. विचार कितीही वाईट असले तरीही त्यांना अंतिम मुदत असते हे लक्षात ठेवा. ज्याप्रमाणे आयुष्यातली प्रत्येक गोष्ट अस्थायी आहे त्याप्रमाणेच चिंता आणि भीतीही कायम राहणार नाही. आपण त्या विचारांमध्ये घेरले जात आहोत असं एका क्षणी तुम्हाला वाटू शकेल, पण आकाशात विहरणाऱ्या ढगांप्रमाणे ते विचारही विरून जाणार असतात.

लक्षात ठेवण्याची आणखी एक गोष्ट म्हणजे चिंतांमुळे क्वचितच काही साध्य होऊ शकतं. खरं तर 'क्वचितच' असंही म्हणता येणार नाही. चिंतांमुळे कधीच काही साध्य होत नाही. त्यामुळे ज्या गोष्टी बदलण्याची आवश्यकता आहे त्या बदलण्यासाठी किंवा ज्या गोष्टी बदलणं शक्य नाही त्यांचा स्वीकार करण्यासाठी तुम्ही तुमचा वेळ वापरू शकता ना? तसं न करणं म्हणजे एखादं नाटक बघायला एखाद्या भव्य नाट्यगृहात जाणं आणि कोणत्या खुर्चीवर बसावं याविषयी विचार करत पूर्ण वेळ तिथे दारातच थांबून राहणं, असं होईल. तसं करण्यात खर्चलेला प्रत्येक क्षण म्हणजे तुम्ही त्या नाटकाचा आनंद घेण्यासाठी वापरला नसलेला क्षण असणार आहे.

अनावश्यक विचार करणं ही माझी जुनी सवय होती. माझं मन नुकसानाची आणि अपयशाची भीतिदायक चित्रं तपशिलांसह रंगवण्यात कुशल झालेलं होतं आणि त्यातल्या प्रत्येक तपशिलावर विश्वास ठेवण्यात मी कुशल झालो होतो. जणू काही माझ्या मनात विचारांची गिरणी सुरू होती आणि ती कशी थांबवावी हे मला समजत नव्हतं.

त्याच वेळी मी माझ्या चिंताजनक विचारांवर उपाय म्हणून 'मेमेन्टो मोरी'ची शक्ती वापरायचं ठरवलं. आपण चिंतेच्या जाळ्यात अडकत चाललो आहोत असं जेव्हा मला जाणवलं तेव्हा मी स्वत:ला थोडं शांत केलं आणि स्वत:ला समजावलं की, हे विचारही निघून जाणार आहेत. मग मला ते आकाशातल्या ढगांप्रमाणे येत-जात राहणारे आणि प्रभावहीन वाटू लागले.

या एका साध्याशा सरावामुळे माझं माझ्या चिंतेशी असलेलं नातं बदललं. त्यामुळे थोडा वेळ त्या भावना बाजूला ठेवून त्यांच्याकडे मला वेगळ्या दृष्टिकोनातून बघता येऊ लागलं आणि मला जाणवलं की, माझ्या

बऱ्याचशा भावना असंभव अशा काल्पनिक गोष्टींवर आधारलेल्या होत्या. मी वर्तमानाशी अधिक सुसंगत अशा मानसिकतेनं आयुष्याकडे बघू लागलो. अनिश्चित भविष्याच्या विचारांमध्ये गुंतून राहण्याऐवजी प्राप्त क्षणांवर लक्ष केंद्रित करू लागलो.

कालांतरानं, माझ्या चिंतांमधली तीव्रता कमी होत गेली. अनावश्यक विचारांच्या तावडीतून मुक्त होऊन मी वर्तमानात राहण्यातला आनंद घेऊ लागलो. 'मेमेन्टो मोरी'मुळे केवळ माझ्या निर्णयांसाठी मार्गदर्शन मिळालं असं नाही, तर आयुष्यातील कोलाहलातही मानसिक शांती अणि विचारांची स्पष्टता मिळवण्यात मदत झाली.

म्हणूनच लक्षात ठेवा की, ज्याप्रमाणे आपलं जीवन नश्वर आहे त्याप्रमाणेच आपल्या चिंताही नश्वरच आहेत. आपल्याला अति चिंता करायला लावणारे विचारही निघून जाणार आहेत हे समजून घ्या. असं केल्यामुळे वर्तमानाशी अधिक सुसंगत राहून, कमी चिंतित मनानं आणि एकामागोमाग एक येत-जात राहणाऱ्या विचारांवर नियंत्रण मिळवण्याच्या नव्यानं प्राप्त झालेल्या क्षमतेसह तुम्ही तुमच्या आयुष्याला दिशा देऊ शकाल.

प्रकरण २८

तुमची कायमची स्थिती कशी असते?

'एक सूचना : शून्यावरही मोठं समाधान कसं मानायचं ते समजून घ्या. मग तुम्ही जसजसे पुढे जात राहता तसतसं पुढचं सगळं आपोआप होत जातं आणि 'वेळ वाया घालवला' असं कधी होत नाही. सूर्यानं पुन्हा एकदा दर्शन दिल्यावर तुम्ही तुमच्या त्या जुन्या मित्राला अभिवादन करता आणि तोही तुम्हाला अभिवादन करतो.'

–लेस मॅथसन

जीवन हे नेहमीच वेगवान शर्यतीसारखं वाटत असतं आणि तिथे आपण अथकपणे यश, यशाची मानचिन्हं आणि मूर्त परिणाम प्राप्त करून घेण्यासाठी पाठपुरावा करत असतो. आपण किती कामं पूर्ण केली, किती वेळा पदोन्नती मिळवली किंवा समाजमाध्यमांवर किती लाइक्स आणि फॉलोअर्स मिळवले यावर आपण स्वत:ची किंमत ठरवत असतो. आनंदाची आणि स्वयंमूल्यांकनाची कल्पना अशा बाह्य परिपूर्णतेशी जोडण्याचा हा अंतहीन शोध आपल्याला असंतोषाच्या आणि अस्वस्थतेच्या भावनेत गटांगळ्या खायला लावतो.

गंमत म्हणजे लेस मॅथसन यांनी Quora threadवर दिलेला सल्ला माझ्या पाहण्यात आला आणि तो मला खूपच भावला. आपला दृष्टिकोन

बदलून 'शून्य' ही आपली मूळ स्थिती म्हणून स्वीकारण्याचं महत्त्व समजून घेण्यासाठी आणि ते करत असताना परिणामांपासून अलिप्तही राहण्यासाठी प्रोत्साहन देणारा विचार त्यांनी सांगितला आहे. विचारांना प्रवृत्त करणाऱ्या मॅथसन यांच्या शब्दांनी प्रेरित अशा दोन गोष्टी आता जाणून घेऊ.

परिपूर्णतेसाठी 'शून्य' हे मूळ परिमाण म्हणून निर्धारित करा :

प्रथम, शून्याला आपली मूळ भावनिक स्थिती म्हणून निर्धारित करण्यासंबंधी मला सांगायचं आहे. ते अगदीच सोपं आहे. शून्याला आपली मूळ भावनिक स्थिती म्हणून निर्धारित करण्याचं महत्त्व त्यातून मिळणाऱ्या स्वातंत्र्याला आहे. जेव्हा जेव्हा तुम्ही समाधान मिळवण्यासाठी बाह्य यशावर अवलंबून राहणं थांबवता तेव्हा तुम्ही स्वतःला प्रमाणित सिद्ध करण्यासाठी चालणाऱ्या अथक धावपळीपासून मुक्त होता. आत्ता तुम्ही जिथे आहात ते तुमच्यासाठी पुरेसं आहे.

ही आपल्या दृष्टिकोनाची अशी सशक्त पुनर्रचना आहे ज्यामध्ये आपल्या इच्छांचा, महत्त्वाकांक्षांचा त्याग करण्याची आवश्यकता नसते. खरं तर एक व्यक्ती म्हणून आपल्या अंतस्थ व्यक्तित्वाचं मूल्य आपल्याला केवळ बाहेरून मिळणारी प्रशंसा किंवा आपण कमावलेलं यश यावर ठरत नाही. दुसऱ्या शब्दांमध्ये सांगायचं तर, एक माणूस म्हणून आपलं मूल्यमापन हे समाजानं लावलेल्या मोजपट्ट्यांच्या पलीकडचं असतं.

चिंताग्रस्त स्थितीमध्ये वर्तमान परिस्थिती नेहमीच नकारात्मक असते. त्यात कशाचातरी अभाव असतो, कशाचीतरी कमतरता असते. 'केलं तर आत्ताच, नाही तर कधीच नाही', अशा भावनेनं आपण एक तर जबरदस्तीनं किंवा भीतीनं काम करत असतो. जर आपण सतत अशा मानसिक दडपणाखाली राहिलो तर आपलं वागणं म्हणजे सतत भीतीतून आलेली प्रतिक्रिया असेल. वर्तमान स्थिती जर तुम्हाला शून्याप्रमाणे पूर्ण आणि पुरेशी जाणवली तर तुमचं कुतूहल जागतं आणि तुम्ही सर्जनशीलतेनं किंवा विकासाच्या इच्छेनं कार्य करण्यासाठी सक्षम होता.

हा दृष्टिकोन धारण केला तर सतत यशाच्या मागे धावण्यामुळे आलेली चिंताग्रस्तता आणि अस्वस्थता यांतून आपण स्वतःला मुक्त करू शकतो. आपल्याला किती यश मिळालं आहे हे सतत तपासून पाहणे आणि त्यासाठी

समाजाकडून मान्यता मिळवण्यासाठी धडपडत राहणे यामुळे आपण गोंधळून जातो आणि आणखी यश मिळवण्यासाठी तळमळत राहतो, त्यातून समाधान मिळत नसलं तरीही.

ही संकल्पना स्वत:च्या आयुष्यात अमलात आणण्यासाठी आपण कमावलेल्या यशाच्या आधारे स्वत:चं मूल्य न ठरवता त्या यशाचा स्वीकार करा. यशाचा आनंद साजरा करा, पण लक्षात ठेवा की, ते यश म्हणजे तुमच्या आयुष्याचा केवळ एक भाग आहे, संपूर्ण आयुष्य नाही. सुखाच्या छोट्या क्षणांचा आनंद घेण्यासाठी सजगता आणि कृतज्ञता भाव मनात जागा ठेवा कारण मोठं यश मिळवण्याच्या नादात त्यांच्याकडे आपलं दुर्लक्ष होत असतं. 'शून्य' ही आपली मूळ स्थिती मानणं म्हणजे केवळ मुक्कामाला पोहोचण्याची अपेक्षा न ठेवता प्रवासाचा आनंद घेणं.

समाजमाध्यमांवरच्या तुमच्या पोस्टला मिळणाऱ्या 'लाइक्स'मुळे किंवा व्यावसायिक परिचयपत्रावरच्या तुमच्या पदामुळे तुमची किंमत ठरणार नाही हे समजल्यावर तुम्हाला किती शांत वाटेल याची कल्पना करा. ही समजूत महत्त्वाची आहे कारण त्यामुळे तुमच्यावरचं अपेक्षांचं ओझं कमी होतं आणि तुम्ही सत्यार्थानं आणि शांततेनं आपली उद्दिष्टं आणि महत्त्वाकांक्षा पूर्ण करू शकता.

जरा शांतपणे बसून आपण आत्ता, या प्राप्त क्षणी जिवंत आहोत हे सत्य अनुभवण्याचा प्रयत्न तुम्ही करू शकाल का? जेव्हा स्वत:चं मूल्यांकन करण्यासाठी तुम्हाला बाह्य प्रशंसेची आवश्यकता उरत नाही तेव्हा तुम्ही तुमची उद्दिष्टं पूर्ण करताना केवळ त्या प्रवासाचा आनंद घेण्यासाठी मुक्त असता. त्या प्रवासाच्या प्रत्येक टप्प्यावर केवळ चिंतातुर होऊन अपेक्षित परिणाम साधण्याचे उपाय योजण्याऐवजी त्यात मिळणारं शिक्षण, होणारा विकास यांचा आनंददायी अनुभव तुम्ही घेऊ शकता. अंतर्गत शांततेची ही नव्यानं झालेली जाणीव तुम्हाला अधिक संतुलित आणि परिपूर्ण आयुष्याच्या दिशेनं घेऊन जाईल जिथे तुमचा आनंद बाह्य यशसंपन्नेतवर अवलंबून नसेल.

साध्य परिणामांना अतिरिक्त लाभ समजा :

दुसऱ्या पायरीवर आपण परिणामांपासून अलिप्त राहायचं आहे. जेव्हा आपण परिणामांवर अडून बसलेले असतो तेव्हा आपला आनंद आपल्याला

मिळणाऱ्या यशापयशावर अवलंबून असतो. या सततच्या तणावामुळे चिंता आणि अति विचार निर्माण होतात. लेस मॅथसन यांनी एक नवा दृष्टिकोन दिला आहे : तुम्ही तुमचं संपूर्ण लक्ष्य केवळ प्रक्रियेवर केंद्रित करा. सकारात्मक परीणामांचा विचार आनंदासाठीची आवश्यकता म्हणून करण्याऐवजी ते परिणाम म्हणजे सुखद आश्चर्य, प्रक्रियेतून मिळणारा अतिरिक्त लाभ असू द्या. मानसिकतेतल्या या बदलामुळे अपेक्षांच्या ओझ्यातून आपली सुटका होते आणि आपण आपल्या कामात, ध्येयसाधनेत अधिक शांतपणे आणि लवचिकतेसह मग्न राहू शकतो.

थोडक्यात सांगायचं तर, जेव्हा तुम्ही परिणामांचा विचार सोडता तेव्हा तुम्ही खरं तर यश आणि आनंद यांच्या व्याख्यांची पुनर्बांधणी करत असता. आपलं सुख हे विशिष्ट उपलब्धीवर अवलंबून ठेवण्याऐवजी तुम्ही त्या सकारात्मक परिणामांना आनंददायी आश्चर्य समजू लागता. दृष्टिकोनातल्या अशा बदलामुळे आनंद मिळवण्यासाठी विशिष्ट परिणाम साधण्याकरता होणाऱ्या अथक धावपळीतून तुमची सुटका होते. तुम्हाला प्रक्रियेतच आनंद मिळू लागतो. त्यामुळे तुम्हाला तुमच्या महत्त्वाकांक्षांकडे बघण्याची एक स्वस्थ आणि अधिक दृढ दृष्टी प्राप्त होते.

या दृष्टिकोनामुळे तुमच्या एकंदरीत जीवनावरच मोठा परिणाम होतो. आपल्यावरचा ताण आणि चिंता कमी झाल्याचं तुम्हाला जाणवेल. कारण आपल्याला आपलं ध्येय साध्य करता येईल की नाही याचा सततचा तणाव तुमच्यावर नसेल. त्याऐवजी तुम्ही वर्तमान क्षणांवर लक्ष केंद्रित करून प्रक्रियेमध्ये पूर्णत: गुंतून राहाल आणि तुमच्या मार्गात जे काही येईल त्यानुसार स्वत:मध्ये बदल घडवण्यासाठी सक्षम असाल. यातला विरोधाभास म्हणजे या मार्गानं तुम्हाला अपेक्षित परिणाम प्राप्त होण्याची शक्यता अधिक असते.

अखेरीस, परिपूर्णतेकडे जाणारा मार्ग हा परिपूर्णतेच्या अंतिम टप्प्यापेक्षा अधिक महत्त्वाचा असतो हे तुम्हाला समजेल. कारण तो प्रवास तुम्हाला अनुभवसमृद्ध करतो, व्यक्तिगत विकासाचा स्रोत ठरतो आणि तुमच्या लवचिकतेची परीक्षाही घेतो. हे केवळ पर्वतमाथ्यावर पोहोचणं नाही; तर त्या चढाईचा, त्यात वेगवेगळ्या टप्प्यांवर दिसणाऱ्या आसपासच्या दृश्यांचा आणि प्रवासात मिळालेल्या धड्यांचा आनंद घेणं असतं.

प्रकरण २९

थोड्याशा गोष्टींसाठी घाम गाळू नका

'जर तुम्ही प्रत्येक परिस्थितीला जन्म-मरणाचा प्रश्न मानू लागलात तर तुम्ही अनेकदा मृत्यू अनुभवाल.'

-डीन स्मिथ

आपण सर्वांनीच हे अनुभवलेलं असतं, स्वत:ची महत्त्वाकांक्षी ध्येयं पूर्णत्वाला नेण्यासाठी आपण प्रत्येक क्षण हा जीव जगवण्याची धडपड करायला लावणाऱ्या एखाद्या धोकादायक खेळ खेळल्यासारखा जगत असतो. नैराश्य आणणाऱ्या सततच्या चिंतेतून मुक्त होण्याचा प्रयत्न करत असतो. जणू काही डीन स्मिथ पुढे झुकून आपल्याला सांगत आहे की, 'तुम्हाला माहीत आहे का, कधीकधी तुम्ही प्रत्येक परिस्थितीला जन्म-मरणाचा प्रश्न बनवून टाकता? ठीक आहे. पण आता कदाचित त्याला एक वेगळं वळण देण्याची वेळ आलेली आहे.'

यश आणि आनंद यांचा पाठपुरावा करताना आपण नेहमी आपल्या रोजच्या जीवनात स्वत:वरचा दबाव वाढवून तणाव निर्माण करत असतो. पण हे सगळं आपण स्वत:च घडवून आणत असतो हे आपल्याला समजून घेता आलं तर? आणि जर आपण ही जुनीपुराणी कथाच बदलून टाकली तर? जर आपण समस्यांकडे बघण्याचा दृष्टिकोन बदलला आणि आयुष्यातली आव्हानं स्वीकारण्याचा एखादा अधिक संतुलित मार्ग शोधला तर?

तणावाला आपल्या मनापासून दूर ठेवणे :

ज्याला आपण जन्म-मरणाचा प्रश्न करून टाकलं आहे अशा परिस्थितीकडे धडा शिकण्याची संधी म्हणून पाहिलं तर आव्हानांकडे बघण्याच्या दृष्टिकोनात मोठा बदल होतो. त्यामुळे कोणत्याही परिस्थितीला आणिबाणीची अवस्था मानून तत्काळ भावनिक प्रतिसाद देण्याऐवजी त्यातून मौल्यवान शिकवणूक मिळवण्याची मनोवृत्ती तयार होते. ताणतणावाला मनापासून दूर राखल्यामुळे माणसाला स्वत:ची ऊर्जा त्या आव्हानात्मक परिस्थितीतून काही शिकण्यासाठी वापरता येते. या दृष्टिकोनामुळे त्रासदायक ठरू शकणाऱ्या अनुभवाचं रूपांतर महत्त्वाचे धडे देणाऱ्या संधीत होऊन वैयक्तिक प्रगतीला आणि प्रतिकूलतेतून विकासाला चालना मिळते.

मला नीट आठवत आहे की, लहानपणी मी एका प्रसंगात अजाणतेपणी या तत्त्वाचा वापर केला होता. मी साधारण आठ वर्षांचा होतो. माझ्या कुटुंबीयांनी एका घनदाट जंगलात निवासी सहलीसाठी जाण्याची योजना आखली होती. अशा प्रकारची ती माझी पहिलीच सहल होती. त्यामुळे मी उत्साहितही होतो आणि चिंतितही. कँपफायर सुरू करण्यापासून तंबू उभारण्यापर्यंत सगळं काही म्हणजे माझ्या कोवळ्या मनासाठी ती जीवन-मरणाची स्थिती होती. तशा प्रकारच्या परिस्थितीशी ओळख नसल्यामुळे मला सतत चिंता वाटत होती.

त्या साहसी सहलीमध्ये अचानकच आम्ही वादळी पावसात अडकलो. आमचे तंबू उभारलेल्या जागी सगळीकडे पाणी पाणी झालं आणि आम्ही काळजीपूर्वक बनवलेले सगळे अन्नपदार्थही भिजून ओले झाले. तेव्हा पहिल्यांदा तर मी वैतागलोच, निराश झालो. पण अशा परिस्थितीतही संतुलित आणि शांत राहणाऱ्या माझ्या वडिलांनी मला एक वेगळाच दृष्टिकोन दिला.

त्या अनपेक्षित घटनेकडे एक संधी म्हणून बघण्यासाठी आणि त्यातून परिस्थितीशी जुळवून घेण्याची लवचिकता साधण्यासाठी त्यांनी आम्हाला प्रेरित केलं. त्या वेळी निर्माण झालेल्या असुविधेमुळे तक्रार करत राहण्याऐवजी त्या स्थितीला आव्हान समजून स्वत:ला घडवता येऊ शकतं, हे वडिलांनी आम्हाला दाखवून दिलं. त्यानुसार, आम्ही आमच्या तंबूमधलं पाणी काढून टाकण्याचा, भिजलेल्या पदार्थांचा उपयोग कसा करता येईल

याचा आणि बदललेल्या हवामानाशी कसं जुळवून घेता येईल याचा आम्ही विचार करू लागलो.

माझ्या मनावर लहानपणीच्या त्या अनुभवाचा एक कायमचा ठसा उमटला आहे. परिस्थिती बिघडलेली आहे हे दिसत असतानाही तिच्यातून काही मौल्यवान शिकवण घेऊन स्वत:ला घडवण्याची संधी शोधण्याचा तो माझा पहिलाच धडा होता. अशा वेळी चिडचिड करत राहण्याऐवजी त्या प्रतिकूलतेतही व्यावहारिकतेवर लक्ष केंद्रित करायला मी शिकलो. लहान वयातच मिळालेल्या त्या शिकवणुकीमुळे जीवन-मरणाचा प्रश्न वाटणाऱ्या परिस्थितीतही आव्हानांकडे स्वत:ला विकसित करण्याची आणि घडवण्याची संधी म्हणून बघण्याचा दृष्टिकोन मला आयुष्यभर उपयोगी पडला. स्वत:च्या कार्यक्षमतेवर ठाम विश्वास मिळवून आणि प्रतिकूल परिस्थितीतही आपण हसत हसत स्वत:ला जगवण्याचे मार्ग शोधू शकतो, या जाणिवेसह मी त्या सहलीवरून परत आलो. आता मागे वळून बघताना माझ्या लक्षात येतं की, आपण ठरवल्यानुसार गोष्टी करण्याच्या क्षमतेपेक्षा ती कौशल्यं अधिक महत्त्वाची असतात.

विविध दृष्टिकोन जाणून घ्या :

अशा स्थितीला योग्य वळण देण्यासाठी दुसरी महत्त्वाची गोष्ट म्हणजे आणीबाणी जाणवताच त्यासंबंधी संतुलित दृष्टिकोन प्राप्त करून घेणे. याचा अर्थ, मतमतांतरं आणि विविध दृष्टिकोन जाणून घेण्यासाठी वेगवेगळ्या स्रोतांशी संपर्क साधणे, ज्यामुळे आपल्याला परिस्थिती अधिक चांगल्या प्रकारे समजून घेता येईल आणि त्यानुसार योग्य निर्णयही घेता येईल.

माझं बालपण चांगलं होतं, पण मी किशोरवयात असताना संतुलित दृष्टिकोनाचं महत्त्व सांगणारी एक घटना घडली होती. मी रात्री उशिरापर्यंत जागून शाळेतून दिलेला इंग्रजीचा गृहपाठ माझ्या संगणकावर टाइप करत होतो. मी मोबी डिकवर लिहिलेला निबंध पूर्ण होत आला आणि अचानक माझा संगणक बंद पडला. मी माझं काम सेव्ह करून ठेवलं नव्हतं. तो गृहपाठ दुसऱ्या दिवशी सकाळीच द्यायचा असल्याने मी खूपच चिंतित होतो. प्रथम माझ्या मनात निराशा आणि हताशा दाटून आली. माझ्यावर आकाशच कोसळलं होतं. मी केलेलं काम परत कसं मिळवायचं ते मला समजतच नव्हतं.

त्या निराश अवस्थेतच मी माझ्या मोठ्या बहिणीला मदत मागायचं ठरवलं. आमच्या कुटुंबातली ती सर्वाधिक शांत आणि स्थिरचित्त व्यक्ती असल्याने अडचणीत आल्यावर सर्वांनाच तिची आठवण होत असे. तिनं माझी झालेली गडबड शांतपणे ऐकून घेतली आणि मग आमच्या शेजारी राहणारे संगणक तज्ज्ञ श्री. जॉन्सन यांना भेटायचा सल्ला दिला. काहीही शंका उपस्थित न करता मी तो सल्ला मानला.

जॉन्सनला सगळी परिस्थिती नीट समजावून सांगितल्यावर मला वाटली तशी चिंता त्यांना वाटलेली दिसली नाही. त्यांनी शांतपणे माझा संगणक तपासला, त्यावरचं माझं काम शोधून दिलं आणि नियमित बॅकअप घेण्याचं महत्त्व सांगितलं. त्या घटनेकडे पाहण्याचा त्यांचा दृष्टिकोन हा माझ्या भावनिक गोंधळापेक्षा अगदी वेगळा होता. त्यावरून मी धडा घेतला की, परिस्थिती अगदी तातडीची असली तरी त्यासंबंधी विविध लोकांचे दृष्टिकोन समजून घेतल्यामुळे आपल्याला पुन्हा संतुलन साधण्यासाठी अमूल्य अशी मदत मिळू शकते.

या धड्यातून मिळालेली शिकवणूक ही तंत्रज्ञानातील समस्या या विषयापलीकडची आहे. समस्या समोर आल्यावर सजगतेनं वर्तमानात राहणं किती महत्त्वाचं आहे आणि संतुलित दृष्टिकोन मिळवल्याने चिंता आणि अति विचार कमी होतात, हे यातून कळतं. आपल्याला विविध प्रकारचे सल्ले देणाऱ्या विश्वासू मित्रांशी, गुरूशी किंवा संबंधित तज्ज्ञांशी चर्चा केल्यामुळे आपण परिस्थितीला अधिक वस्तुनिष्ठपणे समजून घेऊन अधिक योग्य निर्णय घेऊ शकतो.

स्वत:च स्वत:च्या दृष्टिकोनात योग्य तो बदल घडवून आणणारं सजग मन असणं किती चांगलं असतं! पण ते जमलं नाही तर सध्यातरी आपल्याप्रमाणे समस्यांमध्ये न अडकलेल्या लोकांशी चर्चा करूनही आपल्याला मार्ग सापडू शकतो. लोकांशी बोलल्यामुळे आपल्या समस्येचा वेगळा पैलू प्रकाशात येतो. शिवाय, याचीही जाणीव होते की, आपल्या समस्या सोडवताना आपण एकटे पडलेलो नाही; त्या समस्यांमधून अधिक स्पष्टतेनं आणि सहीसलामत बाहेर येण्यासाठी आपल्याला मार्गदर्शन करणारे काही लोक आणि काही स्रोत उपलब्ध आहेत.

प्रकरण ३०

झाकोळ असतानाही सहजता राखा

'आशावाद किंवा निराशावाद अशा दोन संकल्पनांनुसार विचार केल्यामुळे सत्य सोपं होऊन पुढे येतं. वास्तव जसं आहे तसं बघणं कठीण असतं.'

–थिच नाट हान

जीवनाच्या निरंतर स्वरमेळामध्ये आपण नेहमी आशावाद आणि निराशावाद अशा दोन टोकांवर झुलत असतो. दोन टोकांवर झुलत राहणारा एखादा आंदोलक ज्याप्रमाणे स्वत:ची दिशा ठरवू शकत नाही त्याप्रमाणे आपणही आभासी संतुलनाच्या शोधात जीवनाच्या जटिलतेमध्ये दिशाहीन आंदोलत राहतो. जणू काही आपण दोन दरवाजे असलेल्या एखाद्या खोलीत उभे असतो. एका दरवाजावर लिहिलेलं असतं, 'निराशावाद,' दुसऱ्यावर लिहिलेलं असतं, 'आशावाद' आणि त्यातल्या कोणत्या खोलीत प्रवेश करायचा याविषयी आपल्या मनात सतत द्वंद्व सुरू असतं. पण जर तिथे तिसराही दरवाजा असू शकेल आणि त्यावर लिहीलेलं असेल, 'वास्तव–जसं आहे तसं.'

आपण ज्या जगात आहोत ते जग केवळ दोन भागांमध्ये विभागलेलं नाही याची आठवण थिच नाट हान आपल्याला करून देतात. ते निरंतर सूर्यप्रकाशितही नसतं आणि सतत वादळांनी वेढलेलंही नसतं, तर तिथे

काळ्या-पांढऱ्या रंगांमधली राखाडी छटाही असते. आपल्या विचारांना स्पष्टता आणि लवचिकता यांसह दिशा देण्यासाठी आपण आपला दृष्टिकोन संतुलित राखला पाहीजे. यावरून असं लक्षात येतं की, वास्तविकता ही अनेक पैलू असलेल्या रत्नासारखी असते. तिच्या प्रत्येक पैलूमध्ये एक विशेष वास्तव दडलेलं असतं.

आशावाद आणि निराशावाद यांच्या पलीकडे :

संतुलित दृष्टिकोन हा जीवनातील आव्हानांना आणि संधींना प्रभावीपणे योग्य दिशा देण्यासाठीचा एक मूलभूत घटक आहे. निराशावादात अडकणं किंवा आंधळेपणानं आशावाद स्वीकारणं याऐवजी संतुलित दृष्टिकोन राखण्यामुळे माणसाला विचारांमध्ये लवचिकता आणून माहितीपूर्ण निर्णय घेणं शक्य होतं. या दृष्टिकोनामुळे लक्षात येतं की, वास्तव हे कधीच पूर्ण काळं किंवा पूर्णतः पांढरं नसतं; ते नेहमी मिश्रित, हलक्या छटांचे सूक्ष्म भेद असलेलं असतं. अशी मनोवृत्ती असेल तर माणसाला विविध परिस्थिती आणि घटनांमधली जटिलता चांगल्या प्रकारे हाताळता येते.

दृष्टिकोन संतुलित राखण्यासाठीचा एक महत्त्वाचा घटक म्हणजे आपली एका ठरावीक बाजूने विचार करण्याची सवय आणि त्यानुसार आपोआप निर्माण होणारे पूर्वग्रह समजून घेणे. कोणत्यातरी एकाच बाजूने विचार करणं ही माणसाची सहजवृत्ती असते. त्यामुळे आपल्या समजुतीवर परिणाम होतो आणि आपण घाईगडबडीने निष्कर्ष लावून मोकळे होतो. म्हणूनच आपल्या आधीच्या धारणा आणि पूर्वग्रह यांचं परीक्षण करण्यासाठी आत्मनिरीक्षण करणं आणि स्वभान राखणं आवश्यक आहे. असं केल्यामुळे वेगवेगळे दृष्टिकोन आणि वेगवेगळे घटक विचारात घेत विविध प्रकारच्या परीस्थितींचा सामना खुल्या मनानं करण्यासाठी आपण सज्ज होतो.

संतुलित दृष्टिकोन राखण्यामध्ये माहितीचं संकलन करून त्यातून विविध दृष्टिकोन समजून घेण्याचा निश्चयही समाविष्ट आहे. आजच्या जवळ आलेल्या जगात अंतर्गत संपर्कव्यवस्थेमुळे कोणत्याही प्रकारची माहिती सहज उपलब्ध होते, पण त्या माहितीचा दर्जा मात्र वेगवेगळा असू शकतो. त्यामुळे ती माहिती वापरून निष्कर्ष काढण्यापूर्वी चिकित्सकतेनं तिच्या स्रोतांचं मूल्यांकन करून, त्यासंबंधी पुरावे तपासून तिची छाननी करून

घेणं आवश्यक असतं. या प्रक्रियेमुळे आपले निर्णय योग्य माहितीच्या आधाराने घेतले जातातच, पण आपल्या जाणिवा समृद्ध होतात आणि अनुभूती विकसित होते.

आता मी तुम्हाला हिलरीच्या बाबतीत काय घडलं ते सांगतो. एका लेखक परिषदेत मी तिला भेटलो होतो. संतुलित दृष्टिकोनाचा आदर्श निर्माण करणारी अशी ती लेखिका होती. एका लेखिकेच्या भूमिकेतून आपल्या कथेतील प्रसंगांच्या आणि त्यातील पात्रांच्या मानसिक गुंतागुंतीचा तळ धुंडाळण्याचं महत्त्व तिनं ओळखलं होतं. वास्तवातलं आयुष्यही आपल्या कथेपेक्षा काही वेगळं नाही हे तिला समजलेलं होतं. त्या परिषदेत समाविष्ट झालेल्या अन्य लेखकांशी आणि परिषदेला उपस्थित अन्य लोकांशी बोलताना हिलरीचा मनमोकळा स्वभाव आणि इतरांचे वेगवेगळे दृष्टिकोन समजून घेण्याची वृत्ती दिसून आली.

एका संध्याकाळी विविध लेखनशैलींच्या दर्जाविषयी गरमागरम चर्चा चालू असताना हिलरीने त्या दोन टोकांमध्ये चर्चेमध्ये मध्यम मार्ग अवलंबलेला दिसला. काही लेखकांनी पारंपरिक लेखनशैलीला उचलून धरलेलं होतं, तर अन्य लेखक प्रायोगिक शैलीची बाजू घेऊन बोलत होते. त्यातल्या कोणत्याही एका पक्षाची बाजू न घेता हिलरीने दोन्ही पक्षांना योग्य ते प्रश्न विचारून माहिती मिळवली आणि त्यांचे दृष्टिकोन समजून घेत आपली मतं नोंदवली. दोन्ही शैलींमध्ये काही चांगल्या गोष्टी आहेत त्यामुळे लेखनात पारंपरिक आणि प्रायोगिक अशा दोन्ही शैलींचं मिश्रण असायला हरकत नाही हे वास्तव तिला उमगलं.

संतुलित दृष्टिकोन राखण्याची हिलरीची क्षमता ही तिच्या लेखनक्षेत्रापुरतीच मर्यादित नव्हती. ती तिच्या व्यक्तिगत आयुष्यातही कोणतीही समस्या शांतपणे आणि विचारपूर्वक पद्धतीने सोडवत असे. एका गोष्टीचे विविध पैलू समजून घेण्याची इच्छा, आपल्या धारणा तपासून घेण्याची आणि इतरांकडून संबंधित विषयाची माहिती घेण्याची तयारी यामुळे तिच्या सहकाऱ्यांमध्ये– 'दोन्ही पक्षांच्या' सहकाऱ्यांमध्ये ती एक आदरणीय आणि कौतुकास्पद व्यक्ती ठरली होती.

नश्वरतेचा स्वीकार करणे :

नश्वरतेचा आणि परिवर्तनाचा स्वीकार करणं हा मानसिकतेतला असा एक मोठा बदल आहे ज्यामुळे आयुष्याकडे बघण्याच्या दृष्टिकोनातच महत्त्वपूर्ण बदल होतो. हे दुसरं तत्त्व ठळकपणे दाखवून देतं की, वास्तव हे सातत्यानं बदलत असतं आणि आपली परिस्थिती, आपल्या भावना आणि आपल्या नातेसंबंधांसह प्रत्येक गोष्ट ही अस्थायी असते. या सत्याचा स्वीकार केल्यामुळे आपण आपल्या आयुष्याला अधिक सहजतेनं, लवचिकतेनं आणि समतोल वृत्तीनं योग्य दिशा देऊ शकतो.

हे तत्त्व अवलंबण्याची सुरुवात करण्यासाठी सर्वप्रथम हे लक्षात घेतलं पाहिजे की, आयुष्यात काहीही जसंच्या तसं कायम राहत नाही आणि ते तसंच कायम राहावं अशी अपेक्षा करणं हे वास्तवाला धरून नाही हेसुद्धा लक्षात घ्यायला हवं. आपली इच्छा असो किंवा नसो, आपली स्वीकारण्याची तयारी असो किंवा नसो, पण आपली बाह्य परिस्थिती सतत बदलत असते. आपलं कार्यक्षेत्र, नातेसंबंध, स्वास्थ्य आणि आर्थिक परिस्थिती या सर्वांमध्ये चढ-उतार होत असतो. नश्वरतेचा स्वीकार करणं म्हणजे ठरावीक परिणामांमध्ये किंवा परिस्थितीमध्ये गुंतून न राहणं. कारण त्यात गुंतून राहिल्यामुळे जेव्हा परिवर्तनाच्या अटळतेमुळे ती परिस्थिती बदलते तेव्हा त्रास होऊ शकतो.

बाह्य परिस्थितीप्रमाणेच आपल्या अंतर्गत परिस्थितीलाही ही गोष्ट लागू होते. आपल्या भावना आणि मन:स्थिती यांत सतत बदल होत असतो. आनंद, दुःख, राग आणि शांती या भावना येत-जात राहतात. त्यांना अनावश्यक महत्त्व न दिल्यामुळे आपण त्यांना योग्य प्रकारे हाताळू शकतो आणि सतत बदलत राहणाऱ्या भावनांमध्ये अडकून राहत नाही.

आता आपण माझ्या एका बालमित्राची, पीटरची गोष्ट जाणून घेऊ. त्याने नश्वरता समजून घेऊन स्वीकरली होती. आयुष्याकडे बघण्याचा त्याचा एक खास दृष्टिकोन होता. बदल हा जगण्यातला अविभाज्य भाग आहे हे त्याला लहानपणीच समजलं होतं. आम्ही एकमेकांच्या अगदी शेजारी राहत असू आणि घराजवळच्या बागेत आम्ही एकत्र खेळायला जात असू.

एका वर्षी उन्हाळ्याच्या दिवसांमध्ये काही कारणास्तव आमच्या कुटुंबांनी तिथलं घर बदलून वेगवेगळ्या शहरांमध्ये राहायला जायचा निर्णय

घेतला. एकमेकांना निरोप देण्याचा दिवस आजही मला स्पष्ट आठवतो आहे. बालपणीच्या आठवणी मागे सोडून जाताना मी रडवेला झालो होतो, पण पीटर मात्र अगदी स्थिरचित्त होता. आयुष्यात बदल हे अपरिहार्य असतात आणि शरीरानं आपण एकमेकांपासून कितीही दूर असलो तरी आपली मैत्री आपल्या मनात कायम असेल, असं तो म्हणाला.

कालांतरानं पीटरचं म्हणणं खरं ठरलं. त्यानं असं कार्यक्षेत्र निवडलं होतं ज्यासाठी त्याचं निवासस्थान सतत बदलत असे आणि तो ते बदल उत्साहानं स्वीकारत असे. त्या प्रत्येक बदलातून त्याला काही नवं शिकण्याची, स्वत:चा विकास साधण्याची आणि नव्या वातावरणाशी जुळवून घेण्याची संधी लाभत असे. तो जगन्मित्र झाला होता. जोडलेल्या नातेसंबंधांमध्ये भौगोलिक अंतरांमुळे त्यानं कधीही अंतर येऊ दिलं नाही.

पीटरचा नातेसंबंधांकडे बघण्याचा दृष्टिकोनही इतरांना काही शिकवणारा होता. एकत्र राहण्यासाठी आपल्याकडे कमी वेळ आहे याचं भान ठेवून त्यानं आपल्या प्रियजनांबरोबर व्यतित केलेल्या प्रत्येक क्षणाचा भरभरून आनंद घेतला. आयुष्यभरासाठी उपयोगी पडतील अशा सुंदर आठवणी तयार करण्यासाठी वर्तमानाचा पुरेपूर उपभोग घ्यावा असं त्याचं मत होतं. आव्हानात्मक प्रसंगीसुद्धा नश्वरता समजून घेतल्यामुळे सातत्यानं बदलत राहणाऱ्या आयुष्याला अर्थपूर्णतेनं जगत तो आनंद घेत राहिला.

तुम्हीही तुमच्या आयुष्यात प्रत्येक गोष्टीला एकदम सकारात्मक किंवा एकदम नकारात्मक समजणं थांबवू शकाल का? काही बदल थांबवण्यासाठी घाईघाईनं निर्णय घेण्यापासून स्वत:ला रोखू शकाल का? परीस्थितीविषयीच्या धारणांना चिकटून राहण्याऐवजी किंवा परीस्थिती कशी असायला हवी, या विचारात गुंतून राहण्याऐवजी ती जशी आहे तशी समजून घेण्यासाठी तुम्ही उत्सुक राहिलात तर?

प्रकरण ३१

आपण नायकच असायला हवं असं नाही

'जो पराजित होतो त्याच्या मनात विजयाविषयी तिरस्कार निर्माण होतो. जो जय आणि परायजय यापलीकडे पोहोचला आहे, तोच शांतचित्त राहतो.'

–धम्मपद

विजयाच्या शोधार्थ अथक धावत राहणं आपल्याला दु:खाच्या दिशेनं घेऊन जात असतं याची तुम्हाला कल्पना आहे का? विजयाचा असा शोध म्हणजे अंतहीन रस्त्यावरून सुसाट धावण्यासारखं आहे. यश मिळालं की, त्या आनंदात आपण हुरळून जातो आणि अपयश आलं की, निराशेनं खचून जातो आणि अशा प्रकारे कधी आनंदाच्या शिखरावर तर कधी दु:खाच्या खाईत असे रोलरकोस्टरप्रमाणे हेंदकाळत राहतो. यशापयशाच्या या सतत फिरत राहणाऱ्या चक्राच्या गरगरण्यात आपण जे वास्तव समजूनच घेत नाही, ते म्हणजे : 'विजयाच्या शोधातच निराशेची बीजं पेरलेली असतात. स्वत:ला सतत बळी समजण्याच्या विचारात गुंतून राहणं हीच अखेर तुम्हाला बंधनात अडकवणारी शृंखला ठरते.'

आता तुम्ही विचार करत असाल की, 'विजयामुळे तिरस्कार कसा काय निर्माण होऊ शकतो?' तर प्राचीन तत्त्वज्ञान सांगणाऱ्या धम्मपदामध्ये याविषयी महत्त्वाची माहिती दिलेली आहे. बुद्धाचे शब्द आपल्याला

सार्वकालिक सत्य सांगतात की, विजय मिळवण्याची आपली अंध इच्छा आणि परिणामांना चिकटून राहण्याची वृत्ती हेच मुळात दु:खाचं मूळ असतं.

निरासक्त राहण्याचं कौशल्य प्राप्त करणं :

आपली उद्दिष्टं आणि आपल्या इच्छा यांचा मागोवा घेत असताना आपण नेहमीच आसक्तीच्या जाळ्यात अडकतो. आपल्याला यश, विजय आणि प्रतिष्ठा यांची ओढ असते आणि या गोष्टींच्या आसक्तीनुसारच आपण स्वत:चं मूल्यमापन करत असतो. आपल्याला जगावर, अन्य लोकांवर, स्वत:वर हुकमत गाजवायची असते. आपल्याला नियंत्रण ठेवायचं असतं. आपल्याला नि:संशय विजेता व्हायचं असतं, आयुष्याच्या या खेळात कायमसाठीच सर्वोत्कृष्ट खेळाडू ठरायचं असतं. पण इथेच लक्षात ठेवण्याचं पहिलं तत्त्व येतं : या गोष्टींची आसक्ती दु:खाकडे घेऊन जाते त्यामुळे या गोष्टींपासून निरासक्त राहण्याची सवय लावून घ्यायला हवी.

कल्पना करा की, ऑफिसमध्ये आपल्याला पदोन्नत्ती मिळावी या विचारात तुम्ही गुंतलेले आहात किंवा मॅरेथॉनमध्ये धाव पूर्ण करून वैयक्तिक आयुष्यात यशाचा एक झेंडा रोवण्याची तुमची तीव्र इच्छा आहे. त्या गोष्टींनी तुम्हाला पछाडलेलं आहे आणि त्यासाठी तुम्ही खूप मेहनतही करत आहात. आपल्या संस्कृतीनं आपल्याला हेच योग्य आणि उत्तम आहे असं शिकवलेलं असतं, हो ना? पण जसजशा आपल्या अपेक्षा वाढत जातात तसतशा आपल्या चिंताही वाढतात. एक व्यक्ती म्हणून आपली किंमत आपल्या यशापयशावर अवलंबून आहे, या धारणेने तुम्ही परिणामांच्या विचारात अडकून पडता. जर आपण यशस्वी झालो तर आपण 'हिरो' आणि अपयशी ठरलो तर 'झिरो' असं तुम्हाला वाटत असतं. एखादं महत्त्वाकांक्षी उद्दिष्ट समोर ठेवणं किंवा आव्हानांचा आनंद घेणं यात काहीच समस्या नाही. पण अजाणतेपणानं त्या गोष्टींची आसक्ती निर्माण होणं आणि त्या गोष्टी म्हणजे आपण नाही, हे न समजणं ही खरी समस्या आहे.

मग अनासक्ती म्हणजे काय? आपलं जे काही आहे ते सगळं विकून टाकणं आणि विक्षिप्त आधुनिक संन्याशाप्रमाणे एखाद्या पुलाखाली एकांतातलं जीवन जगणं? अजिबातच नाही– जोपर्यंत तुम्हाला तसं वाटत

नाही तोपर्यंत, असं मला वाटतं. अनासक्तीची सवय लावून घेण्यासाठी पहिल्यांदा एक साधी गोष्ट करायची आहे, ती म्हणजे आपण केवळ परिणामांचा विचार करतो आहोत. पण तो काही आपल्या व्यक्तिमत्त्वातला दोष नाही. तो मानवी स्वभाव आहे. लक्षात ठेवा की, जे लोक स्वत:ला अपयशी मानतात किंवा काही मोठी उद्दिष्टं ठेवायलाच कचरतात त्यांनासुद्धा ही गोष्ट लागू होते. त्यांनाही आसक्ती असतेच. ती समजणं खूपच कठीण असतं. तुम्ही कधी त्यागासाठी सदैव सज्ज असलेली एखादी व्यक्ती पाहिली आहे का? नीट विचार करा. त्यांना अपेक्षित असलेला 'विजय' समजून घेतला तर माझं म्हणणं तुमच्या लक्षात येईल.

माणसाला कोणकोणत्या प्रकारची आसक्ती असू शकते हे एकदा समजून घेतलं की, घाईघाईनं कोणतेही निष्कर्ष न लावता स्वत:च्या इच्छा आणि आसक्ती समजून घ्या. जेव्हा आपण एका विशिष्ट परिणामासाठी आसक्त आहोत हे तुमच्या लक्षात येईल तेव्हा स्वत:ला दोष देऊ नका. तुमचं ते उद्दिष्ट काही तुमच्यावर झडप घालून म्हणणार नाही की, 'बघ! पकडलं तुला. अपयशी माणसा, किती मूर्ख आहेस तू.' तुम्ही फक्त एवढंच करा की, शांतपणे आपलं ते उद्दिष्ट ओळखा. त्याला जाणून घ्या आणि ते तसंच सोडून द्या. स्वत:ला सांगा की, 'या परिस्थितीच्या परिणामाशी मी आसक्त होतो हे माझ्या लक्षात आलं आहे.' आणि जेव्हा तुमच्या लक्षात येईल की, आपल्याला आपल्या आसक्ती ओळखण्याची सवय लागली आहे, तर ठीक आहे, ती सवय तशीच राहू द्या.

सुजाण जागरूकता ही परिवर्तनाची गुरूकिल्ली आहे. आपल्या आसक्ती ओळखल्यामुळे तुम्हाला त्यांच्याकडे अधिक वस्तुनिष्ठपणे बघण्यासाठी वेळ मिळतो. तुमच्या लक्षात येऊ लागतं की, तुमच्या इच्छा या केवळ इच्छा आहेत. त्यांच्यावर तुमचं मूल्यमापन अवलंबून नाही. तुमच्या आयुष्याच्या विशाल आकाशात येऊन जाणारे ते केवळ ढग आहेत.

आताचा भाग आव्हानात्मक, पण मुक्ती मिळवून देणारा आहे : जाणतेपणानं आसक्ती सोडून द्यायची आहे. इथेच तुमची उच्चतम, सुज्ञ बुद्धी कामाला येणार आहे आणि पुढे जाण्याचा योग्य मार्ग तुम्हाला सांगणार आहे. अनासक्त होणं म्हणजे आपली उद्दिष्टं किंवा स्वप्न सोडून देणं नव्हे, तर त्यांच्या परिणामांवर असलेली तुमची घट्ट, आभासी पकड सैलावणं

आहे. तुम्ही फक्त तो आभास सोडून द्यायचा आहे. हे समजून घेणं महत्त्वाचं आहे– ती आसक्ती तुमच्यासाठी वाईट आहे म्हणून तुम्ही ती सोडायची नाही. तुम्ही ती सोडायची आहे कारण ती 'अशक्य' आहे. ती तुम्हाला दुःखाच्या दिशेनं घेऊन जाणार आहे. स्वतःचा श्वास कोंडून धरण्याइतकं किंवा वाहतं पाणी ओंजळीत धरून ठेवण्याइतकंच ते अशक्य आहे. अशा गोष्टींमध्ये काहीच अर्थ नसतो. त्या तुम्हाला केवळ निराशा देतात.

अनासक्तीची सवय लावून घेताना तुम्ही स्वतःला यशापयशासंबंधीच्या भावनिक रोलरकोस्टरपासून मुक्त करत असता आणि तुम्ही अधिक लवचीकपणे परिस्थितीशी जुळवून घेता आणि आयुष्यानं काहीही डाव खेळला तरीही तो शांतपणे स्वीकारू शकता. लक्षात ठेवा, विजयाची इच्छा नैसर्गिक आहे, पण त्याबरोबर येणारं दुःखही तितकंच साहजिक आहे. विजय येतो आणि जातो तसंच नुकसान आणि अपमानही कायम राहत नाही. आज जे काही मिळवलेलं आहे ते उद्या हातचं जाऊ शकतं... आणि मग तुम्ही ते पुन्हा जिंकून घेता. या सर्व बदलत्या परीस्थितींमध्ये शांत आणि सजग रहा. आपली आसक्ती सहजतेनं समजून घेत आणि त्यांच्यावरची आपली आभासी पकड सैल करत तुम्ही अनासक्तीकडे प्रवास करू लागता, तुम्हाला मोठं समाधान आणि शांतता अनुभवाला येते.

समतोल वृत्ती धारण करणं :

आता दुसरं तत्त्व जाणून घ्या– समतोल वृत्ती धारण करा. जय आणि पराजय अशा दोन्ही स्थितींमध्ये शांतता आणि स्थिरता राखण्यासाठी विचारसरणीत समानता आणणं आणि भावनिक संतुलन साधणं म्हणजे समतोल वृत्ती धारण करणं. यासाठी असलेली गुरूकिल्ली म्हणजे दोन्ही स्थिती कायम राहणार नाहीत याचं भान ठेवणं आणि ती नश्वरता लक्षात ठेवणं. हे जमलं तर तुम्हाला जाणवेल की, अनेक गोष्टी तुम्हाला कमी, अगदी कमी महत्त्वाच्या वाटू लागतात.

तुम्हाला मोठं यश मिळाल्याची एखादी घटना आठवून बघा– यशप्राप्तीमुळे तुमचं मन आनंदोत्साहानं भरून गेलेलं होतं अशी ती घटना. त्या वेळी तुम्हाला आकाश ठेंगणं वाटलं असेल. तुमचं हृदय आनंदानं उचंबळून आलं असेल. पण मग पुढे काय झालं? काळ पुढे सरकत राहिला

आणि तुमचा तो आनंदोत्साह हळूहळू कमी होत गेला. त्या विजयाची चमकधमक फिकी पडली आणि तुम्ही आणखी एका यशाच्या शोधामागे लागलात. या घटनेवरून तुम्हाला समजेल की, आयुष्यातले आनंदाचे क्षणही कधी न कधीतरी संपून जाणार असतात.

त्याचप्रमाणे एखादा मोठा पराजय आठवून बघा– एखादं असं नुकसान किंवा अपयश ज्यामुळे तुम्हाला पराजित झाल्यासारखं वाटून तुम्ही मोडून पडला असाल. जणू काही सगळं जग आपल्या विरोधात गेलं आहे असं तेव्हा तुम्हाला वाटलं असेल. पण जसा काळ पुढे सरकत राहिला तसे तुम्ही स्वत:ला सावरत गेलात, पुन्हा उठून उभे राहिलात आणि पुढे चालू लागलात. अर्थातच, तो पराजयही कायमसाठी नव्हता हे सिद्ध झालं.

एकदा एका राजानं एका साधूला सांगितलं की, 'माझ्यासाठी असं काहीतरी तयार कर ज्यामुळे मी सतत बुद्धिवादी विचार करू शकेन; अशी गोष्ट जिच्यामुळे आयुष्यातल्या अनुकूल गोष्टींना गृहीत धरणार नाही आणि प्रतिकूल परिस्थितीत खचूनही जाणार नाही.' तेव्हा त्या साधूने राजाला एक अंगठी दिली. त्या अंगठीवर शब्द कोरलेले होते, 'हेसुद्धा संपून जाणार आहे.' आपण त्या अंगठीला 'समतोल वृत्तीची मुद्रा' असं म्हणू शकतो. ती अंगठी ज्या प्रकारे सर्व प्रकारच्या परिवर्तनाची आठवण करून देते तीच त्या अंगठीची शक्ती आहे.

समतोल वृत्ती विकसित करण्यासाठी चांगल्या आणि वाईट अशा दोन्ही प्रकारच्या अनुभवांच्या अस्थिरतेकडे लक्ष द्या. जेव्हा ती नश्वरता तुम्हाला पूर्णपणे आकळून येईल तेव्हा तुम्हाला एखाद्या पर्वतशिखरावर उभं राहून विहरत जाणारे ढग पाहिल्यासारखं वाटेल. सूर्यप्रकाश आणि पाऊस दोन्ही कायम राहत नाहीत आणि ते तुमच्या आयुष्याची योग्य दिशाही ठरवत नाहीत. सामान्यत:, विजय आणि पराजय या दोन्हीं स्थितींमध्ये होणारी मानसिक आंदोलनं कमी करण्याची जादू समतोल वृत्तीमध्ये असते. जेव्हा तुम्ही आयुष्याकडे संतुलित मन:स्थितीनं पाहता तेव्हा परिणामांची चिंता आणि अति विचार यांचं प्रमाण कमी होतं. बाह्य जगतात काहीही चाललेलं असलं तरीही मनातून तुम्ही वर्तमानात स्थिर राहू शकता. यशापयश हे तुम्हाला भावनिक रोलरकोस्टरमध्ये गरगरत ठेवत नाही, तर तुमच्या मनाच्या शांत तळावर उठलेले केवळ काही तरंग ठरतात.

विचार करा, सर्व गोष्टी अश्वाश्वत आहेत हे जाणून घेऊन आयुष्यातल्या चढउतारांमध्ये समतोल वृत्ती राखत, नशिबाच्या फेऱ्यांवर आपली स्वत:ची किंमत ठरवण्याच्या मानसिकतेतून मुक्त होणं किती छान असेल. असा समतोल साधणारी मानसिकता तयार केल्यावर आपण वर्तमानात अधिक स्थिर आहोत, यशापयशाच्या बदलत्या भावनांमध्ये कमी गुंतत आहोत आणि आपल्या मनाच्या गाभाऱ्यातल्या सदैव शांत-स्थिर समुद्रात भक्कम पाय रोवून उभे आहोत असं तुम्हाला जाणवेल.

प्रकरण ३२

आपल्या नियंत्रणाचा आवाका समजून घेणं

*'आयुष्यातल्या केवळ तीन गोष्टींवर तुम्ही नियंत्रण ठेवू शकता–
स्वत:चे विचार, तुमच्या कल्पना आणि तुमची कृती.'*
–जॅक कॅनफिल्ड

कल्पना करा की, तुम्ही एका छोट्या नावेत बसून विशाल अनोळखी नदीतून प्रवास करत आहात. वैयक्तिक विकास आणि समृद्धीच्या शोधात आपण नेहमीच स्वत:ला अशा अनोळखी नदीच्या प्रवाहात अडकवून घेतो. बाह्य परिस्थितीच्या, इतरांच्या दृष्टिकोनांच्या आणि जागतिक स्तरावर चाललेल्या खळबळजनक घडामोडींच्या अशा आपल्या नियंत्रणाबाहेर असलेल्या एकामागोमाग एक येणाऱ्या लाटांमुळे चिंतित होतो. या सर्व गोष्टींकडे लक्ष देऊन त्यांना आपल्या अपेक्षेप्रमाणे प्रवाहित करण्याची तीव्र इच्छा असणं हा मानवी स्वभाव आहे.

पण जॅक कॅनफिल्डने सांगितल्याप्रमाणे आपण त्या नदीच्या प्रवाहाला बदलण्यावर लक्ष केंद्रित करून चालणार नाही. त्याऐवजी आपण आपल्या आयुष्यातल्या केवळ तीन गोष्टींवर नियंत्रण मिळवण्याचा प्रयत्न केला पाहिजे : स्वत:चे विचार, तुमच्या कल्पना आणि तुमची कृती. बस्स तेवढंच! यांचा उपयोग वल्ह्यांसारखा करत आयुष्याच्या अनाकलनीय प्रवाहातून आपण प्रवास करायचा आहे. या तीन गोष्टी इतक्या महत्त्वाच्या आहेत

असं तुम्हाला वाटत नसेलही कदाचित. पण त्यांचा वापर कसा करायचा हे तुम्हाला कळलं की, त्याच तुम्हाला पुरेशा वाटू लागतात.

लक्ष दुसरीकडे वळवणे आणि सक्रिय होणे :

आता आपण आपल्या नियंत्रणाच्या मर्यादांविषयी समजून घेऊ या. अर्थातच, या विश्वातल्या प्रत्येक गोष्टीवर आपलं नियंत्रण असू शकत नाही हे समजण्याइतके सुज्ञ आपण नक्कीच आहोत. तरीही जेव्हा आपल्याला हवं ते सगळं आपल्या अपेक्षेप्रमाणे होत नाही म्हणून आपण निराश होतो तेव्हा अनवधानाने आपण सर्व गोष्टींवर नियंत्रण मिळवण्याचीच इच्छा करत असतो ना?

हे आपल्या उद्यानाच्या मर्यादा समजून घेण्यासारखं आहे. तुम्ही तिथे रोपं लावू शकता पण तुम्ही हवामान नियंत्रित करू शकत नाही. त्याचप्रमाणे आयुष्यात अनेकदा आपण विनाकारणच परीस्थितीवर, इतरांच्या मतमतांतरावर किंवा जागतिक पातळीवरच्या घटनांवर चिडचिड करतो. खरं तर त्या गोष्टी म्हणजे आपल्या उद्यानाबाहेरच्या हवामानासारख्या असतात. यात अर्थपूर्ण बदल घडवून आणण्यासाठी आपलं लक्ष त्या गोष्टींवरून हलवून आपण प्रत्यक्षात कशावर नियंत्रण मिळवू शकतो आणि कशाची व्यवस्था लावू शकतो; अर्थात, आपल्या उद्यानांतर्गत कोणत्या गोष्टी आपण नियंत्रित करू शकतो हे ओळखणं आवश्यक आहे.

अशा प्रकारे, आपल्या नियंत्रणातलं क्षेत्र समजून घेतलं की, आपली ऊर्जा जाणीवपूर्वक त्या दिशेनं प्रवाहित करता येते. आपलं लक्ष आपल्या नियंत्रणातल्या गोष्टींवर केंद्रित केल्यामुळे प्राप्त स्रोतांसह आपण शक्य ते सर्व प्रयत्न करत आहोत याची खात्री तर होतेच, पण ज्यातून तुम्हाला काहीच लाभ होत नाही अशा गोष्टींसाठी त्या स्रोतांचा उपयोग करून ते वाया घालवणंही टाळलं जातं. हे तत्त्व हवामानानुसार रोपांची लागवड करण्यासारखं आहे. जर तुम्ही उद्यानाच्या फाटकात बसून लहरी वाऱ्यांविषयी तासभर तक्रार करत राहिलात तर तुमचं दुप्पट नुकसान होईल कारण तासानंतर काहीही बदल झालेला नसेल, पण ती तासभराची वेळ मात्र निघून गेलेली असेल जी तुम्हाला कधीच परत मिळणार नाही. त्याहूनही वाईट म्हणजे, वाऱ्याचा जोर कमी करण्यासाठी तुम्ही काहीच केलेलं नसतं. उदाहरणार्थ, टोमॅटोची

रोपं एखाद्या काठीला बांधून ठेवणं किंवा फुलझाडांना संरक्षण देण्यासाठी त्यांच्याभोवती कुंपण घालणं.

बागकामाच्या उदाहरणात हे तत्त्व पटकन लक्षात येतं, पण आयुष्याच्या बाबतीत मात्र ते आपल्याकडून निसटून जातं. एखाद्या परिस्थितीविषयी चिंता करण्यात, तक्रार करण्यात किंवा दु:ख करण्यात तुम्ही किती वेळ वाया घालवला आहे? त्यातला कितीतरी वेळ काही उपयुक्त बदल घडवून आणण्यासाठी किंवा वास्तव स्वीकारून पुढे जाण्यासाठी वापरता आला असता ना?

कल्पना करा, एका माणसाला त्याच्या कार्यक्षेत्रात प्रगती साधायची आहे, पण तो सतत ऑफिसमधल्या राजकारणात, सहकर्मचाऱ्यांच्या मतमतांतरात आणि कंपनीचे आर्थिक स्थैर्य- अशा त्याच्या नियंत्रणाबाहेर असलेल्या गोष्टींमध्ये गुंतलेला आहे. त्या गोष्टींवरचं लक्ष काढून घेतलं तर त्या माणसाला स्वत:चा कौशल्यविकास, जनसंपर्क वाढवण्याचा प्रयत्न आणि कार्यतत्त्व अशा आपल्या नियंत्रणात असलेल्या गोष्टीं समजतील आणि त्यावर लक्ष केंद्रित करता येईल. ते आपला वेळ आपल्या कौशल्यविकासासाठी संबंधित कार्यशाळांमध्ये सहभागी होण्यासाठी आणि एक भक्कम व्यावसायिक संपर्क व्यवस्था उभारण्यासाठी वापरू शकतील. परिणामत:, ते त्याच्या संस्थेसाठी मूल्यवान संपत्ती ठरेल आणि त्याच्या व्यावसायिक विकासासाठी अनेक संधी उपलब्ध होतील.

ऑफिसमधलं राजकारण, त्रासदायक सहकर्मचारी किंवा कंपनीची आर्थिक स्थिती यांत तो काहीतरी बदल करू शकला का? नाही. पण हा विचार करायला हवा की, ज्या गोष्टींवर आपलं नियंत्रण नाही त्या गोष्टींची चिंता करण्यात आपला वेळ वाया घालवायचा की नाही. यातून जो बदल घडला तो म्हणजे आता तो माणूस दूर न करता येणाऱ्या अडथळ्यांसाठी वेळ वाया घालवत नाही आणि जिथे आपल्या मताला काही किंमत नाही तिथे मतही देत नाही.

सध्या तुम्हाला त्रासदायक वाटणारी गोष्ट आठवा. ती गोष्ट तुमच्या नियंत्रणात आहे का? जरा विचार करा. जर ती तुमच्या नियंत्रणात नसेल तर त्या गोष्टीवरून जाणीवपूर्वक (त्यासाठी थोडा सराव लागेल) लक्ष काढून घ्या आणि ते प्रयत्नपूर्वक तुमच्या नियंत्रणात असलेल्या गोष्टीवर केंद्रित करा.

वास्तव जगाचा विचार करता त्या गोष्टीचा काही भाग तुमच्या नियंत्रणात असेल आणि काही भाग नसेल. ठीक आहे. मग त्यातला कोणता भाग आपल्या नियंत्रणात आहे आणि कोणता नाही, ते ओळखून त्यानुसार पुढची कृती ठरवा.

मानसिक सराव :

आता एक फारसं प्रशंसाप्राप्त नसलेलं तत्त्व पाहू या : मानसिक सरावाची सवय. हा आपल्या मनासाठीचा एक दैनंदिन व्यायाम आहे ज्यामध्ये तुम्ही स्वत:ला सकारात्मक आणि निर्मितिक्षम अवस्थेत बघायचं आहे. आपल्याला छान वाटत आहे, आपली कामं पूर्ण झाली आहेत, आपण आव्हानं पार करत आहोत आणि आपली उद्दिष्टे पूर्ण करत आहोत असा विचार रोज काही वेळ केल्यामुळे आपण आपल्या मनाला वर्तमानात राहण्याचं प्रशिक्षण देत असतो, चिंता कमी करत असतो आणि अति विचारांची सवय कमी करत असतो.

आपलं मन ही एक रंगभूमी आहे जिथे आपले विचार आणि भावना विविध भूमिका रंगवत असतात. मानसिक सराव केल्यामुळे तुम्ही त्या रंगभूमीवरील विचार-भावनाट्याचे दिग्दर्शक होऊ शकता आणि तिथली दृश्यं, नेपथ्य यांवर नियंत्रण ठेवू शकता. जेव्हा तुम्ही सकारात्मक परिणामांची कल्पना करण्यात सक्रिय होता तेव्हा तुम्ही वास्तविक आपल्या जीवनाच्या संहितेवर नियंत्रण प्राप्त करत असता. नुसते प्रेक्षक होऊन राहण्याऐवजी तुम्ही सक्रियतेनं त्या संहितेला आपल्या इच्छा आणि मर्यादांनुसार आकार देऊ शकता.

कल्पना करा, पहिल्या डेटवर जाताना एखाद्या व्यक्तीला किती चिंता वाटू शकते आणि ती व्यक्ती अति विचारांनी कशी ग्रस्त होऊ शकते. एका नव्या व्यक्तीला भेटायचं, तिच्यावर चांगला प्रभाव पाडायचा आणि नव्यानं उमलणाऱ्या नात्यातल्या शक्याशक्यता पडताळून पाहायच्या हे सगळं खूपच तणावपूर्ण होऊ शकतं. अशा चिंता माणसाच्या मनात स्वत:विषयी शंका उपस्थित करतात, काहीतरी गडबड होईल अशी भीती सतावू लागते आणि मग ती व्यक्ती त्या भेटीदरम्यान पूर्णपणे वर्तमानात राहू शकत नाही.

पण त्या व्यक्तीनं मानसिक सराव सुरू केला की, दैनंदिन कामकाजातला ठरावीक वेळ, आपली डेट यशस्वीपणे पार पडली आहे अशी कल्पना

करण्यासाठी राखून ठेवता येते. त्या वेळामध्ये आपण अशी कल्पना करू शकतो की, आपण संबंधित व्यक्तीला आत्मविश्वासाने सामोरे जात आहोत, आपल्या गप्पा रंगल्या आहेत आणि आपण मनापासून हसून बोलत आहोत. अशी कल्पना वारंवार केल्यामुळे त्या पहिल्या भेटीची वाटणारी भीती हळूहळू कमी होत जाते.

असा मानसिक सराव सातत्यानं केल्यामुळे त्या व्यक्तीचं मन सकारात्मक भेटीसाठी तयार होतं. तिची चिंता कमी होते, विचारांचा वेग कमी होतो आणि त्यामुळे ती व्यक्ती तिच्या त्या पहिल्या भेटीदरम्यान वर्तमानाशी आणि वास्तवाशी अधिक जोडलेली राहते. पूर्वी अशा काही भेटींदरम्यान झालेल्या गोंधळाचा विचार करत राहण्याऐवजी किंवा पुढे होणाऱ्या भेटींविषयी चिंता करण्याऐवजी ती व्यक्ती आपलं पूर्ण लक्ष प्रस्तुत भेटीवर केंद्रित करू शकते.

पण आणखीही काही आहे : ती भेट अपेक्षेप्रमाणे 'घडून येत नसेल' तर काय करायचं याचाही मानसिक सराव करता येऊ शकतो. भेटीदरम्यान वाइटात वाईट काय होऊ शकतं याची तपशिलांसह कल्पना करून, त्या वेळी आपण कोणत्या धोरणानं वागायचं याचा विचार ते करू शकतात.

चिंतेच्या नांगीतला विखार काढून टाकून आपली शक्ती परत मिळवण्याचा हा एक शक्तिशाली उपाय आहे. कल्पना करा की, तुम्ही ज्या व्यक्तीला भेटायला जाणार आहात तिच्याशी तुमचं अजिबातच जमत नाहीय, भाषेचा अडसर आहे आणि जेव्हा तुमच्यासमोर बिल येईल तेव्हाची स्थितीही खूप अवघडलेली असेल. कल्पना करा की, तुमची ती भेट अगदीच खराब होते आहे आणि तुमच्यात विवाद निर्माण झाला आहे. असंच अन्य काहीही घडो, पण जर तुम्ही आधीच अशा कठीण प्रसंगी शांत कसं राहायचं आणि त्या विचित्र परिस्थितीशी कसं जुळवून घ्यायचं याचा मानसिक सराव केलेला असेल तर प्रत्यक्षात तसं घडल्यावर तुम्ही ती स्थिती व्यवस्थित हाताळू शकताच; पण त्यानंतरही तुम्ही प्रत्येक भेटीदरम्यान सहजतेनं आणि स्थिरतेनं वागू शकता. कारण तुमची आत्मविश्वासाची भावना त्या भेटीच्या परिणामांवर अवलंबून नाही हे तुम्हाला समजलेलं असतं.

प्रकरण ३३

जेवढं सहन करायला हवं, त्यापेक्षा अधिक सहन करू नका

'अप्रिय परिस्थितीला केलेला विरोध हे दुःखाचं कारण असतं.'

–रामदास

'वेदना' आणि 'दुःख' यांत काय फरक आहे?

मंगळवारी काहीतरी वाईट घटना घडून जाणं आणि त्या होऊन गेलेल्या घटनेविषयी बुधवारी तासन्‌तास दुःख करत राहणं, यांत काय फरक आहे?

जिवंतपणी आपल्याला कधी ना कधीतरी वेदना सहन करावीच लागते. पण जर आपण त्या वेदनादायी अनुभवाला चिकटून राहिलो किंवा त्याला विरोध करत राहिलो, त्याच्यात गुंतून गेलो किंवा त्याच्याशी झगडत राहिलो तर आपण केवळ ती मूळ वेदना अनुभवत नसतो. तर आता त्यामध्ये त्या घटनेसंबंधीच्या आपल्या 'विचारांतून' निर्माण होणारी वेदनाही अनुभवत असतो. त्या दुसऱ्या प्रतिक्रियेला आपण 'दुःख' म्हणतो. वेदना अटळ असते, पण दुःखाला पर्याय असतो.

कठीण परिस्थितीचा स्वीकार करणे :

प्रथम हे लक्षात घ्यायला हवं की, परिस्थितीचं काठिण्य ओळखून तिचा स्वीकार करणं म्हणजे निष्क्रिय होऊन राहणं नाही, तर त्याउलट त्या

प्रतिकूलतेसंबंधी दृष्टिकोन आणि वृत्ती तयार होणं. त्यामध्ये प्रामुख्याने, आयुष्यातल्या चांगल्या-वाईट सर्वच गोष्टी कधीच कायम राहत नाहीत हे नश्वरतेचं मूलभूत तत्त्व समजून घेणं महत्त्वाचं असतं. परिस्थितीशी होणारा झगडा हे दु:ख वाढवण्याचं काम करत असतो, पण परिस्थितीचा स्वीकार करणं आणि तिला शरण जाणं यांमुळे तो झगडा कमी होतो. मन:स्थितीत झालेल्या या परिवर्तनामुळे आपण अधिक स्पष्टतेनं आणि शांतचित्तानं आव्हानांना प्रतिसाद देऊ शकतो.

माझ्या व्यावसायिक कारकिर्दीमध्ये एकदा मला प्रचंड मोठं नुकसान झेलावं लागलं होतं. तो काळ मला आजही स्पष्ट आठवतो. माझी पहिली प्रतिक्रिया ही विरोधाचीच होती. परिस्थिती बदलून टाकण्याची तीव्र इच्छा, माझ्यावर झालेल्या अन्यायामुळे आलेली हताशा आणि घोर निराशा या भावना उचंबळून आल्या होत्या. मला असं वाटत होतं की, मी जणू काही एका अटळ शक्तीशी झुंजतो आहे आणि त्या झुंजण्याचा एकमेव परिणाम म्हणजे माझी बौद्धिक आणि भावनिक ऊर्जा वाया जाते आहे.

मग माझ्या लक्षात आलं की, परिस्थितीला विरोध करण्यामुळे माझं दु:ख अतोनात वाढतं आहे. साधारण रस्सीखेच केल्यासारखं चाललं होतं. मी प्रतिकूलतेपासून जितका लांब जाण्याचा प्रयत्न करत होतो तितकी तिची माझ्यावरची पकड घट्ट होत होती.

या नव्या दृष्टिकोनामुळे मी नश्वरतेचा स्वीकार करू लागलो. माझ्या लक्षात आलं की, आयुष्यातल्या अन्य गोष्टींप्रमाणेच आव्हानात्मक काळही अस्थायी असतो. तो येतो आणि जातो. पण जर मी स्वत:ला त्या अस्थायी अनुभवात अडकवून घेतलं तर त्यामुळे माझा त्रास वाढणार आहे. प्रतिकूलतेला विरोध न केल्यामुळे किंवा त्यात गुंतून न राहिल्यामुळे सुरुवातीची वेदना वेळेआधी कमी होणार नाही, ती जेव्हा कमी होणार असेल तेव्हाच कमी होईल. पण त्यामुळे तुम्ही स्वत:वर अनावश्यक दु:ख ओढवून घेणार नाही- खरं तर आपण माणसं स्वत:च आपल्या दु:खाला कारणीभूत ठरत असतो.

माझ्या वृत्तीतला बदल अगदी छोटा असला तरी तो परिवर्तनशील होता. प्रतिकूलतेच्या विरोधात सतत टोले लगावत राहण्याऐवजी मी त्यातून मार्ग काढू लागलो. माझ्या लक्षात आलं की, परिस्थितीचा स्वीकार करणं म्हणजे

आहे त्यात संतुष्ट राहणं असं नाही, तर कोणतेही निष्कर्ष न लावता आहे ती परिस्थिती स्वीकारणं. अर्थात, परिस्थितीनं उभ्या केलेल्या आव्हानांना कसा प्रतिसाद द्यायचा याची निवड करण्याचा अधिकार मला होता.

मी परिस्थिती ओळखायला आणि स्वीकारायला लागल्यावर माझं दुःख वाढवणारी, परिस्थितीला विरोध करणारी वृत्ती कमी होत गेली. झालेल्या नुकसानाचा विचार मी अधिक स्पष्टतेने आणि लवचिकतेनं करू लागलो. परिस्थिती होती तशीच राहिली, पण माझ्यामध्ये मात्र परिवर्तन घडून आलं. त्यानंतर प्रतिकूलता म्हणजे कधीच दूर न करता येणारा अडथळा, असं मला वाटलं नाही तर सतत बदलत राहणाऱ्या आयुष्याचा तो एक भाग आहे असं वाटलं. त्यानंतर मी कधीच 'वास्तवाशी झगडण्यात' वेळ वाया घालवला नाही. मला जे शक्य होतं ते मी केलं आणि बाकी जे व्हायचं ते होऊ देत गेलो.

सध्या तुमच्या आयुष्यात अशी एखादी वेदना आहे का, जिला दूर करण्याच्या प्रयत्नांत तुम्ही वाढवत नेत आहात? एखादी अशी समस्या आहे का, जिच्याशी सर्वतोपरी झगडत राहिल्यामुळे तुम्ही ती आणखी जास्त वाढवून ठेवली आहे?

वैयक्तिक विकासासाठी आव्हानांचा स्वीकार करणे :

आपल्या प्रदीर्घ जीवनकथेमध्ये आव्हानं ही नेहमी आपल्या मार्गातले अडथळे बनून येतात आणि आपल्या मानसिक दृढतेची, लवचिकतेची परीक्षा घेतात. या आव्हानांना दिल्या जाणाऱ्या स्वाभाविक प्रतिसादाचं मूळ आपल्या चिंतेमध्ये आणि अनावश्यक विचारांमध्ये असतं. पण आपण या आव्हानांना काही नवं शिकण्याची, परिस्थितीशी जुळवून घेण्याची आणि नवा दृष्टिकोन प्राप्त करून घेण्याची संधी म्हणून स्वीकारू शकतो.

विकसनशील मनोवृत्ती ही मनाची एक अशी अवस्था असते ज्यामध्ये समर्पित भावनेनं आणि मेहनतीनं आपण आपल्या क्षमता आणि आपली बुद्धिमत्ता विकसित करू शकतो असा आपल्याला विश्वास असतो. ही अवस्था आपल्याला आपल्यापुढची आव्हानं अशक्यप्राय अडथळे नसून यशाच्या दिशेनं होणाऱ्या आपल्या प्रवासातल्या चढत्या पायऱ्या आहेत असा दृष्टिकोन देते. विकसनशील मानसिकतेमुळे चिंतेच्या आहारी जाण्याऐवजी

किंवा अतिविचारांमध्ये वाहून जाण्याऐवजी आपण आपल्या आयुष्यातील समस्यांकडे आपला वैयक्तिक विकास साधणारे आणि जीवन समृद्ध करणारे बहुमूल्य अनुभव म्हणून बघतो.

अशी विकसनशील मानसिकता धारण करणे म्हणजे समस्यांमधून धडे घेण्यासाठी सतत सक्रिय राहणे आणि प्रत्येक काळ्या ढगाला रुपेरी किनार असतेच यावर विश्वास ठेवणे, जरी त्या वेळी ती रुपेरी किनार प्रत्यक्षात दिसत नसली तरीही. आव्हानांसह येणाऱ्या अडथळ्यांमध्ये आणि चिंतांमध्येच अडकून न राहता त्या अनुभवातून आपण काय शिकू शकतो यावर आपण आपलं लक्ष केंद्रित करू शकतो. या दृष्टिकोनामुळे आपल्याला महत्त्वाची समज येते, विचारांमधली लवचिकता वाढते आणि आपल्या सुप्त क्षमता जागृत होतात.

माझ्या आयुष्यातला सर्वांत महत्त्वाचा क्षण म्हणजे माझा पहिला प्रेमभंग. तो काळ माझ्यासाठी अतिशय वेदनादायी, अनिश्चिततेनं, दु:खानं भरलेला आणि भावनिक अस्थिरतेचा होता. ते नातं तुटल्यामुळे मी सैरभैर झालो होतो. जे काही घडलं त्याचे तपशील आठवत, आपण कुठे चुकलो आणि आपण काय करायला हवं होतं हाच विचार मी सतत करत होतो.

प्रेमभंगाचा माझ्यावरचा लगेचच झालेला परिणाम म्हणजे मी प्रेमभंगाची वेदना स्वीकारायलाच तयार नव्हतो, तिला विरोध करत होतो. मला वाटत होतं की, माझं कधीच भरून न येणारं नुकसान झालं आहे आणि त्यामुळे ते विसरून पुढे जाणं मला त्रासदायक ठरत होतं. आमच्यात झालेले काही वाद मी सातत्यानं मनात घोळवत होतो आणि नक्की कोणाला 'दोष' द्यावा याचा विचार करत होतो. पण तसं केलामुळे प्रेमभंगानं दिली नाही इतकी मोठी वेदना मी स्वत:च स्वत:ला देत होतो हे माझ्या लक्षात येत नव्हतं.

त्याच काळात मला विकसनशील मानसिकता या संकल्पनेची ओळख झाली. त्यामुळे मी माझ्या त्या पहिल्यावहिल्या प्रेमभंगाला आयुष्य उद्ध्वस्त करणारी घटना न समजता आयुष्यातला महत्त्वाचा धडा शिकण्याची आणि स्वत:मध्ये विकास घडवण्याची संधी म्हणून पाहू शकलो. आपण काय चुका केल्या यावर विचार करत राहण्याऐवजी आपण त्या अनुभवातून काय शिकू शकतो याकडे मी लक्ष देऊ लागलो. वास्तविक, जेव्हा मी प्राप्त परीस्थितीला नाकारणं थांबवलं तेव्हाच माझ्या मनात एक आश्चर्यकारक

विचार आला : ते नातं तुटण्याच्या वेदनेमध्येच, त्या नात्यातून सुटका झाल्याची मनाला काहीशी शांतवणारी भावनाही होती.

मी जेव्हा स्वत:चं थोडं अवलोकन केलं तेव्हा मला जाणवलं की, काही प्रमाणात नातं संपल्याचं दु:ख मला होतंच; पण त्यात अनेक गोष्टींना नव्यानं सुरुवातही होत होती आणि त्यासाठी माझ्या मनात कृतज्ञतेची भावना होती. नात्यातून झालेल्या सुटकेमध्ये आणि माझे उद्देश आणि प्राधान्यक्रम यांचं मूल्यांकन करण्याच्या संधीमध्ये मला ती रुपेरी किनार आढळली. पण मला ही स्पष्टता लाभली ती 'हे घडायला नको होतं. मला नकोय हे. हे योग्य नाही,' हा सततचा विचार आणि परिस्थितीविषयी विरोधाची भावना सोडून दिल्यावरच.

प्रकरण ३४

चिंता बिनकामाची असते.

'जर तुम्हाला एखादी वेदना किंवा दु:ख जाणवत असेल तर त्यासाठी आपल्याला काही करता येऊ शकेल का हे तपासून पहा. जर तुम्ही काही करू शकणार असलात तर चिंता करण्याची आवश्यकता नाही. जर तुम्ही काही करू शकणार नसलात तर मग चिंता करण्याची काहीच आवश्यकता नाही.'

–दलाई लामा

आपल्या भावना म्हणजे आयुष्याचा शेला विणणारे नाजूक धागे असतात. त्यांतून अनुभवांच्या चित्रविचित्र रचना तयार होत असतात. त्या नाजूक विणीमध्ये एक उठून दिसणारा धागा असतो– भीतीचा. भीती जेव्हा आपल्याला एखाद्या धोकादायक गोष्टीपासून दूर ठेवते, तेव्हा ती आपल्यासाठी फायद्याची असते. पण जेव्हा आपण आपल्या भावनांनाच भीती दाखवू लागतो तेव्हा काय होतं? आपल्याला ज्या गोष्टीची भीती वाटते ती गोष्ट घडलेलीच नसेल किंवा कधीही घडणार नसेल तर?

भावनांनी विणलेल्या आयुष्याच्या शेल्याचा विचार करताना दलाई लामांनी सांगितलेलं तत्त्व आपल्याला भिववणाऱ्या नकारात्मक भावनांसह एकंदरीतच भीतीच्या भावनेशी असलेलं आपलं नातं तपासून पाहायला

उद्युक्त करतं. प्राचीन काळातील संन्यस्तांप्रमाणे दलाई लामाही सांगतात की, काही गोष्टी आपल्या नियंत्रणात असतात, तर काही नसतात. पण त्यांनी आनखीही एक मुद्दा सांगितला आहे : एखादी गोष्ट आपल्या नियंत्रणात असो किंवा नसो, तिची चिंता करण्याची गरज नाही. एक तर क्रियाशील व्हा आणि क्रियाशील होता येत नसेल तर प्राप्त परिस्थितीचा स्वीकार करा. चिंता करण्याने काहीच लाभ होत नाही.

समस्या निवारक व्हा :

भीती ही एखाद्या न सुटणाऱ्या पक्क्या गाठीसारखी असते. या घडीला आपण माघारही घ्यायची नसते आणि परिस्थितीचा बळीही ठरायचं नसतं. त्याऐवजी आपण भावनेचं रहस्य अचूकतेनं आणि स्पष्टतेनं उलगडण्याचा प्रयत्न करायचा असतो. निराश होऊन हातातला दोर पूर्णपणे सोडून देऊ नका, पण त्रस्तही होऊन जाऊ नका. मग त्या दोराची दोन्ही टोकं ओढा. ती गाठ आणखी घट्ट झाली तरीही.

थोडक्यात, तुम्ही भीतीमुळे गलितगात्र न होता तिच्याशी समोरासमोर येऊन दोन हात करायचे आहेत. हे एखाद्या कुशल बुद्धीबळपटूसारखं आहे. प्रतिस्पर्ध्यानं केलेल्या आक्रमक खेळीमुळे खचून न जाता तो आपली खेळी खेळण्यापूर्वी पटाचं नीट निरीक्षण करतो. तसंच आपणही भीतीचा मूळ स्रोत ओळखण्यासाठी किंवा तिचा प्रभाव कमी करण्यासाठी कोणती 'विशेष' कृती करता येईल याचा शोध घ्यायचा आहे. समस्या निवारक मानसिकतेचा महत्त्वाचा पैलू : आयुष्यातल्या अनिश्चिततेला जाणतेपणानं आणि प्रमाणात प्रतिक्रिया देणे.

महत्त्वाचं म्हणजे, इथे चिंतेला स्थान नाही. कारण ती अगदीच निरुपयोगी असते. त्यामुळे तुम्ही चिंतेला बिनधास्तपणे बाजूला ठेवू शकता.

एखादं कोडं सोडवण्यासाठी तुमच्याकडे धोरण असावं लागतं. उदाहरणार्थ, कोपऱ्यांकडून आणि कडेनं सुरुवात करणे. मग एक-एक टप्पा पुढे जाणे. मध्येच जरा थांबून आपण किती पुढे आलो आहोत ते पाहणे आणि तरतम भावानं पुढे जाणे. धीर धरा. आयुष्यातल्या समस्याही अशाच सोडवायच्या असतात : तुमच्याकडे धोरण, धीर आणि टप्प्याटप्प्यानं पुढे जाण्याची पद्धत हे सर्व असावं लागतं. चिंता आणि चिंतेमुळे येणारं भय

काढून टाकलं की, आपण आपल्यापुढचा मोठ्यातला मोठा गुंतागुंतीचा प्रश्नही सोडवू शकतो आणि त्यासाठी एक स्पष्ट कृती आराखडाही तयार करू शकतो.

कृती आराखडा तयार करणं हे भीतीच्या जाळ्यातून बाहेर पडण्यासाठी रस्ता आखण्यासारखं आहे. आपल्यासाठी एकमेवाद्वितीय असणाऱ्या परिस्थितीला योग्य प्रमाणात प्रतिसाद देताना प्रत्येक टप्प्यावर जाणतेपणानं पुढे जायचं आहे. काम पूर्ण करण्याच्या अंतिम तारखेचा तणाव हे जर तुमच्या भीतीचं मूळ असेल तर तुमच्या कृती आराखड्यामध्ये रोजच्या रोज पूर्ण करता येतील अशी नेमकी कामं आखणं, सहकर्मचाऱ्यांची मदत घेणं किंवा वेळेचं व्यवस्थापन करण्याचं तंत्र अवलंबणं या गोष्टी समाविष्ट असू शकतात. योग्य कृती आराखड्यामुळे तुम्ही स्वतःच्या भीतीचं रूपांतर आव्हानामध्ये करू शकता. असं आव्हान, जे तुम्ही पद्धतशीरपणे पूर्ण करू शकता.

तुमची नोकरी गेली तर तुम्ही थोडं थांबता, स्वतःला सावरता आणि मग स्वतःची माहिती व्यवस्थित संकलित करून नोकरी देणाऱ्या मध्यस्थाला भेटता. तुम्हाला मुलाखतीसाठी बोलावणं येतं. पण तुमची मुलाखत चांगली होत नाही. ठीक आहे. जरा थांबून स्वतःचं पुनर्मूल्यांकन करा. स्वतःला विचारा, 'असं का झालं?' पुन्हा एकदा कृती आराखडा तयार करा आणि त्यात नवे, सुधारित उद्देश समाविष्ट करा. ते करत असताना तुमचा संगणक बंद पडतो आणि तुम्हाला इंटरनेट जोड उपलब्ध होत नाही. तुम्ही एक खोल श्वास घेता, इंटरनेट कॅफेमध्ये जाता आणि घरचा संगणक दुरुस्त करण्यासाठी आवश्यक तो भाग विकत घेण्याचं ठरवता. संध्याकाळी तुम्हाला जाणवतं की, आजचा दिवस खूप तणावात गेला आहे. त्यामुळे स्वतःला पुन्हा स्थिर करण्यासाठी तुम्ही तुमच्या आवडीचं काहीतरी करता. दुसऱ्या दिवशी सकाळी तुम्ही पुन्हा ताजेतवाने होऊन संगणकाच्या दुकानात जायला निघता, पण जोरदार पाऊस सुरू होतो. ठीक आहे. तुम्ही रेनकोट तर घालू शकताच....

जर तुम्ही आयुष्याला अशा प्रकारे दिशा देत गेलात तर तुम्हाला कोणत्याही गोष्टीसाठी चिंता करण्याची 'गरज' उरणार नाही. हे काहीसं चीड आणणारं आहे ना? अर्थातच आहे. पण खरंच समस्या सोडवल्या जाऊ शकतात– अगदी मोठ्या, गुंतागुंतीच्या समस्याही. ज्या समस्या सोडवायला आपल्याला

आवडत नाही किंवा मुळात ज्या समस्या आयुष्यात नसाव्यातच असं वाटतं त्यासुद्धा सोडवल्या जाऊ शकतात. आपल्यातले बरेच जण म्हणतात की, दैनंदिन समस्या आमचा ताण वाढवतात. पण खरं तर असं म्हणणं योग्य ठरेल की, समस्या सोडवण्याच्या कौशल्याची कमतरता असल्याने ताण वाढतो. कोणालाही आवडणारं नसलं तरी वास्तव हेच आहे की, आपलं जीवन रोजच्या कटकटी, समस्या आणि त्रास यांनी व्यापलेलं असतं. आपण त्यांच्यामुळे निराश आणि त्रासिक होऊ शकतो किंवा संतुलित, शांतचित्त वृत्तीनंही त्यांचा विचार करू शकतो. जर तुम्ही तुमच्या समस्या स्वत:ला त्रास न देता सोडवू शकत असाल तर का नाही करायचं?

धीरोदात्त भेद्यता :

भेद्यता म्हणजे एका घनदाट अरण्यात दडलेल्या बागेत जाण्याचा मार्ग आहे अशी कल्पना करा. त्या बागेत पोहोचण्यासाठी आपल्याला अनिश्चितता आणि असुविधांच्या दाट झाडीतून वाट काढत जावं लागतं. त्याचप्रमाणे भेद्यता स्वीकारण्यासाठी आपल्याला स्वत:चं खरं रूप उघड करण्याची, ते रूप जगापासून लपवण्यासाठी आपण चढवलेले मुखवटे उतरवण्याची असुविधा सहन करावी लागते. ज्याप्रमाणे साहसी लोक अनोळखी जंगलात भटकंतीला जातात त्याप्रमाणे आपण स्वत:चंच अंतर्गत स्तरावरचं अनोळखी रूप जाणून त्याला दिशा द्यायची आहे.

या प्रवासामध्ये आपल्या लक्षात येतं की, भेद्यता म्हणजे दुर्बलता नाही, तर लवचिकतेचा झरा आहे. भेद्यतेमुळे आपल्या मनाला झाकोळून टाकणाऱ्या चिंता आणि अनावश्यक विचारांचे थर काढून टाकायला मदत होते. स्वत:च्या कमतरतांसह स्वत:ला जगापुढे आणून आपण खऱ्या अर्थानं स्वत:शी जोडले जातो आणि इतरांनाही तसं करण्याची मोकळीक देतो.

अभेद्यता आपल्या व्यक्तिमत्त्व परिवर्तनासाठी एक माध्यम ठरते. जेव्हा आपण स्वत:ला वाटणारी भीती आणि असुरक्षितता यांना थेट सामोरे जातो तेव्हा आपण त्यांची आपल्या आयुष्यावर असलेली पकड ढिली करत असतो. पुन्हा एकदा आधीचंच उदाहरण घेऊ. कल्पना करा की, तुम्ही तसेच एक बेरोजगार आहात. त्यामुळे तुम्ही प्रचंड तणावात आहात, तुम्हाला भविष्याची चिंता लागून राहिली आहे आणि ही परिस्थिती आपण

योग्य प्रकारे हाताळू शकू की नाही, अशी शंका तुम्हाला सतावते आहे. म्हणजेच तुम्ही घाबरलेले आहात.

विविध संस्कृतींमधल्या अनेक लोकांना अशा प्रकारे वाटणारी भीती व्यक्त करणं कठीण जातं. कदाचित, एक कमकुवत किंवा मूर्ख व्यक्ती म्हणून लोकांपुढे येणं त्यांना मान्य होत नसावं. त्यामुळे ते शूरपणाचा मुखवटा धारण करतात आणि मुळात आहेत त्याहून अधिक आत्मविश्वास असल्याचा आव आणतात. कदाचित, आपल्याला खरं काय वाटतं आहे हे इतरांना सांगणं त्यांना रुचत नसावं आणि म्हणून आपण अगदी मस्त आहोत अशी प्रतिमा ते जगापुढे सादर करत असावेत. आपण निराश आहोत, गोंधळलेले आहोत, दुःखी, कष्टी, घाबरलेले आहोत किंवा आपल्यावर वाईट वेळ आली आहे, हे मान्य करणं हे खरंच किती संकोच वाटायला लावणारं आणि अवघड आहे ना?

त्याउलट अशी कल्पना करा की, ती व्यक्ती आपला कमकुवतपणा अमान्य करत नाही, तर तिच्याकडे आपली अभेद्यता मान्य करण्याचं धैर्य आहे. आपला अहंकार आणि व्हॅनिटी दूर सारून ती मदत मागायला तयार झालेली आहे किंवा लोक जेव्हा त्या व्यक्तीची ख्यालीखुशाली विचारतात तेव्हा ती व्यक्ती जे काही आहे ते प्रामाणिकपणे सांगते. त्यामुळे काही छान गोष्टी घडू शकतात : आपण एकटे नाही, आपल्यासारखाच अनुभव घेणारे किंवा आधी तसा अनुभव घेतलेले अनेक लोक आहेत याचा त्यांना शोध लागतो. लोक आपल्याला मदत करायला इच्छुक आहेत आणि त्यासाठी पुढेही येत आहेत. आपण फक्त त्यांना विचारायला हवं आहे हे त्यांना जाणवतं. जेव्हा आपण आपली भीती प्रामाणिकपणे व्यक्त करतो तेव्हा लोकांशी आपलं नात अधिक दृढ होतं आणि एकमेकांवरचा विश्वास वाढू लागतो हे त्यांना समजतं. म्हणूनच कमकुवतपणा ही भीती वाटण्याची किंवा टाळण्याची गोष्ट नाही तर तिचा योग्य उपयोग करून घेण्याची गोष्ट आहे.

प्रकरण ३५

तणाव पाळणं सोडून द्या

एखादा केसाळ कुत्रा किंवा एखादं गुबगुबीत मांजर पाळण्यानं घडून येणारा चमत्कार तुम्हाला नक्कीच माहीत असेल. त्यांचा मऊशार स्पर्श मनाला आनंद देणार तर असतोच, पण क्षणभर का होईना, त्या स्पर्शामध्ये आपल्या चिंता आणि त्रास उडवून लावण्याची जादूही असते. थोडक्यात सांगायचं तर प्राण्यांच्या सहवासात एक आनंदाचं रहस्य दडलेलं असतं आणि तो आनंद त्यांच्या केसाळ स्पर्शापलीकडचा असतो.

वॉशिंग्टन स्टेट युनिव्हर्सिटीत नुकत्याच करण्यात आलेल्या संशोधनादरम्यान महाविद्यालयीन विद्यार्थ्यांसाठी आयोजित 'Pet your stress away'या कार्यक्रमात विद्यार्थ्यांना कुत्र्यांबरोबर आणि मांजरांबरोबर वेळ घालवायची संधी दिली गेली. या कार्यक्रमातून प्राण्यांच्या सहवासामुळे मिळणारे फायदे लक्षात आले. प्राण्यांच्या सहवासात विद्यार्थ्यांचं मन तर आनंदी उत्साहित झालंच, पण शारीरिक स्तरावरही त्यांना काही विशेष जाणवलं. त्या शारीरिक बदलांमुळे त्यांना अधिक तणावमुक्त आणि शांत वाटायला लागलं.

प्राणिमित्रांबरोबरचं नातं :

केसाळ, गुबगुबीत प्राणिमित्रांच्या सहवासात तणावमुक्त कसं व्हायचं ते बघू या : तुमच्या आसपास कुठे प्राण्यांचा सहवास लाभण्याची काही संधी

आहे का, याचा शोध घ्या. तुमच्या जवळच्या एखाद्या प्राणी आधार केंद्रात स्वयंसेवक म्हणून काम करायलाही काय हरकत आहे? अशा केंद्रांना नेहमीच निरधार प्राण्यांची काळजी घेण्यासाठी आणि त्यांना कायमचं हक्काचं घर मिळवून देण्यासाठी मदतीची गरज असते. अशा केंद्रांमध्ये स्वयंसेवक म्हणून काम केल्यामुळे त्या प्राण्यांना तर मदत होतेच, पण तुम्हालाही त्यांचा जो सहवास लाभतो तो तुमच्या मानसिकतेत आश्चर्यकारक बदल घडवून आणणारा उपचार ठरतो.

एक पर्याय असाही आहे की, पाळीव प्राणी असणाऱ्या तुमच्या ज्या नातेवाइकांच्या, मित्रांच्या अनुपस्थितीत त्या प्राण्यांची काळजी घ्यायची. त्यांच्या प्राण्यांबरोबर छान वेळ घालवल्यामुळे तुम्हाला तर आनंद मिळेलच, पण तुमच्या त्या आप्तेष्टांनाही निर्धास्तपणे प्रवासाचा आनंद घेता येतो.

आणि प्राण्यांच्या सहवासासाठी तुम्ही जर याहूनही सोपा, पण तितकाच आनंददायी मार्ग शोधत असाल तर जिथे प्राणी-सहवास लाभू शकतो अशा एखाद्या 'पेट कॅफे'मध्ये तुम्ही जाऊ शकता किंवा एखाद्या अभयारण्याला भेट देऊ शकता. अशा आस्थापनांमध्ये येणाऱ्या अतिथींना मांजराच्या मस्तीखोर पिल्लांपासून तगड्या घोड्यांपर्यंत विविध प्राण्यांचा सहवास लाभण्याची सुविधा उपलब्ध करून दिलेली असते. पेट कॅफेमध्ये कॉफीचा आनंद घेत किंवा अभयारण्यात शांतपणे बसून तुम्ही हा प्राणी-सहवासाचा अनुभव घेऊ शकता.

पण प्राणी-सहवासामध्ये आपल्या मानसिकतेत सकारात्मक बदल घडवून आणण्याची अशी कोणती उपचारात्मक शक्ती असते? तर ते आपल्याला छान पद्धतीनं वर्तमानात घेऊन येतात, हे या प्रश्नाचं उत्तर आहे. आपण जेव्हा प्राण्यांच्या सहवासात असतो तेव्हा आपण त्यांच्यात इतके गुंतून जातो की, आपल्या मनाला सतत घेरून राहणाऱ्या चिंतांचा, काळजीचा आणि त्रासदायक विचारांचा प्रवाह खंडित होतो. प्राणी कधीच भूतकाळात रमत नाहीत आणि भविष्याची काळजीही करत नाहीत. ते केवळ प्राप्त क्षणांमध्येच जगत असतात. त्यांच्या संपर्कात आल्यावर आपणही वर्तमानात ओढून आणले जातो आणि त्यामुळे येणारी गहन शांतता अनुभवतो.

त्याबरोबरच प्राणी आपल्यामध्ये प्रेमळपणाची, आनंदाची आणि काळजी घेण्याची भावना जागवतात आणि तेही एक शब्दही न बोलता!

माणसाच्या संगतीत ते जरा कठीणच असतं. प्राण्यांकडे त्यांचं स्वतःचं असं एक मुकं शहाणपण असतं आणि ते वैचारिक थकवा आलेल्या अति बुद्धिमान मानवजातीच्या मानसिक स्वास्थ्यासाठी पुष्टिवर्धक सिद्ध होतं. निदान दिवसातून काही मिनिटं किंवा आठवड्यातले एक-दोन तास तरी प्राण्यांच्या सहवासासाठी राखून ठेवा. त्या वेळी मनानं पूर्णपणे त्या प्राण्यांच्या बरोबरच रहा, मग ते कुत्र्याच्या चळवळ्या पिल्लाबरोबर खेळणं असो, शांतपणे माशांचा जलविहार पाहत राहणं असो किंवा एखाद्या सुंदर पक्षाचं निरीक्षण करणं असो.

वर्तमान क्षणांचा मागोवा घ्या, ते निर्माण करा :

आणखी एक उपाय म्हणजे दिवसभर पूर्णपणे वर्तमानात स्थिर राहण्यासाठी संधी शोधणं. लक्ष भरकटवणाऱ्या जगात आणि भूत-भविष्याच्या अखंडित विचारप्रवाहाच्या कोलाहलात वर्तमानात राहण्याचा हा सराव म्हणजे चिंता आणि अनावश्यक विचारांवरचा रामबाण उपाय आहे.

आपल्या आसपासचं जग हे ज्ञानेंद्रियांना सुखावणाऱ्या अनुभवांनी ओसंडून वाहत आहे आणि ते अनुभव घेण्यासाठी अपल्याल खुणावत आहे. क्षणभर थांबा. आसपासचे विविध रंग, गंध, स्पर्श अनुभवा. मग ते फुलांचे प्रसन्न रंग असोत, चहाच्या कपाचा उष्ण स्पर्श असो किंवा आपल्या पाळीव प्राण्याचा मऊशार स्पर्श असो. अशा प्रकारे ज्ञानेंद्रियांना मिळणाऱ्या अनुभवातून तुम्ही समृद्ध वर्तमानाशी जोडले जाता. त्यामुळे आपल्या पाचही ज्ञानेंद्रियांना सतत कार्यरत ठेवण्याची सवय लावून घ्या.

निसर्ग हा शांततेचा स्रोत आहे. रोज थोडा वेळ तरी चार भिंतींच्या बाहेर घालवा. मग तो रमतगमत बागेत मारलेला फेरफटका असो किंवा घरामागच्या अंगणात शांत बसून केलेलं चिंतन असो. निसर्गातली दृश्य, आवाज आणि गंध यांमध्ये मनाला शांतवणारे आणि स्थिरावणारे गुणधर्म असतात. ते तुम्हाला वर्तमान क्षणांमधलं आश्चर्य आणि सौंदर्य यांची जाणीव करून देतात.

वास्तविक जीवनसागरामध्ये आपला श्वास हाच आपल्याला वर्तमानात स्थिर राखणारा खात्रीचा नांगर असतो. दिवसभरातला थोडासा वेळ आपल्या श्वासावर लक्ष केंद्रित करण्यासाठी राखून ठेवा. प्रत्येक श्वासाबरोबर वर-

खाली होणारी छाती, श्वासोच्छ्वासाची लय यांचं निरीक्षण करा. जेव्हा जेव्हा तुमचं मन अति विचारांच्या जाळ्यात अडकू लागेल तेव्हा तेव्हा त्याला सावकाश पुन्हा एकदा श्वासाच्या लयीशी जोडून घ्या. या सरावामुळे तुम्हाला स्थिर व्हायला तर मदत होतेच, पण सजगताही वाढते.

आपल्या आयुष्यात कशाची कमतरता आहे आणि कोणत्या समस्या आहेत याकडे असणारं आपलं लक्ष आपल्या आयुष्यातल्या भरपूर असणाऱ्या आणि आयुष्य सुंदर करणाऱ्या गोष्टींकडे वळवण्यासाठी कृतज्ञता भाव हे एक महत्त्वाचं तंत्र आहे. त्यासाठी दिवसाच्या सुरुवातीला किंवा शेवटी तुम्हाला ज्याविषयी कृतज्ञता वाटते अशा तीन गोष्टी लिहा. तुमच्या स्वास्थ्याशी किंवा नातेसंबंधांशी निगडित अशा त्या छोट्या-मोठ्या गोष्टी असू शकतात. मनात कृतज्ञतेची भावना जागी ठेवल्यामुळे मन चिंतनशील होतं आणि वर्तमानात राहतं.

योग, ताई-ची किंवा क्विगाँग अशा शारीरिक हालचालींसह मानसिक एकाग्रता साधणाऱ्या तंत्रांचा सराव करा. या सरावात तुम्हाला आपल्या शरीराकडे, श्वासाकडे आणि हालचालीतून जाणवणाऱ्या संवेदनांकडे लक्ष केंद्रित करण्याची सवय लागेल. अशा हालचाली करताना तुमचं मन वर्तमानाशी संलग्न राहतं. त्यामुळे मनात चिंतेसाठी आणि अनावश्यक विचारांसाठी जागा उरत नाही.

प्रकरण ३६

प्रतिगामी योजना

प्रेरणेचा एक नेहमीचा मार्ग ठरलेला असतो. सुरुवातीला आणि शेवटाकडे तिचा जोर जास्त असतो, पण त्यादरम्यानच्या आव्हानात्मक परिस्थितीमध्ये मात्र तिचा जोर कमी झालेला दिसतो. पेकिंग युनिव्हर्सिटी, एचएसबीसी बिझनेस स्कूल, द कोरिया युनिव्हर्सिटी बिझनेस स्कूल आणि युनिव्हर्सिटी ऑफ लोवा इथल्या तज्ज्ञांनी केलेल्या अभ्यासादरम्यान प्रेरणेच्या या विशिष्ट पद्धतीने संशोधकांची उत्सुकता चाळवली होती. त्या अभ्यासामध्ये बॅकवर्ड प्लॅनिंग (प्रतिगामी योजना) या धोरणात्मक तंत्राचा प्रभाव स्पष्ट करणं हा त्यांचा उद्देश होता.

अतिशय बारकाईनं आखलेल्या पाच अभ्यासमालिकांद्वारे या संशोधकांनी प्रतिगामी योजनेच्या परिणामकारकतेवर संशोधन केलं. ही प्रक्रिया अंतिम उद्देशपूर्तीच्या जरा आधी टप्प्याटप्प्यानं सुरू होते आणि लगेच मागे फिरते. संशोधकांच्या अभ्यासातून महत्त्वाची माहिती हाती लागली.

तुलनेनं थेट असलेल्या उद्देशांच्या बाबतीत पुरोगामी आणि प्रतिगामी योजनांमध्ये निवड करण्याला फारसं महत्त्व नाही. पण स्पर्धात्मक परीक्षेची तयारी किंवा एखाद्या गुंतागुंतीच्या प्रकल्पाचं व्यवस्थापन यांसारख्या क्लिष्ट कामांच्या बाबतीत या तंत्राचं महत्त्व दिसून येतं. अशा वेळी प्रतिगामी योजना आखण्याचे प्रचंड फायदे होतात हे सिद्ध झालं आहे. आता या संशोधनातून तयार करण्यात आलेलं हे तंत्र समजून घेऊ.

जिथे तुमचं काम संपणार आहे, तिथून सुरुवात करा :

सर्वांत आधी प्रतिगामी योजनेचा सराव कसा करायचा ते सखोल जाणून घेऊ. शेवटाकडून सुरुवात करून आपलं उद्दिष्ट पूर्ण करण्याचं हे एक प्रभावी तंत्र आहे. उद्दिष्ट यशस्वी झाल्याची कल्पना करायची आणि ते अपेक्षित यश मिळवण्यासाठी आवश्यक असणाऱ्या पायऱ्यांचा मागोवा घेत मागे-मागे जायचं, असं हे तंत्र आहे. या तंत्रामुळे तुमची प्रेरणा आणि त्यानुसार उत्पादन क्षमताही मोठ्या प्रमाणात वाढते. कारण या तंत्राद्वारे यशाकडे नेणारा मार्ग स्पष्ट होत असल्यामुळे उद्दिष्टाचा पाठपुरावा करताना मधल्या टप्प्यावर अनुभवाला येणारी अति तणावाची स्थिती कमी होते. या तंत्रामध्ये तुम्ही तुमचं अपेक्षित यश स्पष्टपणे पाहता त्यामुळे तुमचं तुमच्या उद्दिष्टाशी एक भावनिक नातं तयार होतं आणि मग ते उद्दिष्ट पूर्णत्वाला नेणं अधिक आवश्यक आणि शक्य होतं.

उदाहरणार्थ- समजा, तुमच्या ऑफिसमध्ये एक आव्हानात्मक प्रकल्प पूर्ण करणं हे तुमचं उद्दिष्ट आहे. त्यासाठी आवश्यक असलेली अनेक कामं आणि त्या कामांदरम्यान येऊ शकणाऱ्या अडचणी यांचा विचार करण्याऐवजी तुम्ही सुरुवातीलाच अशी कल्पना करायची आहे की, तुम्ही तो पूर्ण झालेला प्रकल्प तुमच्या सहकाऱ्यांसमोर सादर करत आहात आणि तुमच्या वरिष्ठांकडून प्रशंसा प्राप्त करत आहात. या सकारात्मक मानसचित्रामुळे तुमची प्रेरणा तर वाढतेच, पण त्या प्रकल्पादरम्यान येऊ शकणाऱ्या आणि टाळता न येणाऱ्या अडचणींच्या काळात तुमची काम करण्याची ऊर्जा टिकूनही राहते.

पण आता अंतिम यशस्वी टप्प्याच्या मागे जा आणि त्याआधीचा लगेचचा टप्पा कोणता आहे, ते बघा. तुम्हाला काय दिसलं? यशाच्या आधीची लगेचची पायरी कोणती आहे?

तुम्ही त्या अंतिम टप्प्याच्या मागे जात राहिलात की, तुम्हाला त्या मार्गातले महत्त्वाचे टप्पे आणि अंतिम टप्प्याकडे जाण्यासाठी आवश्यक पायऱ्या दिसू लागतात. या प्रक्रियेमुळे तुमचं उद्दिष्ट प्रत्यक्ष करता येण्यासारख्या छोट्या छोट्या कृतींमध्ये विभागणं शक्य होतं. पुन्हा तुमच्या ऑफिसमधल्या प्रकल्पाचं उदाहरण घेऊ. त्यामध्ये तुम्ही प्रकल्पाच्या अंतिम टप्प्यावर केल्या जाणाऱ्या अंतिम सादरीकरणाची कल्पना करू शकता. तिथपर्यंत पोहोचण्यासाठी तुम्हाला एक योग्य प्रकारचं सादरीकरण (प्रेझेंटेशन) तयार करावं लागेल. त्यासाठी आवश्यक ती माहिती (डेटा) गोळा करावा लागेल, त्या माहितीसाठी संशोधन करावं

लागेल आणि त्या सगळ्याशी संबंधित अन्य कामंही करावी लागतील. अशा प्रकारे, आपल्या योजनेचा विचार शेवटाकडून सुरुवातीकडे असा केल्यामुळे तुम्हाला यशाकडे घेऊन जाणारा स्पष्ट आणि तपशिलांसह दिसू शकतो.

शिवाय, आपला प्रकल्प पूर्ण करण्यासाठी आपण जो मार्ग आखतो आहोत, तो आपल्याला नक्कीच आपल्या उद्दिष्टपूर्तीकडे घेऊन जाणार आहे याची तुम्हाला खात्री असते. आपल्यापैकी बरेच जण अशा योजना आखण्यात वेळ वाया घालवतात जी आपल्याला योग्य दिशेनं घेऊन जात नाही, हे कळायलाही खूप उशीर झालेला असतो.

प्रतिगामी योजना आखल्यामुळे तुम्हाला तुमच्या कामात येऊ शकणारे अडथळे आणि आव्हानं यांचा आधीच अंदाज यायला मदत होते. त्यामुळे प्रत्यक्षात जेव्हा असे अडथळे येतात तेव्हा तुम्हाला आश्चर्य वाटत नाही. म्हणजेच तुम्ही त्यामुळे गोंधळूनही जात नाही. जेव्हा तुम्ही यशाची कल्पना करता आणि मागे मागे जात त्यावर काम करता तेव्हा त्या मार्गात अडचणी येण्याची शक्यता असलेले अवघड टप्पे तुमच्या लक्षात येतात. या दूरदृष्टीमुळे पुढे येऊ शकणाऱ्या अडचणींसाठी तुम्ही आधीच उपाययोजना करून ठेवू शकता आणि त्यामुळे प्रत्यक्षात तशा काही समस्या आल्या तर त्या सोडवण्यासाठी आपण सज्ज आहोत अशी तुम्हाला खात्री वाटते.

आपल्या उद्दिष्टाला प्रमुख टप्प्यांमध्ये विभाजित करा :

अति विचारांना आळा घालणे, वर्तमानात स्थिरावणे आणि आपल्या महत्त्वाकांक्षांचा पाठपुरावा करताना येणारा ताण कमी करणे यासाठी आपल्या मोठ्या उद्दिष्टांना सहजसाध्य अशा छोट्या छोट्या भागांमध्ये विभाजित करणं ही गुरूकिल्ली आहे. जेव्हा तुम्हाला एकाच वेळी अनेक महत्त्वाच्या मुद्द्यांवर काम करावं लागतं तेव्हा हातातल्या कामाच्या व्याप्तीमुळे तणाव येणं साहजिक आहे. म्हणूनच आपल्या कामाला छोट्या, हळूहळू वाढत जाणाऱ्या टप्प्यांमध्ये विभागलं तर आपल्या भविष्यातल्या उद्दिष्टाची तणावपूर्ण 'विशाल प्रतिमा' पाहून गोंधळून जाण्याऐवजी तुम्ही वर्तमानातल्या छोट्या, शक्य अशा टप्प्यांवर लक्ष केंद्रित करू शकता.

लोक जेव्हा त्यांच्या संपूर्ण उद्दिष्टावर लक्ष केंद्रित करतात तेव्हा त्यांना येणारा तणाव आणि चिंता यांमुळे ते गलितगात्र होतात. पण तेच उद्दिष्ट

जर छोट्या, सहज पार पाडता येतील अशा टप्प्यांमध्ये विभागलं तर पुढे स्पष्ट आणि पार करता येण्यासारखा मार्ग प्रभावीपणे निर्माण होत जातो. मग त्यातला प्रत्येक महत्त्वाचा टप्पा शक्य आणि वास्तविक ठरतो. त्यावर लक्ष केंद्रित करणं आणि त्यासाठी प्रेरित राहणं सोपं होतं.

उदाहरणार्थ, समजा एक कादंबरी लिहिणं हे तुमचं मोठं उद्दिष्ट आहे. त्या कामाच्या व्याप्तीचा विचार करून सतत चिंतेत राहण्याऐवजी तुम्ही त्या कामाचे छोटे भाग करू शकता : कथाबीज तयार करणं, रोजच्या लिखाणाची शब्दसंख्या निश्चित करणं, विशिष्ट प्रकरणं पूर्ण करणे इत्यादी. मग त्या छोट्या, सहज शक्य अशा टप्प्यांवर लक्ष केंद्रित केल्यामुळे संपूर्ण कादंबरीविषयी अति विचारांचा ताण न घेता तुम्ही लेखनप्रक्रियेचा आनंद घेऊ शकता.

शिवाय, जेव्हा तुम्ही त्या महत्त्वाच्या टप्प्यांवर लक्ष केंद्रित करता, तेव्हा तुम्ही वर्तमानात करत असलेल्या कामाचाच विचार करत असता. तुम्ही दूरच्या भविष्याच्या विचारात गुंतलेले नसता आणि चिंताग्रस्तही नसता; उलट तुम्हाला तुमच्या अंतिम ध्येयाच्या दिशेनं घेऊन जाणाऱ्या तात्कालिक कामामध्ये तुम्ही व्यग्र राहता. वर्तमानाशी जोडलेलं राहण्याची वृत्ती वाढल्यामुळे चिंतेचं प्रमाण अगदी कमी होतं आणि तुमची मानसिकता अधिक सकारात्मक आणि निर्मितिक्षम होते.

तुम्ही जसजसे छोटे टप्पे पूर्ण करत जाता तसतसं तुमच्यामध्ये आपण पूर्णत्वाकडे जात असल्याची आणि आपली प्रगती होत असल्याची भावना जागी होते आणि ती आत्यंतिक प्रेरक ठरते. तुम्ही तुमच्या उद्दिष्टाच्या दिशेनं प्रत्यक्षात पुढे जात आहात ही कल्पना पक्की होत जाते आणि त्यातून आत्मविश्वास निर्माण होतो व उद्दिष्टाला उद्देश लाभतो. अशी सकारात्मकता वाढल्यामुळे अनावश्यक विचार करण्याची सवय कमी होते. कारण तुमचं लक्ष संभाव्य अडचणींवरून दूर होतं आणि छोटे टप्पे पूर्ण झाल्यामुळे मिळणाऱ्या समाधानावर लागतं. जर त्यातही तुम्हाला अडखळल्यासारखं किंवा गोंधळल्यासारखं वाटलं तर लक्षात घ्या की, तुम्हाला ते काम आणखी छोट्या टप्प्यांमध्ये विभागण्याची गरज आहे. गुंतागुंतीच्या कामांच्या बाबतीत असा काही अडथळा आला तर तो ओलांडून पुढे जाण्यासाठी स्वत:ला विचारा, 'आता मी प्रथम काय करायला हवं आहे?' तुम्ही न थांबता चालत राहिलात की, मार्गात स्पष्टता आपोआपच येत जाते.

प्रकरण ३७

लिखित स्वरूपात मांडा

२०१८मध्ये जोशुआ एम. स्मिथ यांच्या मार्गदर्शनात झालेल्या संशोधनात 'पॉझिटिव्ह अफेक्ट जर्नलिंग' (PAJ) या संकल्पनेचा अभ्यास केला गेला. त्यांचा उद्देश स्पष्ट होता : अस्वास्थ्यग्रस्त लोकांना आपलं भावनिक व्यवस्थापनासाठी साहाय्यक म्हणून आखलेला कार्यक्रम चिंतेचं प्रमाण कमी करून त्यांची जीवनशैली सुधारण्यात प्रभावी ठरतो आहे की नाही हे तपासून पाहणं.

दैनंदिन नोंदी करणे :

नोंदवही ठेवणं ही गोष्ट सुरुवातीला काही फार मोठी गोष्ट वाटत नाही. त्यामुळे खरोखरीच मानसिक स्वास्थ्य सुधारणार आहे का? हो! कदाचित तुमच्या कल्पनेहून जास्त! तुमची नोंदवही हे तुमच्यासाठीचं जणू एक अभयारण्य असेल, एक अशी सुरक्षित जागा असेल जिथे तुम्हाला थोडा वेळ का होईना, पण जगातल्या गोंगाटापासून, गोंधळापासून सुटका करून विसावता येईल. त्यासाठी पहिली पायरी म्हणजे रोजच्या दिवसातला ठरावीक वेळ या सरावासाठी राखून ठेवायचा आहे. हे स्वत:ला भेटण्याची वेळ ठरवण्यासारखं आहे. आपलं जीवनमान सुधारण्यासाठी आणि स्वत:चा विकास घडवून आणण्यासाठी वचनबद्ध राहण्याकरता ही भेट ठरवायची आहे.

माझ्या बाबतीत सांगायचं तर, दैनंदिन कामकाज सुरू होण्यापूर्वी म्हणजे सकाळी नेहमीपेक्षा पंधरा मिनिटं आधी उठणं. सकाळच्या कोवळ्या उन्हात न्हाणारी खिडकीजवळची एक कोपऱ्यातली जागा मी निवडली आहे. तिथे मी कोणत्याही व्यत्ययाशिवाय शांतपणे चिंतन करू शकतो आणि लिहू शकतो. या कामासाठी एखादी मोठी खास जागा हवी असं नाही. जिथे तुम्हाला छान वाटेल, जिथे तुम्ही स्वत:मध्ये रमून जाऊ शकाल अशी जागा असावी.

नोंदवही उघडून त्यावर लिहिण्यासाठी पेन टेकवाल तेव्हा लक्षात ठेवा : तुमची नोंदवही म्हणजे तुमच्या विचारांसाठी, भावनांसाठी आणि चिंतांसाठीचा सुरक्षित स्वर्गच आहे. जिथे कोणाकडूनही, अगदी स्वत:कडूनही टीका-टिप्पणी होण्याची भीती न बाळगता तुम्ही तुमचं मन मोकळं करू शकता, असं ते एक निष्कर्षमुक्त स्थान आहे. आणि हीच जादू आहे. स्वत:वर कोणतीही बंधनं न घालता मुक्तपणे लिहा, स्वत:च्या विचारांना प्रवाही करा. तिथे उत्तम शब्दयोजनेची, व्याकरणीय अचूकतेची गरज नाही; ती जागा केवळ तुमची, तुमच्यासाठी आहे. ती नोंदवही तुमची खासगी असू द्या. त्यातले विचार तुम्ही आणि नोंदवहीची पानं इथपर्यंतच असतील.

नोंदवही लिहिणं म्हणजे जणू काही आपल्या मनाचा प्रेशर व्हॉल्व्ह उघडून त्यातून चिंता आणि अनावश्यक विचारांचा निचरा करण्यासारखं आहे. तुम्ही जेव्हा तुमचे विचार आणि भावना कागदावर उतरवता तेव्हा तुम्ही त्यांना एक आकार, वस्तुनिष्ठता देत असता आणि त्यांची धार कमी करता. अमूर्त चिंतांना तुम्ही शब्दांद्वारे मूर्त रूप देता आणि तसं करत असताना तुम्ही त्यांच्यावर पुन्हा नियंत्रण प्राप्त करता. मजेची गोष्ट म्हणजे डोक्यात भिरभिरत राहण्याऱ्या चिंता जेव्हा 'पांढऱ्यावर काळं' या रूपात येतात तेव्हा त्या अगदी क्षुल्लक, सहज सोडवता येण्यासारख्या वाटतात.

माझ्या बाबतीत नोंदवही लिहिणं हे आता एक दैनंदिन कार्य झालं आहे. त्यामुळे मला माझ्या विचारांना आणि भावनांना स्थिर करून त्यांची तीव्रता कमी करण्यासाठी आणि त्यांचं अधिक चांगलं व्यवस्थापन करण्यासाठी मदत होते. ती एक अशी सुरक्षित जागा आहे जिथे मी दिवसभरात मनात बसलेल्या विचारांच्या गाठी उकलू शकतो आणि त्यावर पुढे काम करण्यासाठी विचारांचा वेग आवश्यक तितका कमी करू शकतो.

तुम्हीही असं करू शकता. तुम्ही 'लेखक' असलं पाहिजे किंवा तुमच्याकडे किमती दर्जाची नोंदवही असायला हवी, भरपूर वेळ असायला हवा असं अजिबातच नाही. लिहायला सुरुवात तर करा आणि बघा काय होतं ते!

स्वत:ला 'का?' असं विचारायची सवय लावून घ्या :

आता नोंदवही लेखनातलं विशेष तंत्र सखोल जाणून घेऊ. हे तंत्र म्हणजे नोंदवही लिहितानाच्या वेळात आणि दैनंदिन जीवनातही स्वत:ला सतत 'का?' असं विचारत राहणं. समज वाढवणारं, स्वत:विषयी जागरूकता आणणारं आणि स्वत:मध्ये विकास साधण्यासाठी प्रेरक ठरणारं असं हे साधं तरीही प्रभावी माध्यम आहे.

मी नोंदवही लिहिताना स्वत:ला 'का?' असं विचारायची सुरुवात केली ती वेळ मला स्पष्ट आठवते आहे. ती नेहमीसारखीच एक संध्याकाळ होती. माझ्या व्यावसायिक कारकिर्दीविषयी मला सतत वाटत राहणारी अस्वस्थतेची आणि अपूर्णतेची भावना मी कागदावर उतरवत होतो. मी स्वत:ला विचारलं, 'मला असं का वाटतं?' आणि मग मी माझ्या पेनला मुक्तपणे चालू दिलं. पण मी माझ्या पहिल्या उत्तराचा स्वीकार केला नाही. सुरुवातीला मी कामाला होणारा विलंब, कंटाळवाण्या बैठका आणि त्रासदायक सहकारी अशा दिवसभरातल्या कामात वैताग आणणाऱ्या गोष्टींची नोंद केली.

पण स्वत:ला वारंवार प्रश्न विचारत राहिल्यावर माझ्या लक्षात आलं की, मला सतत जाणवणाऱ्या अस्वस्थतेचं मूळ त्या गोष्टींमध्ये नाही, तर माझी तत्त्वं आणि माझं दैनंदिन काम यांत ताळमेळ नसणं हे माझ्या अस्वस्थतेचं कारण आहे हे मला समजलं. ते कारण काहीतरी वेगळंच होतं आणि रोज होणारी माझी चिडचिड हे कोणत्यातरी एका मोठ्या समस्येचं लक्षण होतं. नियमित नोंद करत राहिल्यामुळे एक ठरावीक प्रक्रिया माझ्या लक्षात आली : रविवारच्या संध्याकाळी म्हणजे कामाला जाण्यापूर्वीच्या नोंदी अधिक नकारात्मक होत्या आणि शुक्रवारच्या दुपारी केलेल्या नोंदी अधिक सकारात्मक होत्या. असं का? या एका प्रश्नानं मला सखोल चिंतन घडवलं.

आपण जेव्हा आपल्या मनातल्या वरवरच्या विचारांवर आणि अनुभवांवर प्रश्न उपस्थित करतो आणि ते आपल्या नोंदवहीत नोंदवतो तेव्हा त्यामागच्या आपल्या आयुष्याला प्रभावित करणाऱ्या त्यामागच्या प्रेरणा आणि त्यांचा

ठरावीक क्रम आपण खंडित करत असतो. माझ्या या प्रवासात मला माझ्या वागण्यातल्या अशा काही ठरावीक गोष्टी लक्षात आल्या ज्यांच्यामुळे मी सतत चिंता आणि अति विचारांच्या चक्रात अडकला जात होतो. स्वत:ला सतत 'का?' हा प्रश्न विचारत राहिल्यामुळे मला माझ्या वागण्यातल्या त्या ठरावीक गोष्टींच्या मुळाशी खोल दडलेली भीती, पक्क्या झालेल्या काही धारणा आणि भूतकाळातले विसरता न येणारे काही अनुभव होते हे समजलं.

इथे एक सावधानतेची सूचना आवश्यक आहे : सतत चिंता करत राहणाऱ्या आणि अति विचार करणाऱ्या लोकांसाठी 'का?' हा प्रश्न शस्त्र ठरू शकतो आणि त्यांना दु:खी करू शकतो. त्यामुळे सावध रहा. ज्यांची उत्तरंच नाहीत (आयुष्य इतकं वाईट का आहे?) किंवा जे प्रश्न समस्या सोडवण्याऐवजी समस्या निर्माण करतात (मी अपयशी का आहे?) असे अनावश्यक प्रश्न आपण स्वत:ला विचारत नाही ना, याची खात्री करा. त्याऐवजी तुमच्या विचारांच्या आणि कृतीच्या मागे असलेल्या 'का?'ला समजून घेण्याचा प्रयत्न करा. माझं आयुष्य वाईट आहे असं मला का वाटतं? नुकतंच असं काय घडलं आहे ज्यामुळे मला निराशा वाटते आहे? मी अपयशी आहे असं मला का वाटतं?

थोडक्यात, 'का?' हा प्रश्न म्हणजे सकारात्मक बदलाची गुरूकिल्ली आहे. पण स्वत:ला फक्त 'का?' एवढंच विचारणं पुरेसं नाही. अन्य प्रश्नही विचारा. एकाच विचारात पुन्हा पुन्हा अडकत जाण्याऐवजी तुमच्या नोंदवहीचा उपयोग स्प्रिंगबोर्डसारखा करून त्यातून बाहेर पडा. जर तुमच्या नोंदवहीमुळे तुम्ही विचारचक्रात गुरफटले जात असाल तर वही बंद करून टाका. पण शक्य झालं तर स्वत:शी सत्याधारित आणि जाणीवपूर्वक संवाद साधण्याचा आरंभ करण्याचं माध्यम म्हणून नोंदवहीचा विचार करा.

प्रकरण ३८

लेबल लावा

समाजमाध्यम हा समाजाच्या एकत्रित भावनांचा मंच असतो. यासंदर्भात एक अतिशय रोचक सर्वेक्षण केलेलं दिसतं. त्यामध्ये हजारो लोकांच्या 'ट्विटर' पोस्ट्सचं विश्लेषण करण्यात आलं होतं. या विश्लेषणात काय आढळलं? लोकांनी जेव्हा स्वत:च्या भावना व्यक्त करण्यासाठी धैर्य गोळा केलं तेव्हा त्यांच्यामध्ये आश्चर्यकारी बदल घडून आला. जेव्हा त्यांना काही छान वाटत होतं किंवा काही वाईट जाणवत होतं तेव्हा ते त्यांच्या ट्विट्समध्येही दिसून आलं. सकारात्मकतेकडून नकारात्मकतेकडे आणि तिथून तटस्थ असा भावनिक प्रवास त्यांच्या ट्विट्समध्ये आढळला. याचं मुख्य कारण? त्रासदायक, नकारात्मक भावना व्यक्त केल्याचा तो तत्काळ परिणाम होता.

या संकल्पनेला 'अफेक्ट लेबलिंग,' प्रभाव शब्दबद्ध करणे असं म्हटलं गेलं. अभ्यासकांनी यावर संशोधन केलं आणि समाजमाध्यमांमधून व्यक्त होणाऱ्या भावनांचा अभ्यास करण्यासाठी याचा वापर केला गेला. यात होणारा परीणाम स्पष्ट आहे : आपल्या भावना शब्दांमध्ये व्यक्त करणं आणि त्यांना एक नाव देणं यामुळे त्यांची दखल घेणं आणि मग त्या भावनेतून बाहेर येणं शक्य होतं.

भावनांना लेबलिंग करा :

कल्पना करा की, तुम्ही एका घनदाट जंगलात आहात आणि अचानक एक जंगली हिंस्र श्वापद तुमच्यासमोर आलं आहे. असा रोमहर्षक आणि भीतिदायक अनुभव तुम्ही आयुष्यात पूर्वी कधीच घेतलेला नाही. त्यामुळे त्या प्राण्याला 'हॅलो' म्हणायचं की मेल्याचं सोंग घेऊन पडून राहायचं की, आपल्या आराध्याचा धावा करायचा असा तुमचा गोंधळ उडाला आहे. पण जर मी तुम्हाला सांगितलं की, तो प्राणी म्हणजे 'कूगेलोंग' आहे आणि तो शाकाहारी असल्याने निरुपद्रवी आहे. त्यामुळे त्याला घाबरायचं कारण नाही. तर मग तुम्हाला काय वाटेल?

हा प्राणी अगदी तुमच्या भावनांसारखा म्हणजे विचार, जाणिवा आणि संवेदनांची गोंधळून टाकणारी भावनिक सरमिसळ असल्यासारखा आहे. काही भावना आपल्या मनात अजाणतेपणी उचंबळून येतात आणि अनपेक्षित, अनोळखी रूप धारण करतात. जेव्हा एखादी भावना प्रबळ होते तेव्हा तिला कसं हाताळावं हे आपल्याला समजत नाही आणि आपण तिच्यात अडकून अजाणतेपणानं प्रतिक्रिया देऊ लागतो. आपण नक्की काय करतो आहोत हेही आपल्याला माहीत नसतं.

पण जरा थांबून आपण जेव्हा त्या भावनांना 'नाव' देतो तेव्हा त्यांच्यावर काहीसं नियंत्रण मिळवू शकतो. अनोळखी गोष्टी घाबरवणाऱ्या आणि तणावपूर्ण वाटू शकतात, पण आपण त्यांचं नामकरण केलं की त्या आपल्यासाठी अनोळखी राहत नाहीत आणि मग त्या भावनांमुळे निर्माण होणारी भीती आणि असुरक्षितता लगेचच कमी होते. त्याहूनही चांगलं म्हणजे आपल्याला जे काही वाटतं त्याचं नाव माहीत असेल, ते शब्दांत सांगता येत असेल तर आपण त्या अनुभवाविषयी बोलू शकतो. अर्थातच, ती भावना केवळ मनात न राहता आपण त्यावर व्यावहारिक विचार करू लागतो. (कदाचित, त्याविषयी आपण नोंदवहीत नोंदही करू शकतो.)

जेव्हा तुमच्या मनाच्या जंगलामध्ये निराशा, चिंता किंवा दुःखाच्या तीव्र भावनांचं रान माजतं तेव्हा घाबरून जाऊ नका. अशा वेळी त्या भावनांना नाव देऊन शब्दबद्ध करणं महत्त्वाचं असतं. अनोळखी प्राण्याप्रमाणे असणाऱ्या त्या अनोळखी भावनांपासून पळ काढण्याऐवजी जरा थांबा. त्यांना ओळखा आणि एक नावही द्या.

आपल्या भावनेला एक विशिष्ट नाव दिल्याने तुम्ही स्वत:मध्ये आणि त्या भावनेमध्ये एक मानसिक अंतर निर्माण करता. त्या नव्या दृष्टिकोनातून तुम्ही स्वत:च्या भावनांकडे अधिक स्पष्टपणे आणि पूर्वग्रह न ठेवता पाहू शकता. त्यामुळे त्या भावनेला कसं हाताळायचं ते ठरवू शकता आणि भावनिक नियंत्रण मिळवू शकता.

एक शेवटची टीप : भावना आणि विचार यांच्यातला फरक काळजीपूर्वक समजून घ्या. उदाहरणार्थ, तुम्ही स्वत:ला जाणवणाऱ्या एखाद्या भावनेला नाव देणार असाल. त्या वेळी समजा 'मला वाटतं की मी अपयशी आहे,' असा विचार तुमच्या मनात आलेला असेल. पण तुम्ही 'मला वाटतं', अशी सुरुवात केल्यामुळे 'मी अपयशी आहे,' याला काही अर्थ नाही. तुम्हाला केवळ तसं वाटत आहे. हा एक विचार आहे. (आणि कदाचित तो खरा नसेलही.) अशा वेळी लगेच त्याला नाव देऊ नका. आणखी खोलात जाऊन विचार करा. 'मी अपयशी आहे?' असा विचार करून बघा. जर तुम्हाला तुमच्या भावनांचे बारकावे नेमकं टिपणं शक्य होत नसेल तर मूलभूत भावनांचा आधार घ्या. तुम्ही दु:खी आहात, रागात आहात, घाबरलेले आहात, आनंदी आहात, आश्चर्यचकित झालेले आहात की हताश झाला आहात?

'मला वाटतं की, मी दु:खी आहे.'

छान! ही प्रगती आहे. आता तुमचं वाटणं आणखी खोलात समजून घ्या.

'मला वाटतं की, मला परीक्षेत पास होता आलं असतं.'

अजूनही हा फक्त एक विचार आहे, भावना नाही हे तुमच्या लक्षात आलं का?

'ठीक आहे. मला वाटतं... मी निराश आहे. बहुतेक मला थोडा संकोचही वाटतो आहे.'

आपल्याला निराशा आणि संकोच या भावना जाणवत आहेत हे समजल्यावर तुम्ही त्या भावनांना हाताळू शकता, स्वीकारू शकता आणि त्यांच्यापासून दूरही होऊ शकता. पण जर तुम्ही नुसतंच वाईट वाटून घेत राहिलात आणि 'मी अपयशी आहे', असा विचार करत राहिलात तर तुम्ही त्या भावनेमध्ये अपेक्षेपेक्षा अधिक काळ अडकून राहाल.

भावनांविषयीची शब्दसंपदा वाढवा :

भावना म्हणजे आपल्या रंगपटलावरचे विविध रंग आहेत अशी कल्पना करा. आनंद, दु:ख, राग आणि भीती एवढ्याच भावना नसतात. ज्याप्रमाणे मुख्य रंगांच्या मिश्रणातून अनेकविध रंगच्छटा निर्माण होतात त्याप्रमाणे भावनांच्याही अनेक छटा असतात. त्या छटा समजून घेऊन त्यातल्या तुमच्या अनुभवांशी मिळत्याजुळत्या असणाऱ्या प्रमुख तीस छटा ओळखा आणि भावनिक समज वाढवा. ज्याप्रमाणे एखादा चित्रकार त्याच्या चित्राला अधिक गहन आणि प्रभावी करण्याकरता विविध रंगच्छटांचा प्रयोग करतो त्याप्रमाणे तुम्हीही भावनांच्या विविध छटा ओळखून स्वत:चं मन:पटल अधिक खोलात जाऊन प्रभावीपणे समजून घेऊ शकता.

पण खऱ्या अर्थानं महत्त्वाची गोष्ट म्हणजे, भावनांचे बारकावे समजून घेऊन त्याविषयी शब्दसंपदा वाढवल्यामुळे तुमची भावनिक बुद्धिमत्ता विकसित होते. त्यामुळे विविध भाषिक लोकांशी सहज संवाद साधू शकणाऱ्या एखाद्या बहुभाषी विद्वानाप्रमाणे तुम्हीही स्वत:शी आणि इतरांशी प्रभावी पद्धतीनं संवाद साधू शकता. जेव्हा तुम्ही स्वत:च्या भावना अचूक ओळखता आणि त्या व्यक्त करता तेव्हा तुम्ही इतरांशी अधिक चांगल्या प्रकारे जोडले जाता. जणू काही एकमेकांना समजून घेण्यासाठी आणि सहानुभूती जपण्यासाठी तुम्ही एक समान भावनिक भाषा बोलत असता.

त्याबरोबरच भावनिक समज वाढल्यामुळे तुम्ही तुमच्या जाणिवा अधिक कौशल्याने नियंत्रित करू शकता. संदिग्ध भावनांच्या धुक्यात हरवून जाण्याऐवजी आपल्याला काय वाटत आहे हे तुम्ही नेमकं ओळखू शकता आणि त्यानुसार योग्य ती कृती करू शकता. उदाहरणार्थ, जेव्हा तुम्हाला भीती वाटते तेव्हाची तुमची भावना आणि तुम्हाला कंटाळा आल्यावरची भावना वेगवेगळी असते. जर कंटाळा आणि भीती यांत फरक करता आला नाही तर तुम्ही त्यातून बाहेर पडण्यासाठी कितीही प्रयत्न केले तरी ते चुकीचे ठरतील आणि त्यातून अन्य समस्या निर्माण होतील.

आपल्या भावनांची ओळख पटवून घेताना त्यात प्राथमिक आणि दुय्यम अशा दोन प्रकारच्या भावना असतात हे लक्षात ठेवा. उदाहरणार्थ, समजा, तुम्हाला भीती वाटत असेल, निराश वाटत असेल तर त्याचा परिणाम स्वत:वर चिडचिड करण्यात होऊ शकतो कारण तेव्हा निराशेची

भावना तुम्हाला महत्त्वाची वाटत नसते. यात भीतीची भावना प्रमुख आहे आणि चिडचिडीची भावना दुय्यम आहे. हे समजून घेतल्यामुळे स्वत:विषयी पूर्वग्रह टाळण्यासाठी आणि शक्य तितक्या अलिप्तपणे स्वतःचं निरीक्षण करण्यासाठी मदत होते. त्यामुळे स्वत:ला काय वाटतं हे समजून घेताना भावनिक गुंत्याचे अनावश्यक थर टाळता येतात.

भावनांविषयी विस्तृत माहिती घेणं म्हणजे आयुष्यातला गोंधळ आणखी वाढवणं नाही, तर आपली भावनिक साक्षरता वाढवून आयुष्य सोपं करून घेणं आहे. आपण घेतलेल्या अनुभवांना सहज नाव देता यावं यासाठी 'इमोशनल व्हील'चा प्रयोग करून बघा. सरावाने तुम्हाला ते चांगल्या प्रकारे जमू लागेल.

प्रकरण ३९

आपल्याला किती आशीर्वाद लाभले आहेत ते मोजा

आपल्याकडे जे आहे त्याविषयी मनात कृतज्ञतेचा भाव असणं यात विशेष काहीच नाही. पण या सर्वसामान्य विचाराला चिकित्सकीय समर्थन लाभणं ही गोष्ट विशेष आहे. 'जर्नल ऑफ हॅपीनेस' या नियतकालिकात प्रसिद्ध झालेल्या एका संशोधनपर लेखाचा आढावा घेऊ या. आपल्या दैनंदिन जीवनावर कृतज्ञता भावाचा परिणाम कसा होतो हे यात सांगितलं आहे. या संशोधनासाठी प्रौढ लोकांचे दोन गट करण्यात आले होते. त्यांना दोन आठवड्यांचा कालावधी देऊन रोजच्या दिवसात जाणवणारी तणावहीन शांत अवस्था आणि तणावपूर्ण अवस्था यांचं वर्णन करायला सांगितलं होतं. त्यातल्या एका गटाला एक साधासा प्रयोग करायला दिला होता. आपल्याला कोणत्या गोष्टींविषयी कृतज्ञता वाटते याचा विचार करून त्या गोष्टींची यादी त्यांनी करायची होती. दुसरा गट हा प्रयोग करणार नव्हता. संशोधक या दोन्ही गटांतल्या लोकांच्या मानसिक शांतीचं आणि तणावांचं निरीक्षण करणार होता. त्यांच्या निरीक्षणाचे निष्कर्ष आश्चर्यकारक होते. जे लोक रोज कृतज्ञता भाव व्यक्त करत होते त्यांना त्या कालावधीदरम्यान आपण अधिक आनंदी असल्याचं जाणवलं होतं. यातूनच कृतज्ञता भावाचं महत्त्व स्पष्ट होतं. आयुष्यातल्या चांगल्या गोष्टींचं जाणीवपूर्वक स्मरण करण्यामुळे त्यांच्या एकंदरीत आनंदी वृत्तीमध्ये लक्षणीय वाढ झाली होती.

या संशोधनादरम्यान दोन्ही गटांमध्ये भौतिक फरक आढळले नाहीत, पण महत्त्वाचं म्हणजे त्यांच्या 'दृष्टिकोनात' मोठा बदल झाला. आपण किती भाग्यवान आहोत याचा जाणीवपूर्वक विचार केल्यामुळे त्यांना आणखी छान वाटू लागलं.

दैनंदिन जीवनात कृतज्ञता भाव व्यक्त करण्याची सवय ठेवा :

या पहिल्या सूचनेचा उद्देश सरळ आहे : आपल्या आयुष्यातल्या चांगल्या गोष्टींचं जाणीवपूर्वक स्मरण करून त्यांच्याविषयी कृतज्ञता व्यक्त करण्यासाठी रोज दिवसातली काही मिनिटं राखून ठेवा. त्या गोष्टींमध्ये अनेक छोट्या घटनाही समाविष्ट असू शकतात. उदाहरणार्थ, अडचणीच्या वेळी आपल्या प्रिय मित्रानं दिलेली खंबीर साथ, कधीतरी अनुभवलेले सूर्योदय-सूर्यास्ताचे मनोहर रंग, कधीतरी चाखलेला एखादा स्वादिष्ट पदार्थ. रोजच्या धावपळीत थोडं विसावणं, पूर्वीच्या चांगल्या गोष्टींच्या स्मरणाचा आनंद घेणं आणि आपल्या आयुष्यातलं त्यांचं महत्त्व स्वीकारणं आवश्यक आहे.

तुमच्या आयुष्यातल्या अशा चांगल्या गोष्टी छोट्या आहेत की मोठ्या याला महत्त्व नाही. त्या जाणीवपूर्वक आठवून त्याविषयी कृतज्ञता व्यक्त करताना तुमच्या मनाची असलेली अवस्था महत्त्वाची आहे. रोज नियमितपणे कृतज्ञता भाव जागवल्यामुळे तुम्ही तुमच्या मेंदूला प्रभावीपणे चालना देत असता. जीवनाच्या सकारात्मक बाजूवर लक्ष केंद्रित केल्यामुळे काय होतं? तर आपल्या विचारांवर नेहमी अधिकार गाजवणाऱ्या तणाव आणि चिंतांवरून आपलं लक्ष हटतं आणि इतके दिवस ज्यांच्याकडे लक्ष द्यायला हवं होतं आणि ज्या आपल्याबरोबरच होत्या अशा चांगल्या गोष्टींकडे लक्ष दिलं जातं. परिणाम? आपल्या एकंदरीत दृष्टिकोनात होणारा बदल. ज्यामुळे जीवन अधिक छान, अधिक स्थिर आणि मोठ्या प्रमाणावर तणावरहित होतं.

या सरावासाठी दिवसभरातली काही मिनिटं राखून ठेवायची सुरुवात करा. सकाळी जाग आल्यावर उबदार अंथरुणात बसून पहाटेच्या प्रसन्न वातावरणात दिवसाची सुरुवातच कृतज्ञतेनं केली जाऊ शकते. किंवा रात्रीच्या शांततेतही दिवसभरातल्या चांगल्या गोष्टी आठवत तुम्ही कृतज्ञता व्यक्त करू शकता. नोंदवही लिहिताना, प्रार्थना करताना, ध्यानधारणेमध्ये, फेरफटका मारताना तुम्ही कृतज्ञता समाविष्ट करू शकता. अगदी रोजच्या

प्रवासात असताना किंवा दवाखान्यात आपला नंबर येण्याची वाट पाहत असतानाही तुम्ही काही मिनिटं यासाठी देऊ शकता.

कृतज्ञतेसाठी एखादी नोंदवहीसुद्धा करता येईल. त्यात तुम्ही आयुष्यात घडलेल्या मौल्यवान क्षणांची नोंद करू शकाल. तुम्हाला ज्यांच्याविषयी कृतज्ञ वाटतं अशा माणसांविषयी, अनुभवांविषयी लिहा. कृतज्ञता भाव कागदावर उतरवल्यामुळे तो केवळ पक्का होत नाही, तर त्याविषयी लिहीत असतानाचा वेळ म्हणजे सकारात्मकतेचे आनंदी क्षण असतात. भावनांना शब्दबद्ध करण्यातलं सामर्थ्य आठवतं आहे ना?

एक गोष्ट कायम लक्षात ठेवायची आहे की, आपण चांगल्या गोष्टींची नुसती यादी करायची नाही, तर त्या गोष्टी मनातल्या मनात पुन्हा अनुभवायच्या आहेत आणि त्या वेळी मन:पूर्वक कृतज्ञता व्यक्त करायची आहे. कृतज्ञता आणि चिंता या एकाच वेळी मनात राहू शकत नाहीत. म्हणजे जर तुम्ही तणावामध्ये असाल आणि काल केलेली चांगल्या गोष्टींची यादी आज यांत्रिकपणे नुसती उतरवून काढत असाल तर काही उपयोग होणार नाही. त्यामुळे तेवढ्यावर समाधान मानू नका!

जर तुम्ही खरोखरीच अडकलेले असाल आणि ज्याबद्दल कृतज्ञता मानावी असं काहीच आढळत नसेल तर थोडी कल्पनाशक्ती वापरून परिस्थिती हलकीफुलकी करायला हवी. 'हं! असो. पायात रुतलेल्या काट्यासाठीही माझ्या मनात धन्यवाद आहेत. कारण मला नेहमीच सहजतेनं चालता येईल या भ्रमात न राहण्याची आठवण त्यानं करून दिली आहे.'

कृतज्ञतेचा आवाका वाढवून त्यात इतरांनाही सामील करून घ्या :

म्हणजे इतरांविषयी कृतज्ञता व्यक्त करा. तुम्हाला एखाद्या व्यक्तीविषयी कौतुक, आत्मीयता वाटत असेल तर थोडा वेळ काढून त्या व्यक्तीला ते सांगा किंवा धन्यवाद देणारं एखादं छानसं पत्र लिहा. अशा प्रकारच्या कृतींमध्ये सकारात्मकतेचा झरा निर्माण करण्याची, सुदृढ संबंध तयार करण्याची आणि आयुष्याचे वस्त्र विणताना त्यात उबदार धागे ओवण्याची शक्ती असते.

कृतज्ञता व्यक्त करणं हे एखाद्या शांत तळ्याच्या पृष्ठभागावर हलके तरंग उमटवण्यासारखं असतं. त्याची सुरुवात तुमच्यापासून होते, पण त्याची कंपनं दूरपर्यंत उमटत जातात. जेव्हा तुम्ही खास वेळ काढून एखाद्याचं

कौतुक करता तेव्हा तुम्ही केवळ कौतुकाचे शब्द बोलत नसता, तर एक नातं जोपासत असता. यातून तुमची नाती सशक्त होतात आणि इतरांशी असलेले तुमचे भावबंध अधिक दृढ होत जातात. यातून हे सिद्ध होतं की, सध्याच्या आपल्या वेगवान आयुष्यात आणि डिजिटल माध्यमातून जोडल्या गेलेल्या जगात सुखशांतीसाठी अशा काही प्रत्यक्ष भेटीगाठी अतिशय आवश्यक असतात.

पण कृतज्ञता व्यक्त करण्याने आपल्या मानसिकतेवर पडणारा प्रभाव अधिक महत्त्वाचा ठरतो. आपल्या आयुष्यावर एखाद्या व्यक्तीचा सकारात्मक प्रभाव असल्याचा स्वीकार केल्यावर तुम्हाला स्वत:मध्ये ती सकारात्मकता जाणवू लागते. तुमचं हृदय अनुकंपेनं भरून जातं, तुमची वृत्ती आनंदी होते आणि तुम्ही वर्तमान क्षणांशी अधिक चांगल्या प्रकारे जोडले जाता.

कृतज्ञता भावावर लक्ष केंद्रित करून तो भाव इतरांपर्यंत पोहोचवल्यामुळे तुमची मानसिक ऊर्जा पश्चात्ताप आणि चिंता यांसाठी खर्च होत नाही, तर आपले नातेसंबंध आणि अनुभव यांतील सकारात्मकतेवर तुमचे विचार केंद्रित होतात. भूतकाळासंबंधी अति विश्लेषण आणि भविष्याबद्दलची भीती यांतून निर्माण होणाऱ्या चिंतांवर हा एक उत्तम उतारा आहे.

एखाद्या सहकाऱ्याने दिलेल्या मोलाच्या मदतीसाठी, मित्राच्या खंबीर आधारासाठी किंवा आपल्या कुटुंबातील सदस्यांनी आपल्याला दिलेल्या प्रेमासाठी, आपल्याला समजून घेण्यासाठी कृतज्ञता व्यक्त करा. काही लोक सतत आपल्या पाठीशी उभे असतात. त्यांना भेटा आणि त्यांचं तुमच्याबरोबर असणं तुमच्यासाठी किती महत्त्वाचं आहे, हे त्यांना सांगा. मनापासून धन्यवाद देणं किंवा त्यांच्याशी हृद्य संवाद साधणं एवढंही पुरेसं असतं. अशा वेळी स्वत: हातानं लिहिलेलं एखादं सुंदर कृतज्ञतापत्र देणं अधिक सयुक्तिक ठरतं. तो दिवस त्या व्यक्तीसाठी आनंदाचा असेल आणि त्या पत्राच्या रूपाने तुम्ही केलेल्या प्रशंसेची आठवण त्यांच्याकडे राहील.

प्रकरण ४०

विचारांमागचे तुम्ही

'स्वत:च्या विचारांचे आणि वर्तणुकीचे नि:शब्द निरीक्षक व्हा. तो विचार करणाऱ्यामागे तुम्ही आहात. त्या मानसिक गोंधळामागचे स्थिरचित्त आहात. तुम्ही त्या दु:खाच्या तळाशी असलेलं प्रेम आणि आनंद आहात.'

–एक्हार्ट टोल

जरा वेळ काढून स्वत:च्या विचारांची वृत्ती समजून घ्या. अखंडित बडबड, सततचं विश्लेषण, निष्कर्ष, स्वत:वरची सततची टीका तुम्हाला ऐकू येते का? मनात उठणाऱ्या या वादळापासून थोडं दूर जाऊन शांतता मिळवण्याचा आणि स्वत:ला समजून घेण्याचा काही मार्ग असता तर? एक्हार्ट टोल यांनी मांडलेल्या विचारात नेमकं हेच करायला सांगितलं आहे. त्यांनी आपल्याला शांतपणे स्वत:च्या विचारांचं आणि वर्तणुकीचं निरीक्षण करायला सांगितलं आहे. पण म्हणजे नक्की काय आणि ते आपण आपल्या जीवनात कसं लागू करायचं?

टोल यांनी मांडलेल्या विचाराचा थोडक्यात अर्थ म्हणजे आपल्या वैचारिक गोंधळामागे आणि ते विचार करणाऱ्या, आपल्या अगदी ओळखीच्या व्यक्तीमागे म्हणजे स्वत:मागे एक निरंतर स्थिरता असते. प्रेम आणि आनंदाचा कधीही न बदलणारा गाभा असतो जो आपल्या रोजच्या

जीवनातल्या समस्या आणि अडचणींतून निर्माण होणाऱ्या त्रासापेक्षा अधिक मोठा असतो.

जलप्रवाहातली पानं :

पहिली पायरी म्हणजे 'जलप्रवाहातली पानं' होऊन राहण्याचा सराव करणं. यामध्ये आपण आपल्याच विचारांचे नि:शब्द साक्षी व्हायचं आहे आणि सजगतेनं त्यांना मनात निर्माण होताना आणि निघून जाताना बघत ते 'विचार' आहेत हे समजून घ्यायचं आहे.

कल्पना करा की, एक छानसा, वाहता झरा आहे आणि त्या झऱ्याच्या काठावरच्या एका झाडाची पानं त्या झऱ्यात पडत आहेत. तुम्ही शांतपणे झऱ्याची कल्पना करत असताना मनात विविध विचार उमटू लागतील. तुम्ही कल्पनेनंच एक-एक विचार झऱ्यातून वाहत जाणाऱ्या एकेका पानावर ठेवायचा आहे आणि तो पानाबरोबर वाहत दृष्टीआड होताना बघायचा आहे. स्थिरचित्ताने आणि कोणतेही निष्कर्ष न लावता किंवा आसक्ती न धरता मनात येणाऱ्या प्रत्येक विचाराबाबत हेच करायचं आहे.

जर तुम्हाला वाटलं की, 'हे फारच कंटाळवाणं आहे,' तर अशी कल्पना करा की, एक विचार तुमच्या डोक्यातून तरंगत बाहेर येत आहे आणि तुम्ही त्याला पुढ्यातल्या पानावर ठेवत आहात आणि पानासह उडून जाताना पाहत आहात.

जर तुम्हाला वाटलं की, 'मला हे चिंतन चांगल्या प्रकारे जमत आहे,' तर त्या विचाराबाबतही तसंच करा. तोही विचार पानावर ठेवा आणि तरंगत निघून जाताना पहा.

जर तुम्हाला वाटलं की, 'मला समजत नाही. मी जे करते/करतो आहे ते बरोबर आहे ना? आता पुढे काय?' तर तुम्हाला अगदी बरोबर समजलं आहे : तो विचारही पानावर ठेवा आणि निघून जाताना पहा.

आपले विचार जसे आहेत तसे स्वीकारण्याची क्षमता या सरावामुळे वाढली आहे आणि आपले विचार म्हणजे केवळ एक सरकतं दृश्य आहे हे तुमच्या लक्षात येईल. त्यामुळे त्या विचारांमध्ये गुंतणं आणि त्यातच अडकून राहणं किंवा त्यांना विरोध करणं कमी होईल. अशा प्रकारे

आपल्याच विचारांपासून दूर राहिल्यामुळे तुम्हाला प्रचंड शांतता आणि स्वस्थता जाणवू लागेल.

हा सराव रोज नियमितपणे करा. या सरावासाठी तुम्ही किती मिनिटांचा वेळ वापरता यापेक्षा तो वेळ कसा वापरता हे महत्त्वाचं आहे. त्यासाठी जिथे लक्ष वेधून घेणाऱ्या गोष्टी कमी असतील अशी शांत जागा निवडा. शांतपणे बसा. डोळे बंद करा. काही वेळ दीर्घ श्वसन करा आणि मग आपल्या विचारांना मुक्तपणे वाहत राहू द्या. ते विचार एकामागोमाग एक पुढे जात असताना आपण आपली मूलभूत स्थिरता आणि स्पष्टता ढळू न देणं महत्त्वाचं आहे. तुम्ही त्या विचारांना दडपून टाकायचा किंवा वाढवण्याचा प्रयत्न करायचा नाही, तर केवळ त्यांची नोंद घ्यायची आणि त्यांना पुढे जाऊ द्यायचं आहे.

एका साधारण दृश्याची कल्पना करा : तुमच्या कार्यालयात एखादं महत्त्वाचं सादरीकरण करण्यापूर्वी तुम्हाला तणाव आणि चिंता जाणवत आहेत. अशा वेळी तुमच्या मनात स्वत:विषयी शंका, अपयशाची भीती आणि लोक काय म्हणतील, याची चिंता अशा अनेक विचारांचं काहूर माजलेलं असेल. त्या विचारांच्या गुंत्यात अडकण्याऐवजी तुम्ही 'जलप्रवाहातील पानं' या संकल्पनेचा वापर करायचं ठरवलं आहे. तुम्ही एक शांत कोपरा शोधता. तिथे बसून डोळे मिटून घेता आणि तुम्हाला सतावणारा एक-एक विचार पाण्यावर तरंगणाऱ्या पानांप्रमाणे तुमच्या विचारप्रवाहातून पुढे जात अदृश्य होताना बघत आहात.

त्या काल्पनिक पानांचं निरीक्षण करत असताना तुम्ही स्वत:संबंधीच्या नकारात्मक निष्कर्षांपासून आपोआपच दूर होत जाता. ते विचार म्हणजे केवळ विचार आहेत हे तुमच्या लक्षात येतं. अशा स्थिरचित्त अवस्थेत तुमच्या विचारांमध्ये नव्यानं स्पष्टता येते आणि तुम्हाला नवा दृष्टिकोन लाभतो. ते विचार आपणच निर्माण केलेले असल्यामुळे आपलं व्यक्तिमत्त्व त्या विचारांवर ठरत नाही आणि मुळात ते विचार कायमसाठी नाहीत, हे तुम्हाला समजतं. दृष्टिकोनात झालेल्या या बदलामुळे सादरीकरण शांतपणे, सुव्यवस्थितपणे आणि नेटकेपणानं करण्याची शक्ती तुम्हाला प्राप्त होते.

स्वत:ला स्वत:च्या मित्रासारखं वागवा :

आपल्याला मान्य असो किंवा नसो, पण आपले सर्वांत अधिक कठोर टीकाकार आपण स्वत:च असतो, स्वत:चे दोष काढण्यात आणि स्वत:शी नकारात्मक संवाद साधण्यात गुंतलेले असतो.

आपल्याला आपला एक प्रिय मित्र भेटला आहे आणि तो समस्याग्रस्त आहे अशी कल्पना करा. त्याला स्वत:विषयी शंका वाटत असतील, तो आव्हानात्मक परिस्थितीशी झगडत असेल किंवा त्याचा दिवस अगदी वाईट गेला असेल. अशा मित्राशी तुम्ही कसे वागाल? अर्थातच, तुम्ही त्याचं सांत्वन कराल, त्याला समजून घ्याल. तुम्ही त्याच्यासाठी मदतीचा हात पुढे कराल, त्याला आधार द्याल, प्रोत्साहन द्याल आणि मानवी आयुष्यात असं घडतंच याची आठवण करून देऊन आपल्या मदतीला लोक असतात असा विश्वास त्याला द्याल. अगदी असाच दृष्टिकोन आपण स्वत:साठीही ठेवला पाहिजे.

आपल्याला आलेलं अपयश आणि आपण केलेल्या चुका यांसाठी स्वत:ला दूषणं देत राहण्याऐवजी स्वत:विषयी आपुलकीनं आणि प्रेमानं वागा. मनात सकारात्मक आणि नकारात्मक असे दोन्ही प्रकारचे विचार येत राहणं नैसर्गिक आहे हे लक्षात घ्या. त्या विचारांवर तुमचं मूल्य किंवा क्षमता ठरत नाहीत.

कल्पना करा की, तुम्ही तुमच्या कार्यालयातल्या कामात काहीतरी चूक केली आहे. त्यामुळे तुम्ही लज्जित आणि चिंतित झाला आहात. मनातल्या मनात तुम्ही स्वत:ला दोष देत असाल आणि स्वत:च्या क्षमतांविषयी शंका घेत असाल. अशा वेळी जरा थांबा आणि स्वत:ला विचारा, 'जर माझा एखादा मित्र अशा परिस्थितीत असता तर त्याच्याशी माझं वागणं कसं असतं?' उत्तर स्पष्ट आहे. तुम्ही आपल्या मित्रासाठी अर्थातच सांत्वनपर शब्द वापरले असते, त्याला समजून घेत प्रोत्साहित केलं असतं.

जर तुमचा मित्र म्हणाला की, 'मी खूपच आळशी माणूस आहे. मला कधीच काही करायला जमणार नाही.' अशा वेळी तुम्ही लगेचच त्याला कमी लेखायला सुरुवात करणार नाही, अगदी त्याच्या बोलण्यात थोडं तथ्य असलं तरीही! लक्षात ठेवा, सांत्वन करणं काय खरं, काय खोटं यांवर अवलंबून नसतं. सांत्वन म्हणजे काय, तर तुम्ही म्हणू शकता की, 'ठीक

आहे. कधीकधी आपल्याकडून थोडी गडबड होते, पण माझा तुझ्यावर विश्वास आहे. आता यातून बाहेर पडण्यासाठी पहिल्या टप्प्यावर तू काय करणार आहेस?'

तुमची मनोवृत्ती अशा प्रकारे बदलली की, तुम्ही तुमच्या प्रिय मित्राशी जसे वागाल तसे स्वत:शी वागू लागाल. चुका प्रत्येकाकडून होत असतात, स्वत:विषयी शंका वाटणं आणि स्वत:ला दूषणं देणं हा मानवी स्वभावच आहे हे सतत लक्षात ठेवा. अशा आपुलकीच्या स्वसंवादामुळे नकारात्मक विचारचक्रातून बाहेर यायला मदत होते आणि स्वत:बरोबर एक अधिक सकारात्मक, सशक्त नातं तयार होत जातं.

प्रकरण ४१

सगळं काही आपल्या समजुतीवर अवलंबून असतं

'आपल्या आयुष्याच्या आपल्याला अपेक्षित असलेल्या स्वरूपावर नाही, तर ते आत्ता ज्या स्वरूपात आहे त्यावर प्रक्रिया करण्याच्या मानसिक प्रशिक्षणाचा परिणाम म्हणजे शांती.'

–वायेन डायर

आपणच निर्माण केलेल्या आदर्श जीवनाची कल्पना प्रत्यक्षात उतरवण्यासाठी हट्टी असणारं मन तसं होत नाही असं दिसल्यावर तणाव आणि निराशेच्या जाळ्यात अडकतं. तुम्ही कधी असे 'अपेक्षा आणि वास्तव' यांतल्या तफावतीमुळे दुःख निर्माण करणारे क्षण अनुभवले आहेत का? आतापर्यंत तुम्हाला दिलेल्या सल्ल्यांमध्ये असंच सांगितलं गेलं आहे की, सकारात्मक विचार करा, मोठी स्वप्नं बघा आणि तुमच्या हृदयाचं ऐका... पण आता मात्र तुम्हाला प्रचंड निराशा आलेली आहे कारण वर्तमान परिस्थिती तुमच्या आदर्श जीवनाच्या मोठमोठ्या कल्पनांच्या जवळही जाणारी नाही. त्यासाठी तुम्ही समाजमाध्यमांना दोष द्याल किंवा 'मॅनिफेस्टेशन' तत्त्वाच्या वाढलेल्या प्रस्थाकडे बोट दाखवाल आणि मोठी स्वप्नं बघून ती खरी होतील यावर

पूर्णपणे विश्वास ठेवला तर वाट्टेल ती कल्पना प्रत्यक्षात येऊ शकते असं सांगणाऱ्या लोकप्रिय गुरूंना दोष द्याल.

पण यातलं काहीही कारण असलं तरी वास्तव आहे ते आहेच. त्या वास्तवाची भीती बाळगायची की 'ठीक आहे, काही बिघडत नाही,' म्हणून सोडून द्यायचं हे तुमच्या वृत्तीवर अवलंबून असतं. आयुष्य नेहमीच तंतोतंत आपल्या इच्छा-आकांक्षांप्रमाणे नसतं आणि ते साहजिकच आहे. खरं तर आपल्या इच्छा प्रत्यक्षात उतरण्याची शक्यता वाढवायची असेल तर त्या इच्छा सजगतेनं केलेल्या आणि वास्तवाला धरून असायला हव्यात.

वास्तव आणि स्वप्न यांतला फरक स्वीकारा :

माझ्या आयुष्याच्या महत्त्वाच्या काळात मी हा धडा घेतला आहे. करिअरमध्ये अपेक्षित उंची गाठण्याच्या महत्त्वाकांक्षेनं मी एक अभ्यासक्रम सुरू केला होता. त्यातला प्रत्येक टप्पा काळजीपूर्वक योजला होता, अपेक्षित प्रत्येक गोष्ट बारकाईनं विचारात घेतली होती. पण नियतीच्या मनात काही वेगळंच होतं. त्यामुळे मी आक्रमित असलेला मार्ग बरीच अनपेक्षित वळणं घेत गेला.

मी ठरवलेल्या मार्गाला फाटे फुटले की, सुरुवातीला मला खूपच हताश आणि निराश वाटत असे. जणू काही आयुष्य माझ्या अपेक्षांच्या विरोधात कट रचत होतं. मी हुशार होतो आणि आपण प्रत्येक गोष्टीसाठी आधीपासूनच नीट योजना आखली आहे असं मला वाटत होतं... पण तसं नव्हतं. ते माझं शिक्षण होतं. खडतर पद्धतीचं शिक्षण होतं असं म्हणायला हवं. मी माझ्या अवास्तव अपेक्षा सोडून न दिल्यामुळे त्या माझ्याकडून काढून घेतल्या गेल्या आणि मला ते स्वीकारावंच लागलं. माझ्यापुढे दुसरा पर्यायच नव्हता. पण म्हणजे मी काही नियतीला शरण जाऊन माझ्या अपेक्षांचा दर्जा खालावून घेतला असं नाही. पण आपण आपल्या स्वप्नांचं पुनर्मूल्यांकन करायला हवं हे मला समजलं.

माझी निराशा ही नियतीनं मला दिलेली शिक्षा नसून मी स्वत:च अवास्तव अपेक्षा करत होतो याची सूचना होती. मी स्वत:ला थेट प्रश्न विचारू लागलो; 'मला नक्की काय अपेक्षित आहे? ते योग्य आणि वास्तव आहे का? आयुष्य अमुकतमुक प्रकारचं 'असलंच' पाहिजे, या भ्रामक कल्पनेमागे मी फरफटत चाललो होतो का? तसा विचार करणं योग्य होतं का?'

हळूहळू मला जाणवू लागलं की, मी तणावातून बाहेर येत आहे कारण मी वास्तवाला धरून अपेक्षा करू लागलो होतो. माझ्या करिअरविषयीच्या माझ्या सर्व अपेक्षा आणि समजुती मी मोकळ्या केल्या आणि स्वत:ला वास्तवाची जाणीव करून दिली. खरं म्हणजे मी स्वत:कडून खूपच जास्त अपेक्षा करत होतो आणि जर मी खरोखरीच मेहनत केली असती आणि जर मी बुद्धिमान असतो तर माझ्या अपेक्षांचा प्रवास सुरळीत झाला असता आणि कोणीही माझ्या चुका काढल्या नसत्या...

आपण कितीही चांगल्या प्रकारे काम करत असलो तरीही काही वेळा त्यात समस्या उद्भवू शकतात, एखादा दिवस कठीण जाऊ शकतो किंवा गोंधळवणाऱ्या विचित्र घटना घडू शकतात आणि ते ठीक आहे, हे माझ्या लक्षात आलं. नियतीच्या विरोधात जोर लावून तिला आपल्यासाठी बदल घडवण्याची मागणी करत राहण्यापेक्षा आपल्या अवास्तव अपेक्षा सोडून देणं अधिक सोपं आहे.

प्रकरण ४२

सोडून देण्याचं मूल्य

'मानवाकडून चुका होणं हे स्वाभाविक आहे; चुकीच्या वागण्यासाठी लोकांना आणि स्वत:ला क्षमा करणं हे संवेदनशीलतेचं आणि वास्तववादाचं लक्षण आहे.'

–अल्बर्ट एलिस

माणूस म्हणून आपण सर्व जण चुका करत असतो. आपण काही परिपूर्ण नसतो. त्यामुळे इतरांसाठी आणि मुख्यत: स्वत:साठी क्षमाशील राहण्यातूनच आपल्याला कोणत्याही तणावाशिवाय समजूतदारपणानं आणि छान पद्धतीनं आपल्या अपरिपूर्णतेचा स्वीकार करणं शक्य होतं.

भावना आणि फुगे यांची कल्पना करा :

तुम्ही पूर्वी केलेल्या चुका, इतरांमुळे दुखावलं गेल्याच्या घटना आठवा आणि आणि त्या आठवणी म्हणजे आपल्या मनगटांना बांधलेले रंगीबेरंगी फुगे आहेत अशी कल्पना करा. त्यातल्या प्रत्येक फुग्याची दोरी तुमच्या हाताला काचते आहे. आता कल्पना करा की, तुम्ही हळुवारपणे त्या दोऱ्या सोडत आहात आणि एक-एक फुगा अनंत आकाशात सोडून देत आहात. ते फुगे हवेच्या झोताबरोबर जसजसे वर जातील तसतसं त्या भावनांच्या ओझ्यातून मुक्त होत गेल्याचं तुम्हाला जाणवेल.

आपल्याला जखडणाऱ्या भावना आणि दुःखं ओळखून, त्यांच्याशी थेट सामना करत त्यांना कौशल्याने दूर करण्यामुळे तुम्ही स्वतःच स्वतःवर उपचार करणारं माध्यम ठरता. आपण इतरांना क्षमा करतो ती त्यांच्यासाठी नसते (तसा विचार छान वाटत असला तरी) तर आपल्यासाठी असते. कारण त्यामुळे अखेरीस आपण आपल्या मनावर वागवत असलेलं ओझं उतरवतो. म्हणून इतरांना क्षमा करणं हे स्वतःला क्षमा करण्यासारखं असतं. त्यातून हे समजतं की, आपणही परिपूर्ण नसतो, जे झालं ते सोडून द्यायचं असतं आणि गतकाळाचं ओझं उतरवून हलकं होत पुढे जायचं असतं... अगदी आपल्यापासून दूर दूर जाणाऱ्या त्या रंगीबेरंगी फुग्यांसारखं.

गतकाळापासूनची ही मुक्ती म्हणजे आपल्या मानसिक, भावनिक तळाचा गाळ काढून टाकून नव्या अनुभवांसाठी जागा तयार करणं असतं. स्वतःचं कालचं निराशाग्रस्त स्वरूप सोडून स्वतःच्या वर्तमान स्वरूपानुसार उचित गोष्टींशी स्वतःला जोडून घेण्यासारखं असतं.

आता स्वतःसाठी आणि तुमच्या जीवननाट्यात सहभागी असणाऱ्या इतर लोकांसाठी आपल्या मनात अनुकंपा, समजूतदारपणा आणि आपुलकी निर्माण करायची आहे आणि ही खूपच छान गोष्ट आहे. जेव्हा तुम्ही स्वतःचे दोष आणि इतरांच्या चुका समजूतदारपणाच्या चश्म्यातून बघता तेव्हा तत्काळ निष्कर्षाच्या आणि पश्चात्तापाच्या जड ओझ्यापासून वाचणं शक्य होतं. पण आपल्याला अनुकंपा आणि समजूतदारपणा योग्य प्रकारे किंवा पूर्णपणे धारण करता आला नाही तरीही आपण क्षमाशील राहू शकतो. जे काही घडलं आहे ते पटलं नाही तरी आणि...

क्षमा करण्यासाठी आपण तयार नसलो तरीही आज, आत्ता, या क्षणी आपण क्षमा करू शकतो. स्वतःचा 'मोठेपणा' दाखवण्यासाठी किंवा आपल्यासाठी दोषी असणारे किती चांगले असू शकतात हे शोधण्याचा मार्ग सापडला आहे म्हणून आपण क्षमा करायची नाही, तर गतकाळातल्या दुःखात बुडून राहण्यापेक्षा स्वस्थता, विकास आणि परिपूर्णता यांना आपण अधिक महत्त्व द्यायचं आहे म्हणून. आपल्याला पटो किंवा न पटो, पण प्रत्येक वेळी आपण हीच निवड करायची आहे.

स्थिर मनोवृत्ती :

स्वत:च्या आयुष्याला एखाद्या भल्यामोठ्या गोधडीच्या रूपात बघा. अगणित अनुभवांचे आणि कृतींचे तुकडे जोडून केलेली ती एक सुंदर कलाकृती असते. त्यातले काही तुकडे आतिषबाजीप्रमाणे लखलखीत असतात, तर काही तुकडे असे असतात जसं काही केक भाजण्याच्या प्रयत्नात चुकून सगळं घरच जळून गेलं असावं. आता त्यातल्या प्रत्येक चुकीकडे एक संपूर्ण गोधडीपासून वेगळा स्वतंत्र तुकडा म्हणून बघा. त्या तुकड्याचा रंग आणि पोत अन्य तुकड्यांपेक्षा वेगळा असू शकतो. पण त्यामुळे गोधडीच्या सौंदर्यात बाधा येत नाही. त्यातला प्रत्येक तुकडा महत्त्वाचा असतो. तो एक-एक तुकडा मिळूनच तर ती गोधडी तयार झालेली असते. खरं तर गोधडीची सुंदरता त्या तुकड्यांच्या वेगवेगळेपणात असते, एकसारखेपणात नाही. त्यात चुकीच्या क्षणांचे तुकडे उठून दिसू शकतात, पण एक गोष्ट लक्षात घ्या की, चूक कितीही मोठी असली तरीही तुमच्या आयुष्याच्या गोधडीतला तो केवळ एखादा टाका असतो, पूर्ण गोधडी बिघडलेली नसते.

स्वत:ला नेहमी आठवण करून द्या की, वाईट वेळ, फसलेलं नातं किंवा चुकलेली निवड ही -

- कायम राहत नाही
- आयुष्य व्यापत नाही
- किंवा वैयक्तिक नाही.

याचाच अर्थ, कोणतीही चूक ही एका ठरावीक काळातली असते. ती चूक करण्याआधी काळ असतो आणि चूक केल्यानंतरही काळ असणार असतोच. चुकीचे तात्कालिक परिणाम असू शकतात, पण संपूर्ण आयुष्य उद्ध्वस्त करेल अशी चूक क्वचितच असते. शिवाय, कोणतीही चूक ही आयुष्याच्या एका कोणत्यातरी पैलूशी निगडित असते, संपूर्ण आयुष्याशी नाही. म्हणजेच ती आयुष्य व्यापून टाकणारी नसते. दुसऱ्या शब्दांत सांगायचं तर, समजा, तुमचा जॉब गेला तर याचा अर्थ तुम्ही कधी प्रेम करू शकणार नाही, तुमचा आकार बेढब होईल किंवा तुमची बुद्धिमत्ता आणि कौशल्य संपलं असं होत नाही. तुमचा फक्त जॉब गेलेला असतो. चूक जेवढी आहे

तेवढीच राहू द्या. तिला अवाजवी महत्त्व देऊ नका. म्हणजे तिला व्यापक करू नका.

अर्थातच, अशा गोष्टी विनाकारण स्वतःच्या व्यक्तिमत्त्वाशी जोडून घेऊ नका. बोलायला नको होतं असं काही तुम्ही बोलला आहात का? तुम्ही काही चुकीचं केलं आहे का, कोणाच्या भावना दुखावल्या आहेत का किंवा पश्चात्ताप करावा लागेल असा निर्णय घेतला आहे का? तसं असेल तरीही ठीक आहे. जे झालं, ते झालं. पण त्या एका चुकीमुळे एक माणूस म्हणून तुम्ही पूर्णपणे आणि कायमचे निकालात निघाला आहात असा अर्थ होत नाही. तुमच्यात सुधारणाच होणार नाही असं नाही. एकदा एखादी गोष्ट चुकली म्हणून परत ती तशीच चुकीच्या पद्धतीनं करण्यावाचून पर्याय नाही असंही नाही. एखादी गोष्ट वाईट प्रकारे केली गेली म्हणून तुम्ही वाईट ठरत नाही. तुम्ही वाईट गोष्ट केलेला एक माणूस आहात– हा महत्त्वाचा फरक लक्षात घ्यायला हवा.

तुम्ही केलेल्या चुका म्हणजे तुमच्या जीवनकथेत अचानक आलेलं वळण आहे, त्यात तुमच्या पात्राचा दोष नाही. तुम्ही वर्तमानावर लक्ष केंद्रित करायला हवं. एखाद्या चुकीसाठी सतत स्वतःलाच कोडे मारण्यात खर्च होणारी मानसिक ऊर्जा आता खऱ्या अर्थाने शिकण्यासाठी आणि विकास घडवण्यासाठी वापरली जाईल ज्यामुळे ती चूक पुन्हा न होण्याची काळजी घेतली जाईल. या प्रक्रियेतून तुम्ही कमावलेलं शहाणपण आणि लवचिकता यांसाठी भविष्यात तुम्ही स्वतःलाच धन्यवाद द्याल.

प्रकरण ४३

मार्ग काढा

'तुम्ही लाटा थांबवू शकत नाही,
पण त्यावर स्वार व्हायला शिकू शकता.'
–जॉन कबात–झीन

लाटांवर स्वार होणं, सर्फिंग ही संतुलन साधत तालबद्ध मेळ साधण्याची कला आहे. सर्फिंग करणाऱ्या व्यक्तीनं समुद्राच्या उफाणत्या लाटांवर केलेलं ते जणू एक नृत्य असतं. मानवी कौशल्य आणि निसर्गाची रौद्र शक्ती यांच्यातला तो सुंदर मेळ असतो. पण सूर्यस्नात समुद्रकिनाऱ्यावर सर्फबोर्ड्सवर केल्या जाणाऱ्या सर्फिंगपेक्षा वेगळ्या प्रकारचंही सर्फिंग असतं जे आपल्या मनाच्या अथांग सागरात केलं जातं. जॉन कबात–झीन यांनी मांडलेला ज्ञानवर्धक विचार आपल्याला आपल्या विचारांच्या आणि भावनांच्या खोल समुद्रात वाट दाखवणाऱ्या दिशादर्शकासारखा आहे. आपण मनाच्या अथांग समुद्राच्या लाटांवरही स्वार व्हायला शिकलंच पाहिजे.

बदल निश्चित आहे :

कल्पना करा की, तुम्ही एका समुद्रकिनाऱ्यावर आहात आणि चमचमणाऱ्या क्षितिजरेषेवरून आपापलं रंगरूप घेऊन एकामागोमाग एक किनाऱ्याकडे

येणाऱ्या लाटांकडे नजर लावून बसला आहात. काही लाटा कमी उंचीच्या आणि सहजतेनं येत आहेत, काही फेसाळत, खळाळत येत आहेत, तर काही उंच उसळत घाबरवणाऱ्या आणि तुमच्या अपेक्षेपेक्षा जोरदार मारा करत येत आहेत. आपल्या आयुष्यातली आव्हानंही अशीच वेगवेगळ्या प्रकारची, सतत बदलणारी, तुम्हाला डोकं वर काढण्याची संधी क्वचितच देणारी आणि अर्थातच 'पॉज' बटणाची सुविधा नसणारी असतात. पण एखाद्या कसलेल्या सर्फरप्रमाणे आपल्यालाही समजलेलं असतं की, समुद्रातल्या लाटांप्रमाणेच बदल हा जीवनाचा अविभाज्य भाग आहे.

याचा अर्थ, तुम्ही हात पसरून पाण्यात पडून रहा आणि लाटा नेतील तसे तरंगत रहा असं माझं म्हणणं नाही. त्याऐवजी परिस्थिती जशी आहे तशी स्वीकारणं आणि जितकं जमेल तितकं सजगतेनं त्या परिस्थितीशी जुळवून घेणं हे तुमचं काम असेल. आयुष्याच्या बदलत्या प्रवाहाला विरोध करत राहण्याऐवजी त्या प्रवाहानुसार पुढे जात राहणं शिकायचं आहे. यासंबंधी असा विचार करून बघा : जर तुम्ही ट्रॅफिकमध्ये अडकला असाल तर तुम्ही आसपासच्या वाहनचालकांवर आरडाओरड करू शकता किंवा त्या वेळात एखादं पॉडकास्ट ऐकू शकता. हवामान वाईट असेल तर दिवसभर त्यासंबंधी कुरकुर करत राहू शकता किंवा खांदे उडवून 'आज घरातल्या उबदार वातावरणात राहण्याचा दिवस आहे असं दिसतंय.' असं म्हणत त्या दिवसाचे कार्यक्रम बदलू शकता.

अशा अचानक बदलांचा स्वीकार चांगल्या प्रकारे करता येण्यासाठी आधी कोणतीही परिस्थिती कधीच कायम राहत नाही हे समजून घ्या. त्यामुळे बदलत्या परिस्थितीमुळे येणारी अनिश्चिततेची जीवघेणी भीती आणि चिंता दूर होईल. अटळ असणाऱ्या समस्यांमध्ये गुंतून राहण्याऐवजी त्यावरच्या उपायांवर लक्ष केंद्रित करा. कसलेला सर्फर ज्याप्रमाणे लाटांची वळणं ओळखतो आणि त्याप्रमाणे स्वत:ला त्यांच्याशी जुळवून घेतो तसंच समस्यापूर्ती करण्याचं आपलं कौशल्य अबाधित राखून तुम्ही जीवनाला अचानक वळण देणाऱ्या लाटांमधून योग्य दिशा शोधू शकता. कारण आपण लाटा बदलू शकत नसलो तरी विविध पवित्रे घेऊन त्यांचा सामना करू शकतो. कधी स्थिर राहून लाटेला तुमच्यावरून निघून जाऊ द्या, कधी लाटेकडे पाठ करून तिला तुम्हाला वाहून नेऊ द्या, तर कधी सर्फिंग बोर्डला घट्ट धरून लाटेवर तरंगायचा आनंद घ्या.

पुढच्या वेळी जीवनात जेव्हा एखादी मोठ्या बदलची लाट येईल तेव्हा आरडाओरड करत समुद्राला तिला थांबवायला सांगू नका. सर्फिंग बोर्ड हातात घेत म्हणा, 'चला, नृत्य करू या!' आणि मग तिच्याशी थोडं जुळवून घेत, हसत हसत दिमाखात त्या लाटेवर स्वार व्हा. त्यामुळे तुमचा हा प्रवास अधिक मजेदार होईल.

लाटेवर स्वार व्हा :

सर्फिंग करणं म्हणजे उंचच ऊंच लाटांवर स्वार होणं किंवा किनाऱ्याकडे झेपावणं नाही. पायांखाली जाणवणाऱ्या लयदार लाटा, केसांमधून घोंघावणारा खारा वारा यांसह समुद्राशी एकतानता साधल्यावरचे रोमांचक क्षण यांमुळे सर्फिंगची खरी जादू लाटेवर तरंगण्यातच असते हे पट्टीच्या सर्फरला माहीत असतं. अंतिम परिणामांमागे धावण्याऐवजी प्रक्रियेचा आनंद घेण्याची ही कला आहे. हे तत्त्वज्ञान कबात-झीन यांच्या विचारांशी जुळणारं आहे. केवळ मुक्कामाच्या ठिकाणावर अर्थात परिणामावर नजर लावून बसण्याऐवजी लाटांवर स्वार होण्याच्या प्रक्रियेतला आनंद आणि समाधान मिळवायला शिका.

कधीकधी तुम्ही एखाद्या ध्येयानं झपाटले जाता. उदाहरणार्थ, समजा, स्वत:चं वजन कमी करणं हे तुमचं ध्येय असेल तर तुमच्यासाठी प्रत्येक जेवण हे केवळ करायचं म्हणून केलं जातं आणि व्यायाम म्हणजे आपल्याला अपेक्षित परिणाम साधण्याचं म्हणजे निश्चित प्रमाणात वजन घटवण्यासाठीचं केवळ एक कर्मकांड होऊन राहतं. पण अशा प्रकारे जगणं म्हणजे वर्तमान क्षणांपासून वंचित राहणं. त्याऐवजी आपल्याला पोषक अन्न मिळत आहे यासाठी स्वत:ला भाग्यवान समजलं तर? ज्यातून खरोखरीच आनंद मिळेल अशा प्रकारचा व्यायाम केला तर?

'पुढे काय?' याचा आपण इतका जास्त विचार करत असतो की, 'जे आत्ता आहे', त्याचा आनंद घ्यायलाच विसरतो. आपल्याला ज्या दूरच्या किनाऱ्यावर पोहोचायचं असतं, जी ध्येयं आपल्याला गाठायची असतात आणि आपल्याला ज्या डेडलाइन्स पूर्ण करायच्या असतात तिथे आपलं मन आधीच जाऊन पोहोचलेलं असतं. असं करणं म्हणजे लाटांवर स्वार होताना डोळे मिटून घेणं आणि त्यामुळे प्रवासाचं सौंदर्य पाहू न शकणं. म्हणूनच

आपला दृष्टिकोन बदला आणि खरं जीवन वर्तमानातच उलगडत जातं हे समजून घ्या... तुमचं वर्तमान तुम्हाला काहीसं कंटाळवाणं, त्रासदायक किंवा काहीसं गोंधळवून टाकणारं वाटत असलं तरीही! या गोष्टी तुमच्या जीवनमार्गातले अडथळे नसतात, तर तुमचा जीवनमार्ग असतात.

असा विचार करून बघा : कुशल सर्फर हा केवळ चांगल्या लाटेची वाट बघत थांबलेला नसतो, तर पाण्यात उतरल्यावरच्या प्रत्येक क्षणाचा आनंद घेत असतो. रोज सकाळी जाग आल्यावर आजचा नवा दिवस आपल्यासाठी काय घेऊन आला आहे आणि परत कधीच अनुभवता येणार नाही असं एकमेवाद्वितीय, असं आज समुद्राकडे काय असेल हे जाणून घ्यायला त्याला आवडतं. काही वेळा सर्फर त्यांच्या सर्फिंगच्या छंदाविषयी उत्साहानं भरभरून बोलत राहतात याचं एक कारण आहे. अनेक कुशल सर्फर सर्फिंगला केवळ छंद मानत नाहीत, तर त्यांच्यासाठी ती जीवनपद्धती असते. त्यांच्यासाठी सर्फिंग म्हणजे हलती, चल स्थितीतली ध्यानधारणा असते. समुद्रात निरंतर उठणाऱ्या लाटांशी जुळवून घेत तोल सांभळताना त्यांना आतून स्थिरता आणि स्थायित्व जाणवतं.

त्याचप्रमाणे, आयुष्यातल्या आव्हानांचा सामना करतानाही वर्तमानात राहिलात तर तुम्हाला आनंद गवसेल. शिकण्याच्या अनुभवाचं, व्यक्तिगत विकासाचं आणि यादरम्यान स्वत:चा शोध घेण्यासाठी लाभलेल्या संधीचं मोल जाणून घ्या. नीट विचार केला तर प्रत्येक समस्येत किंवा नुकसानात आपल्यासाठी एक महत्त्वाचा धडा असतो हे समजेल. आज, आत्ता तुमच्या जीवनात असं काय चाललं आहे ज्यामुळे तुम्ही दु:खी आहात किंवा जे तुम्हाला नकोसं वाटत आहे? तुमच्या आसपास ज्या लाटा निर्माण होत आहेत त्या तुम्हाला आवडणाऱ्या आहेत की नाही? त्या लाटांच्या विरोधात जाण्याऐवजी त्यांच्याबरोबर राहण्यामुळे कसं वाटतं ते बघा. कल्पना करा की, एक भयावह झाकोळ मनात दाटून आला आहे. अशा वेळी आरशात बघून जबरदस्तीनं सकारात्मक वाक्यं उच्चारत राहण्याऐवजी जर तुम्ही स्वत:वरच हसलात, स्वत:ची मनोवस्था समजून घेतली आणि ती मनोवस्था दूर होईपर्यंत धैर्यानं त्यात स्थिर राहिलात तर? अक्राळविक्राळ लाटांवर स्वार होणाऱ्या सर्फरप्रमाणेच प्रबळ भावनांच्या लाटांवर स्वार होत त्या भावनांपेक्षाही प्रबळ ठरण्यातही कौशल्य आणि सौंदर्य आहे.

जेव्हा तुम्ही वर्तमानाशी पूर्णपणे एकरूप होता तेव्हा तुमच्या मनात भविष्याविषयीच्या चिंताजनक विचारांसाठी किंवा भूतकाळाविषयीच्या निरंतर चालणाऱ्या पश्चात्तापासाठीही अजिबात जागा उरत नाही. कारण तुम्ही लाटांवर स्वार होण्यात, पायांखालची पाण्याची लय अनुभवण्यात आणि प्रत्येक क्षणाला दिमाखदारपणे आणि स्थिरतेने प्रतिसाद देण्यात व्यग्र असता.

प्रकरण ४४

स्वत:ची तुलना करणं थांबवा

'आपल्याला असुरक्षितता सतावत असते कारण आपण आपल्या समाजाला न दिसणाऱ्या अवस्थेची तुलना समाजाच्या दिसणाऱ्या अवस्थेशी करत असतो.'

–स्टीव्ह फर्टीक

समाजमाध्यमांच्या मोठ्या प्रभावाखाली असलेल्या आजच्या काळात आपल्याला आपलं जीवन हे निवडक सुंदर दृश्य, घोटीव संवाद आणि आखीव कथांसह हॉलीवुडच्या धमाकेदार चित्रपटासारखं चकचकीत असावं असं वाटत असतं. प्रत्येक स्वाइप आणि स्क्रोलबरोबर लोकांचे सुट्ट्यांमधल्या मजामस्तीचे सुंदर फोटो, प्रसन्न हास्यानं उजळलेले चेहरे आणि त्यांनी मिळवलेली काहीतरी भन्नाट गोष्ट यांच्या हायलाइट्सच्या भडिमारात आपण बुडून जातो. जणू काही ते प्रत्येक जण स्वत:च्या जीवनपटात अभिनय करत असतात आणि प्रेक्षकांसाठी त्यांनी आपल्या जीवनपटाचा एक आखीव-रेखीव ट्रेलर उपलब्ध करून दिलेला असतो.

पण यात आश्चर्य वाटण्यासारखं काहीच नाही की, अशा हायलाइट्सशी आपण आपल्या जीवनाची तुलना केली तर खरोखरीच आपलं मानसिक स्वास्थ बिघडू शकतं. या सगळ्यामागे एक प्रकारची फसवणूक असते- स्टीव्ह फर्टीक म्हणतात त्याप्रमाणे आपण आपल्या कंटाळवाण्या,

अस्ताव्यस्त आणि पूर्णत्वाला न गेलेल्या अशा वास्तविक जीवनाची तुलना लोकांनी प्रदर्शित केलेल्या कृत्रिम आणि घोटीव अशा परिपूर्ण जीवनाच्या आभासाशी करत असतो. अशा तुलनेमुळे नेहमीच आपल्यामध्ये न्यूनत्वाची भावना निर्माण होते आणि त्यातून आपणही उसना आव आणून आपलं नसलेलं असं खोटं जीवन जगू लागतो.

तुमचं वास्तव हे काही पिक्सेलपेक्षा मोठं असतं :

लक्षात घेण्याची पहिली गोष्ट म्हणजे तुमचा न्यूनगंड हा तुमच्यामधल्या एखाद्या नैसर्गिक कमतरतेतून निर्माण झालेला नसतो, तर आपल्या विविध पैलू असलेल्या, इतरांहून वेगळ्या आणि अनेक त्रुटींनी युक्त अशा अस्तित्वाची तुलना, माणसाचं आयुष्य 'कसं असायला हवं', या उथळ, अवास्तव कल्पनेशी करण्याच्या चुकीच्या सवयीतून निर्माण होतो. समाजमाध्यमं माणसाच्या याच वृत्तीचा फायदा घेतात आणि त्या वृत्तीला आणखी वेग देतात.

त्यामुळे अशा तुलनांमध्ये खरंच किती तथ्य आहे याचा विचार करा. समाजमाध्यमांवर आपल्याला जे दाखवलं जातं ते वास्तव नसतं, तर त्या व्यक्तीला लोकांपर्यंत जे काही पोहोचवायचं आहे किंवा पोहोचवलं पाहिजे असं वाटतं ते संकलित करून पाठवलेलं असतं हे ओळखण्यासाठी आपण स्वत:ला प्रशिक्षित करायला हवं.

लोक ज्यामध्ये आपल्या जीवनातल्या फोटोच्या चौकटीत शोभणारे क्षण दाखवत असतात, अशी समाजमाध्यमांवरची दृश्यं आठवा. कल्पना करा की, तुम्ही तुमचं समाजमाध्यमांवरील अकाउंट स्क्रोल करत असताना तुम्हाला तुमच्या मित्राचे उष्ण कटिबंधीय प्रदेशातल्या सुट्टीत केलेल्या भटकंतीचे सुंदर फोटो दिसतात. स्फटिकासारखं स्वच्छ पाणी, देखणे समुद्रकिनारे, प्रसन्न हास्य यांतून एक आनंदानं परिपूर्ण असं चित्र रंगवलं गेलं होतं. ते पाहून मनात ईर्षेचा शिरकाव होणं आणि आपण आयुष्यात नक्की काय करतो आहोत असा प्रश्न उपस्थित होणं अगदी साहजिक आहे. पण फर्टीकनं जे सांगितलं आहे ते लक्षात ठेवलं तर तुम्हाला जाणवेल की, दीर्घ काळचा थकवणारा प्रवास, विलंबित विमानप्रवास आणि उन्हाचे चटके अशा काही इन्स्टाग्रामवर न शोभणाऱ्या 'अ'सुंदर गोष्टी त्या फोटोंमध्ये टाळलेल्या होत्या.

प्रकरण ४५

तुम्ही एक वेगळी कथा सांगू शकता

'शरीर लवकरच संपून जाणार आहे. तेव्हा ते कसं वाटेल? जमिनीवर पडलेल्या लाकडाच्या निष्प्राण ओंडक्यासारखं. यातून काय समजतं? तुमचा कट्टर शत्रूसुद्धा तुमची जितकी हानी करणार नाही तितकी हानी तुमचे स्वत:चे भरकटेलेले विचार करतात. पण एकदा का तुम्ही तुमच्या विचारांवर नियंत्रण मिळवलं की, त्यांच्याइतकं साहाय्य तुम्हाला तुमचे माता-पिताही करू शकणार नाहीत.'

–बुद्ध

कोणीतरी तुम्हाला काही सांगितलं होतं आणि ते तुम्ही कधीच विसरू शकणार नाही असं काही तुम्हाला आठवतं आहे का? कदाचित, तुमच्याविषयी कोणी सहजतेनं केलेली, पण तुमच्या मनात रेंगाळत राहिलेली एखादी टीका असेल, तुमचं भान जागं करणारी आणि ते कायम राखणारी एखादी प्रतिक्रिया असेल. केवळ काही शब्दांचा आपल्या भावविश्वावर पडणारा असा मोठा प्रभाव आश्चर्यकारक आहे. त्या शब्दांवर असलेला आपला विश्वास आपल्या संपूर्ण आयुष्याची जडणघडण करत असतो, आपण

घेतलेले निर्णय आणि आपला स्वत:कडे पाहण्याचा दृष्टिकोन ठरवत असतो. हे आपल्या प्रत्येकाच्या बाबतीत घडत असतं.

आपले स्वत:चे विचार जर नियंत्रित नसतील तर तेच कसे आपल्या बाह्य शत्रूपेक्षा घातक ठरतात हे स्पष्ट करताना बुद्धाला हाच अर्थ अपेक्षित असावा. जर एखाद्या माणसाने दहा वर्षांपूर्वी आपला अपमान केला असेल तर नंतर दीर्घ काळ तो अपमान मनात धरून ठेवून आपण स्वत:च स्वत:ला त्या माणसानं दिला नसता इतका त्रास देतो. पण यात चांगली गोष्ट अशी की, जर मनामध्ये इतकं सामर्थ्य असेल तर विकासासाठी, समज प्राप्त करण्यासाठी आणि संवेदनक्षमतेसाठीही ते महत्त्वाचं साधन होऊ शकतं.

अन्य लोकांमुळे आपल्याला होणाऱ्या त्रासाचं कारण त्यांच्या शब्दांमुळे किंवा त्यांनी केलेल्या एखाद्या कृतीमुळे नसतं, असं मी म्हटलं तर? आपल्याला होणारा त्रास हा आपण लोकांच्या बोलण्याचा लावलेला अर्थ आणि त्यांना दिलेली प्रतिक्रिया यांमुळे होत असतो. या बाह्य गोष्टींचा परिणाम तुमच्या मनोविश्वावर कसा असावा हे ठरवण्याची क्षमता आत्ता, या क्षणीही तुमच्यामध्ये आहे. ती क्षमता कशी जागवायची यासाठी आपण बुद्धाच्या शब्दांवर विश्वास ठेवला, म्हणजेच अन्य कोणापेक्षा आपण स्वत:च स्वत:ला बरं करू शकतो हे समजून घेतलं तर त्याहून मोठी गोष्ट नाही!

आपल्या मनाची समज समजून घ्या :

इतरांचे शब्द किंवा कृती आपल्याला थेट दु:ख देत नाहीत, तर आपल्या मनानं लावलेला त्यांचा अर्थ आपल्यासाठी त्रासदायक ठरतो. थोडक्यात सांगायचं तर, आपण काही जगाच्या भावनिक रोलरकोस्टरप्रमाणे फिरत नसतो, तर त्या रोलरकोस्टरचे नियंत्रक असतो, अगदी काही वेळा आपल्याला त्या गोष्टीचा विसर पडला तरीही!

माझा बालमित्र त्रिस्तन याची ओळख करून देतो. लहान वयातच त्यानं स्वत:ला 'पुस्तकी किडा' म्हणून सिद्ध केलं होतं. प्राथमिक शाळेत जेव्हा इतर मुलं जेवणाच्या डब्यांची अदलाबदल करण्यात मग्न असत तेव्हा त्रिस्तन विश्वाची कोडी उलगडण्यात गुंतलेला असे. विज्ञान आणि गणित या विषयांत त्याला असलेल्या रुचीमुळे त्याचे वर्गमित्र त्याला सतत चिडवत असत आणि उपहासाने त्याला 'ब्रेन' म्हणून हाक मारत असत.

पण खरी गंमत इथे आहे : वर्गमित्रांच्या चिडवण्यामुळे दुखावला जाण्याऐवजी त्रिस्तननं हे समजून घेतलं की, त्याच्या वर्गमित्रांनी त्याला चिडवण्यामागे त्यांची असुरक्षिततेची भावना होती. त्रिस्तनने त्याला मारले जाणारे टोमणे स्वत:चं कौतुक म्हणून स्वीकारले. तो जो काही होता, त्याविषयी त्याला स्वत:चा अभिमान होता. त्याने मुलांचं चिडवणं कधीच मनाला लावून घेतलं नाही.

त्रिस्तनला अगदी लहान वयातच खूप मोठी गोष्ट समजली होती : 'नकारात्मक परिस्थितीमध्येही आपण आपली जीवनकथा आपल्याला हवी त्या पद्धतीनं रचू शकतो.' त्रिस्तन त्या चिडवण्यानं दुखावला जाऊ शकत होता, आपल्यात काहीतरी कमी आहे असं त्याला वाटू शकलं असतं आणि पुढे आयुष्यभर तो स्वत:ला बळी समजत राहिला असता, आपण कशासाठीही लायक नाही, इतरांहून वेगळे आहोत असा त्याचा समज झाला असता. पण त्रिस्तनला कळलं होतं की, आपण आपल्याला चिडवणाऱ्यांवर विश्वास ठेवायचा की, आपल्याला आपण कसे असायला हवे आहोत याविषयी विचार करायचा, याची निवड आपणच करायची आहे. गंमत म्हणजे त्रिस्तन लहान असताना लोक त्याला ज्या गोष्टीसाठी चिडवत असत, त्याच गोष्टीसाठी नंतर त्याचा मान राखला जाऊ लागला.

त्यानं त्यांना उलट चिडवलं नाही. त्याने त्यांच्याशी वादही घातला नाही. त्याला वाईटही वाटलं नाही किंवा त्यांच्यामुळे त्याच्या मनात न्यूनगंडाची भावनाही आली नाही. तो शांतपणे आपलं काम करत राहिला आणि जेव्हा त्यानं आपलं काम केलं तेव्हा तो आपोआपच इतरांहून वेगळा ठरला.

प्रकरण ४६

तुमची आकलनशक्ती तुम्हाला काय सांगते?

'जेव्हा एखाद्या बाह्य गोष्टीमुळे तुम्ही अस्वस्थ होता तेव्हा ती अस्वस्थता त्या विशिष्ट गोष्टीमुळे नसते, तर त्याविषयीच्या तुमच्या समजेमुळे असते; आणि तुमची हीच समजण्याची शक्ती कोणत्याही क्षणी कार्यान्वित होऊ शकते.'

–मार्कस ऑरेलियस

मार्कस ऑरेलियस आणि बुद्ध यांच्यात काही गोष्टींवर एकमत असावं. आपण आयुष्याविषयीच्या आपल्या समजुतींमध्ये जगत असतो, आयुष्य 'जसं आहे तसं' जगत नसतो, हे त्या दोघांनाही समजलं होतं, हे वर दिलेल्या विधानावरून स्पष्ट होतं.

जगाविषयी असलेली तुमची समज तुम्हाला साहाय्यक ठरते की अडथळा होते? तुम्हाला तुमच्या आसपासचं जग किती समजलं आहे?

तुम्ही वास्तवाला किती बिघडवलं आहे?

आपण केलेलं मूल्यांकन चुकीचं असण्याची शक्यता आहे असा विचार तुम्ही कधीच केलेला नसला तर लक्षात घ्या की, तशी शक्यता आहे.

आपल्या अंदाजांचं मूल्यांकन करा :

'आपण जे वाचतो त्या सगळ्यावर विश्वास ठेवायचा नसतो,' असं तुम्ही कधी ऐकलं आहे का? तसंच हेसुद्धा लक्षात ठेवा की, 'आपल्याला वाटणाऱ्या सगळ्याच गोष्टींवर विश्वास ठेवायचा नसतो.' एखादी गोष्ट केवळ तुम्हाला वाटते म्हणून आणि केवळ तो आपोआप निर्माण झालेला विचार एखाद्या सत्याप्रमाणे तुमचं मन व्यापून राहिला आहे म्हणून वास्तवात तसं काही असलंच पाहिजे असं नाही. एखाद्या पूर्णतः अवास्तव गोष्टीला वास्तव समजून वागल्याने समस्या ओढवून घेतलेली अशी एखादी व्यक्ती तुम्हाला माहीत आहे का? ती व्यक्ती म्हणजे तुम्हीच आहात अशी कल्पना करा. आपले अंदाज खरे आहेत की नाही हे जाणून घेण्यासाठी केवळ त्या अंदाजाविषयी प्रश्न विचारणं पुरेसं नाही.

समजा, तुम्हाला तुमच्या कार्यालयात अनपेक्षितपणे एखाद्या टीकेला सामोरं जावं लागलं तर प्रथम तुम्हाला राग येईल किंवा मनात निराशेची भावना दाटून येईल. कारण ती टीका म्हणजे स्वतःच्या वैयक्तिक क्षमतेवरचा आघात आहे असा अर्थ तुम्ही घ्याल. पण टीका करणाऱ्या व्यक्तीला त्या निमित्तानं तुमच्याशी संपर्क साधायचा असेल, तुमच्याविषयी ईर्ष्या वाटत असेल किंवा केवळ उपद्रव निर्माण करायचा असेल. हे अयोग्य आहे, आपण काहीच चूक केली नाही असं तुम्हाला वाटेल.

पण सुरुवातीला तुम्ही त्या घटनेचा अंदाज काय लावला याचा विचार करा. जरा शांतपणे आपल्या मनात चाललेल्या विचारांचं निरीक्षण करा. त्यातले काही विचार शंभर टक्के चुकीचे असतील. काही विचार शंभर टक्के बरोबर असतील, पण बरेचसे विचार हे 'चूक-बरोबर' याच्या मधले असतील. त्यामुळे अंदाज लावणं थांबवून वस्तुनिष्ठ पद्धतीनं प्राप्त स्थितीचा विचार करणं महत्त्वाचं आहे.

'हे योग्य नाही. माझ्यावर टीका व्हावी असं मी काहीही केलेलं नाही.'

मुळात हा विचार किती योग्य आहे ते तपासून बघा. ती टीका तुमच्या क्षमतेविषयी शंका उपस्थित करण्याऐवजी कदाचित तुमची क्षमता वाढवण्यासाठीचा एक छोटा धक्का असू शकेल का? आपल्या कामासंबधी एखाद्या वेळी आपल्यावर टीका होऊ शकणं अशक्य आहे का? तुमच्यातली कमतरता दाखवणारी प्रत्येक व्यक्ती चुकीची असेल का? आणि जरी तुमच्या

कामावर केलेली टीका अयोग्य असेल आणि तिला कसला आधारही नसेल तरीही त्यासाठी निराश होणं योग्य आहे का?

'मी मूर्ख आहे असं वाटतं त्यांना. त्यांना कदाचित माझा कंटाळा आला असेल.'

हा विचार आणि त्यामागची भावना यांचीही उलटतपासणी करा. आपल्या कामाविषयीच्या नकारात्मक समीक्षणाचा अर्थ लोक आपल्याला मूर्ख समजतात असा होतो का? कदाचित लोक तुमच्या कामाचं मूल्यांकन कर्तव्य म्हणून करत असतील. तुम्ही विचारात घेतली नाही अशी एखादी शक्यता असू शकते का? तुम्ही जो विचार केला आहे, त्याला काही पुरावा आहे का? किंवा प्रस्तुत घटनेसाठी योग्य ठरेल असा आणखी काही संयमित विचार तुम्ही करू शकता का?

यासंबंधी विचारमंथन करताना पर्यायी आयाम आणि विविध दृष्टिकोन तुमच्या लक्षात येतील. एखादा वैचारिक कल, चुकीचा लावलेला अर्थ किंवा अव्यावहारिक कल्पना तुमच्या अस्वस्थतेला कारण ठरत असेल तर त्याचं विश्लेषण करा. पण जर तुम्हाला स्वत:च्या विचारांची खात्री वाटत नसेल आणि त्या विचारांना कसलाही आधार नसेल तर 'ठीक! मला माहीत नाही,' हे मान्य करायचं धाडस बाळगा आणि तो विषय सोडून द्या. प्रत्येक प्रश्नाचं उत्तर मिळायलाच हवं असं नाही.

तुम्ही जसजसे आपल्या विचारांना विविध दृष्टिकोनांमधून पारखू लागता तसतसे तुम्हाला त्यातले अधिकाधिक सकारात्मक अर्थ समजू लागतात. आपल्या निराशेचं कारण ती घटना नसून आपण त्या घटनेविषयी मनातल्या मनात विणलेली त्रासदायक कथा आहे, हे तुमच्या लक्षात येईल आणि त्यामुळे त्या घटनेकडे बघण्याचा आपला दृष्टिकोन कसा पटकन बदलला आहे, याचं तुम्हाला आश्चर्य वाटेल.

वैयक्तिक प्रभावाचा परीघ :

कल्पना करा की, तुम्ही चार भिंतींच्या बाहेर मोकळ्या वातावरणात लग्नसमारंभ आयोजित केला आहे, पण त्याच दिवशी वादळ येण्याच्या शक्यतेमुळे समस्या निर्माण झाली आहे. कारण अशा वेळी तणाव येणं साहजिकच आहे. पावसाच्या थेंबांमुळे तुमच्या आयुष्यातल्या खास

दिवसावर सावट येणार आहे. पण लक्षात ठेवा की, ते सावट पावसामुळे नाही, तर त्यासंबंधी तुमच्या दृष्टिकोनामुळे असेल.

पण स्वत:च स्वत:ला समजावल्यामुळे आपल्याला समजतं की, आपण हवामानाला नियंत्रित करू शकत नसलो तरीही त्याकडे बघण्याचा दृष्टिकोन आणि प्रतिक्रिया निश्चितच नियंत्रित करू शकतो. निराशेच्या आहारी जाण्याऐवजी तुम्ही सर्जनशील उपाय योजू शकता. तात्पुरता मांडव उभारू शकता किंवा ऐन समारंभात अचानक आलेल्या पावसाचं स्वागत तुमच्या विवाह समारंभातला एक संस्मरणीय क्षण म्हणून करू शकता. अनेक संस्कृतींमध्ये विवाह समारंभात पावसाची हजेरी लागणं हा शुभ शकुन मानला जातो हे तुम्हाला माहीत आहे का? त्याचं कारण आता तुम्हाला समजलं असेल.

दृष्टिकोनात झालेल्या बदलामुळे समस्या ठरण्याची शक्यता असलेली एखादी घटना, अनोख्या अनुभवात परिवर्तित होऊ शकते.

बाह्य गोष्टी आपल्या नियंत्रणाच्या बाहेर आहेत हे लक्षात आल्यावर आपण अनावश्यक चिंतांमधून आणि अति विचारांमधून मुक्त होतो. मनोवृत्तीमधल्या या बदलामुळे आपण पूर्णपणे वर्तमानात राहू शकतो आणि आपल्याला जे शक्य नाही त्याबद्दल खंत करत राहण्याऐवजी आपले विचार, भावना, कृती या आपल्या नियंत्रणात असलेल्या गोष्टींवर लक्ष केंद्रित करू शकतो. यातून केवळ तुमच्यावरचा ताण कमी होतोत असं नाही, तर आयुष्यात अनपेक्षितपणे घडणाऱ्या घटनांनुसार स्वत:मध्ये बदल घडवण्याची क्षमता आणि लवचिकता तुमच्यामध्ये येते. यामुळे अशा गोष्टींचा अर्थ काय लावायचा आणि त्या वेळी कसं वागायचं हे तुम्ही ठरवू शकता. पर्यायानं, अधिक शांततापूर्ण आणि तणावमुक्त जीवन जगू लागता.

आपली निराशा दूर करण्याची शक्ती आपल्यामध्येच असते आणि आपण ती कधीही वापरू शकतो. आपल्या आयुष्याचं सिंहावलोकन करा आणि आतापर्यंत तुम्ही कोणत्या गोष्टींना प्राधान्य आणि प्रोत्साहन देत होता, कसे अर्थ लावत होता आणि कोणते दृष्टिकोन बाळगत होता याचं विश्लेषण करा. त्यातल्या कोणत्या गोष्टींना किती महत्त्व द्यायचं आणि त्यांना कोणत्या दृष्टिकोनातून पाहायचं यात तुम्ही कधीही बदल करू शकता हे लक्षात ठेवा.

प्रकरण ४७

आता पुरे झालं!

'तुमच्याकडे जे काही आहे ते तुम्हाला अपुरं वाटत असेल तर संपूर्ण जग जरी तुमच्या ताब्यात आलं तरीही तुम्ही दुःखीच राहाल.'

–सिनेका

जग ताब्यात असणं म्हणजे अगणित संपत्तीनं आणि ऐश्वर्यानं समृद्ध जीवनाचं अंतिम स्वप्न असल्यासारखं आहे. पण सिनेकाच्या म्हणण्यानुसार हे सगळं जरी तुम्हाला लाभलं तरीही तुमच्या मनात जर कृतघ्नता असेल, वृत्ती असमाधानी असेल तर त्याचा काहीही उपयोग नाही. जगभराच्या संपत्तीमध्येही तुम्हाला कमतरता जाणवेल.

कल्पना करा की, एक व्यक्ती म्हणते आहे, 'आयुष्य कठीण आहे. माझ्याकडे आणखी दहा हजार डॉलर्स असते तर फार बरं झालं असतं.' तिथेच आणखी एक व्यक्ती आहे, जिच्याकडे दहा हजार डॉलर्स आहेत. पण ती व्यक्तीही आनंदी नाही कारण ती म्हणते आहे की, 'आयुष्य फारच कठीण आहे. आणखी लाखभर डॉलर्स मिळाले तर खऱ्या अर्थानं काहीतरी बदल घडू शकेल.' तुम्ही बरोबर ओळखलंत! तिथे एक लाख डॉलर्स असलेली व्यक्तीही आहे, पण तीही असमाधानी आहे. सर्वसामान्य माणूस एका जन्मात जितका खर्च करेल त्याहून कित्येक पट श्रीमंत, अशा जगातल्या

सर्वाधिक धनी व्यक्तीपर्यंत हे असंच चाललेलं असतं आणि असे धनाढ्यही नेहमी म्हणत असतात की, 'खरंच आयुष्य कठीण आहे. माझ्याकडे जर...'

स्वत:मधल्या चांगल्या गोष्टींची प्रशंसा करा :

सिनेकानं मांडलेल्या विचारामध्ये मानवी वृत्ती आणि सुखाची लालसा यांतील सत्यावर प्रकाश टाकला गेला आहे. सतत स्वत:ची तुलना इतरांशी करणे आणि आपल्याकडे काय कमी आहे याचा विचार करत राहणे याऐवजी आपल्याकडे जे आहे त्याचं महत्त्व ओळखा. प्रत्येक व्यक्तीचा जीवनप्रवास हा दुसऱ्याहून अगदी वेगळा असतो. त्यामुळे स्वत:चं जीवन आणि इतरांचं जीवन यांत तुलना करत राहिल्याने अर्थातच मनात कमतरतेची आणि असमाधानाची भावना निर्माण होते. लक्षात ठेवा की, तुम्हाला खरोखर जेवढ्याची गरज आहे त्यापेक्षा जास्त कधीच मिळत नाही. त्यामुळे विनम्रतेनं आपल्या अपेक्षा व्यावहारिक ठेवा. चिंता आणि नैराश्याची भावना असमाधानाच्या विचारापासून काहीच पावलांवर असते हे समजून घ्या.

आपल्यापेक्षा जास्त श्रीमंत, जास्त यशस्वी आणि जास्त आनंदी असणारं कोणी ना कोणीतरी नक्कीच असणार आहे. आपण जितकी तुलना करत राहू तितकं आपलं लक्ष आपल्यातल्या कमतरतांवर केंद्रित राहील आणि आपल्याकडे असलेल्या चांगल्या गोष्टींकडे, आपण मिळवलेल्या यशाकडे आपलं दुर्लक्ष होईल. अशा प्रकारे, आपण ज्या स्थितीला आदर्श मानतो तिथपर्यंत आपण कधीच पोहोचू शकणार नाही हे माहीत असूनही आपण गाढवमेहनत करत राहतो.

एक उदाहरण बघा : सारा अनेक वर्षांपासून मानसिक तडजोडीमध्ये गुंतलेली आहे. आपलं पद आणि आपला पगार वाढावा यासाठी ती सातत्यानं प्रयत्न करत असते. पण जेव्हा जेव्हा तिची पदोन्नती होते आणि कमाई वाढते तेव्हा तेव्हा ती वाढलेल्या कमाईनुसार स्वत:ची जीवनशैलीही उंचावते आणि त्यासाठी आधीपेक्षा जास्त खर्च करू लागते. त्यामुळे तिला कितीही मिळालं तरी तिचा कल आणखी जास्त मिळवण्याकडे असतो. दोन दशकं काम केल्यावर आता ती किमती वस्तूंनी गच्च भरलेल्या एका सुंदर घरात राहते आहे, पण त्यातल्या कशानंच तिला जराही आनंद मिळत नाही. पूर्वी तिला ज्यातून आनंद मिळत असे त्या गोष्टी आता तिच्यासाठी

निरर्थक ठरल्या आहेत. ती वीस वर्षांची होती तेव्हा तिच्या स्वप्नातलं सुखी आयुष्य म्हणजे दोन कार्स, सुंदर कपडे आणि काही छान सहली असा अर्थ होता. आता तिच्याकडे ते सगळं आहे. पण तिच्यासाठी ते पुरेसं नाही. तिला आणखी किमती कार्स हव्या आहेत, आणखी चांगले कपडे हवे आहेत आणि आणखी काही सहली करायच्या आहेत, पण त्यासाठी पुरेसे पैसे नाहीत असं तिला वाटतं. मग तिला कदाचित आणखी मोठ्या पदाची गरज आहे का?

समस्या काय आहे ते आता तुमच्या लक्षात येईल. आणखी जास्त पैसे कमावणं, आणखी किमती वस्तू घेणं किंवा आपल्या कामात आणखी मोठं पद मिळवणं ही साराची गरज नाही, तर तिनं आधी जे काही मिळवलेलं आहे त्याची किंमत ओळखणं तिला गरजेचं आहे. ध्येय ठरवणं आणि ते साध्य करणं यांत ती कुशल आहे. पण तिथपर्यंत पोहोचल्यावर त्याचा आनंद घेण्यात मात्र ती कमी पडते आहे. सारा एकदा तिच्या शालेय मित्राच्या संपर्कात आली. तिचा तो जुना मित्र तिला भेटायला तिच्या सुंदर घरी गेला. ''अरे वाह! तू किती भाग्यवान आहेस! अगदी स्वप्नातलं जीवन जगते आहेस.'' तो म्हणाला. त्या वेळी साराच्या 'पुरेसं' या कल्पनेला तडा गेला.

आपल्या आयुष्याच्या प्रवासात घडलेल्या चांगल्या गोष्टी कितीही छोट्या वाटत असल्या तरीही त्यांच्याविषयी कृतज्ञ रहा. आपण केलेल्या प्रगतीचं मोल जाणून घ्या. आपल्याकडे जे आहे ते गृहीत धरणं आणि त्याची जाणीव न ठेवणं सोपं असतं, पण ते करू नका. त्यामध्ये तुमचं स्वास्थ्य, नातेसंबंध, वैयक्तिक यश किंवा अगदी वर्तमानातले सुंदर क्षण यांचा समावेश असू शकतो. आपल्याकडे जे आहे त्याचं मोल जाणून घेण्याच्या वृत्ती विकसित केल्यामुळे हळूहळू तुम्हाला मानसिक समाधान लाभेल. सिनेकानं मांडलेला विचार आणि इथे सांगितलेला समाधानी आयुष्याचा उपाय यावरून हेच लक्षात येतं की, खरा आनंद हा तुलनेवर किंवा अन्य बाह्य मिळकतींवर अवलंबून नसतो, तर तो आपल्या मनातच दडलेला असतो.

भौतिक गोष्टींपासून अलिप्त व्हा :

चंगळवादानं आणि सतत आणखी काहीतरी मिळवत राहण्याच्या वृत्तीनं भारलेल्या या जगात, आनंद म्हणजे भौतिक साधनं या समीकरणात अडकणं

सहज शक्य आहे. या मानसिक वृत्तीमुळे आपण सतत असमाधानी आणि चिंतित राहतो कारण आपण आणखी जास्त मिळवण्याच्या मागे धावत राहतो किंवा समाजाकडून असलेल्या अपेक्षांमध्ये अडकतो.

भौतिक गोष्टींपासून अलिप्त होण्याची सुरुवात आपल्या घराच्या साफसफाईपासून करायची आहे. कल्पना करा की, तुमचं घर हे तुमच्या मनाचं प्रतिबिंब आहे. ते जर अनावश्यक गोष्टींनी व्याप्त असेल तर गोंधळ आणि असुविधा होईल. आपलं घर स्वच्छ करणं आणि जेवढं सामान आवश्यक आहे तेवढंच ठेवणं यामुळे घरात खरंच आनंद येतो कारण तुम्ही केवळ तुमचा आसपासच नाही, तर मनही स्वच्छ करत असता.

गरजा कमीतकमी करून भौतिकतेपासून अलिप्त होण्याची सवय लागल्यावर तुम्ही स्वत:चे नातेसंबंध आणि वैयक्तिक विकास यांवर लक्ष केंद्रित करू शकता. या गोष्टींमधून मिळणारं समाधान हे नश्वर भौतिक गोष्टींच्या संग्रहाच्या तुलनेत कितीतरी अधिक आणि कायम राहणारं असतं. उदाहरणार्थ, नवीन गॅजेट्सचा आग्रह धरण्याऐवजी आपल्या आप्तेष्टांसह छान वेळ घालवा, नव्या स्थळांना भेट द्या किंवा काही नवीन कौशल्य शिकण्यासाठी खर्च करा. या गोष्टी तुमचं आयुष्य अधिक समृद्ध करतील आणि तुम्हाला अधिकाधिक काळ वर्तमानात ठेवतील कारण या गोष्टींमध्ये व्यग्र राहिल्यामुळे आपल्याकडे काय नाही आणि आपण आता काय मिळवायला हवं, याची चिंता करायला तुम्हाला वेळच नसेल.

थोडक्यात सांगायचं तर, जास्तीतजास्त भौतिक गोष्टी मिळवण्यासाठीच्या धावपळीतून स्वत:ला मुक्त करा आणि त्या धावपळीमुळे येणारा तणाव कमी करा. कमी गरजांसह जगण्याची सवय लावून घेतल्यामुळे तुम्ही स्वत:ला संदेश देत असता की, खरा आनंद हा वस्तूंच्या संग्रहात नसून अनुभवांच्या समृद्धीमध्ये, दृढ नातेसंबंधांमध्ये आणि तुमच्या वैयक्तिक विकासाच्या प्रवासात आहे.

प्रकरण ४८

उद्देशामुळे लवचिकता येते

'जर आयुष्यासाठी आपल्याकडे 'का?'चं उत्तर असेल तर ते आपण 'काहीही' करून जमवतोच.'

–फ्रेडरीक नित्झ

तुमची प्रेरणा काय? तुमच्या आत्म्याशी संवाद साधणारं कोण आहे? तुमचा उद्देश काय आहे?

'का?' हे समजून घेणं म्हणजे केवळ स्वत:चा शोध घेण्याचा सराव करणं इतकंच मर्यादित नाही, तर तो प्रेरणेचा स्रोत आहे आणि वैचारिक गोंधळात स्पष्टता मिळवण्याचं साधन आहे. स्वत:चा उद्देश समजून घेतल्यामुळे ध्येयसाधनेच्या मार्गात चिंता आणि शंका उपस्थित झाल्या तरीही ध्येयाचा पाठपुरावा करण्याचा निश्चय दृढ होतो. माझ्या बाबतीत सांगायचं तर 'का?'चा समावेश शब्दक्षमतेमध्ये आणि ज्ञानाचा प्रसार करण्यामध्ये होतो. माझे शब्द इतरांना प्रोत्साहित आणि शिक्षित करतात आणि तेच शब्द मग कितीही कठीण आव्हानांचा सामना करावा लागला तरीही माझ्या स्वत:च्या विकासालाही गती देतात.

तुमच्यासाठी 'का?' म्हणजे खवळलेल्या समुद्रात फसलेल्या तुमच्या जहाजाला योग्य दिशा दर्शवणारा दीपस्तंभ असतो. जेव्हा तुम्ही स्वत:च्या उद्देशांवर लक्ष केंद्रित करता तेव्हा जीवनसागरात येणाऱ्या वादळांदरम्यान

तुम्हाला उचित आणि थेट दिशा दाखवून स्थिरता राखण्यासाठी मदत करतात.

'तुम्हाला सर्वांत जास्त काळजी कशाची वाटते?'

'या पृथ्वीतलावर तुमचा एकच दिवस उरला असेल तर त्या दिवशी तुम्ही काय करायचं ठरवाल?'

'आपल्याला कशासाठी मरण यावं असं तुम्हाला वाटतं?'

या प्रश्नांची उत्तरं शोधताना तुम्हाला स्वत:च्या वैयक्तिक जीवनमूल्यांचा आणि प्रेरणांचा शोध घेता येईल. काही लोकांसाठी त्यांच्या कुटुंबाबरोबर प्रेमाचे आणि सलोख्याचे संबंध महत्त्वाचे असतील, काहींसाठी ज्ञानसाधना महत्त्वाची असेल, तर काहींसाठी नवनव्या गोष्टी जाणून घेण्यातलं साहस, रोमांचक अनुभव महत्त्वाचे असतील. तुम्हाला स्वातंत्र्य महत्त्वाचं वाटू शकतं किंवा परस्परावलंबनाचं महत्त्व जाणवू शकतं. तुम्ही सत्याचा शोध घेऊ शकता किंवा सौंदर्याला प्राधान्य देऊ शकता!

सगळ्यात महत्त्वाचं म्हणजे तुमच्या 'का?'चं उत्तर काय असावं हे अन्य कोणीही ठरवू शकत नाही. ते काम तुम्ही स्वत:च करायचं आहे आणि ते असं काम आहे जे तुम्हाला आयुष्यभर पुन्हा पुन्हा करत राहावं लागणार आहे. (होय, तुमच्या मोठ्या 'का?'चं उत्तर बदलू शकतं!)

लवचिकता स्थापित करा :

कल्पना करा की, तुमच्याकडे असं एखादं प्रतीक किंवा असा एखादा मंत्र आहे जो तुमच्यासाठी प्रेरणा देणाऱ्या प्रशिक्षकाची भूमिका पार पाडत तुम्हाला तुमच्यामधल्या अदम्य चैतन्याची आणि आव्हानांवर विजय मिळवण्याच्या तीव्र ऊर्जेची आठवण करून देत राहील. वर्तमानात स्थिर राहण्याच्या आणि चिंता, अति विचार यांचा झाकोळ दूर ठेवण्याच्या प्रयत्नाला जोर मिळवून देणारा आधार म्हणजे तुमच्यातील लवचीक वृत्ती हे लक्षात घ्या. ही वृत्ती तुमची वैयक्तिक प्रेरक असेल आणि ती तुमच्या उद्देशाच्या सुपीक भूमीमध्ये खोलवर रुजलेली असेल. माझ्यासाठी याकरता एक साधा तरीही प्रभावी मंत्र आहे : 'क्षणाक्षणाचा अनुभव घ्या.' हा मंत्र म्हणजे मला अनिश्चित भविष्याच्या ओझ्यातून सोडवत वर्तमानात स्थिर राखण्यासाठी जणू काही एखाद्या सुहृदानं खांद्यावर हलकेच मारलेली चापट आहे.

उदाहरणार्थ, जर तुमचा उद्देश पर्यावरण संवर्धनाशी संबंधित असेल तर एखादा बहरलेला वृक्ष हे तुमचं स्थितिस्थापक म्हणजे उद्देशाची आठवण करून देणारं प्रतीक असेल. हे वृक्षप्रतीक तुम्हाला धरतीमातेशी असलेल्या तुमच्या वचनबद्धतेचं स्मरण करून देत राहील. आयुष्यात आलेल्या कठीण प्रसंगांमध्येही या प्रतीकाकडे नजर जाताच तुम्हाला मन स्वस्थचित्त करणाऱ्या हर्बल-टीचा घोट घेतल्यासारखं वाटेल. तुमचं चैतन्य पुन्हा जागृत होईल आणि एका अत्युच्च ध्येयासाठी सर्व अडचणींवर मात करून पुन्हा आपल्या निश्चयाप्रत कार्यसिद्ध होण्यासाठी मदत करेल.

ही संकल्पना केवळ सकारात्मक विचार जपण्यासाठी नाही. आपल्या उद्देशासाठी जीवनाच्या खडतर मार्गावरून मार्गक्रमण करण्याकरता आवश्यक तुमच्या 'का?'च्या उत्तरापासून बनलेले बूट पायात चढवल्यासारखं आहे. जेव्हा परिस्थिती प्रतिकूल असते तेव्हा तुमची लवचीक राहण्याची वृत्तीच तुम्हाला स्थिर, खंबीरपणे उभं राहण्यासाठी आणि आव्हानांवर मात करण्याच्या आपल्या क्षमतांवरचा विश्वास वाढवण्यासाठी मदत करते.

माझ्या स्वत:च्या आयुष्यात अपयशाच्या क्रूर शत्रूशी सामना करावा लागण्याच्या अनिश्चित काळात लवचीक वृत्तीचा आधारच मला उपयोगी ठरला. जीवनसागरात कितीही वादळं आली तरी माझ्या 'का?'चं उत्तर; अर्थात, माझा उद्देश कायम स्थिर ठेवायचं स्मरण मला हा आधारच सातत्यानं करून देत राहिला. नित्यनेमानं पुढे जाण्यासाठी, प्रत्येक क्षणाचा आनंद घेण्यासाठी आणि दिशादर्शक ध्रुवतारा ठरलेल्या स्पष्ट उद्देशासह मार्गक्रमण करत राहण्यासाठी माझ्या निश्चयाला अधिक दृढता प्रदान करणारी ही गुरूकिल्ली आहे.

प्रकरण ४९

आपल्या शत्रूलाच आपला मित्र बनवा

'आधी हे लक्षात घ्या की, राक्षस वास्तविक नव्हता. तो केवळ एक आभास होता त्यामुळे मुळातच तुम्ही त्याची भीती बाळगण्याचं कारण नाही. अर्थातच, राक्षसाचे भले मोठे सुळेही खोटेच होते हेसुद्धा तुम्हाला समजेल. हा विजय अतुलनीय असेल.'

–डेव्हिड डी. बर्न्स

लहानपणी आपण आपला आवडता कार्टून शो बघायला उत्सुकतेनं टीव्हीसमोर बसत असू. आठवतात ते दिवस? त्या वेळी त्या शोमध्ये पलंगाखाली लपलेल्या किंवा कपाटांमध्ये दडलेल्या राक्षसांविषयी आपल्याला खूप आकर्षण वाटत असे. भीती आणि उत्सुकता अशा संमिश्र भावनांसह आपण त्यांच्याकडे बघत असू कारण ते काल्पनिक राक्षस आपल्याला काहीही इजा करणार नाहीत हे आपल्याला माहीत असे. आता पुन्हा पटकन आपल्या प्रौढ वयात येऊ या. या वयात आपण वेगळ्या प्रकारच्या राक्षसांशी सामना करत असतो. हे राक्षस आपल्या मनात दडलेले असतात. हे राक्षस म्हणजे भीती, चिंता आणि आव्हानं जे आपल्या विचारांना प्रभावित करतात आणि टीव्हीमधल्या त्या काल्पनिक भयप्रद राक्षसांइतकेच घाबरवतात.

आपल्या मनातल्या राक्षसांशी सामना करताना आपण डेव्हिड डी. बर्न्सच्या विचारांतून, प्रेरक उक्तीमधून प्रेरणा घेऊ शकतो. त्यातून हे लक्षात येतं की, प्रौढ वयात मनात दडलेले हे राक्षस जितके वाटतात तितके भयावह नसतात. लहानपणी कार्टून्समध्ये बघितलेल्या राक्षसांप्रमाणेच यांनाही दात नसतात आणि ते निव्वळ आभासी असतात.

आपल्या मनातल्या 'राक्षसाला' ओळखा :

मनातल्या राक्षसांवर विजय मिळवण्यासाठी बर्न्सचं तत्त्वज्ञान मार्गदर्शन करतं आणि त्यासाठी करायची पहिली गोष्ट म्हणजे त्या राक्षसांना अचूक ओळखणं. यासाठी आपण आपल्या मनाच्या तळाशी घुटमळणाऱ्या विचित्र प्राण्यांची एक सूची तयार करायची आहे. या प्रक्रियेमध्ये आपल्यावरचा ताण वाढवणारी भीती, चिंता, आव्हान नक्की कशा संबंधित आहे हे सजगतेनं प्रयत्नपूर्वक जाणून घेतलं जातं. आपल्या विचारांना प्रभावित करणाऱ्या निराकार भयाला निश्चित आकार दिला जातो.

कल्पना करा, सार्वजनिक ठिकाणी असताना आपल्याला अस्वस्थ वाटतं किंवा चिंता सतावते असं तुम्हाला जाणवतं. अनोळखी माणसांना भेटायचं किंवा सामाजिक समारंभात उपस्थित राहायचं, या केवळ विचारानंही तुमच्या हृदयाची धडधड वाढते आणि तळहात घामेजून जातात. अशा वेळी समाजामध्ये वावरण्याची भीती हा तुमच्यासाठी राक्षस असतो. आपण चार लोकांमध्ये काहीतरी विचित्र बोलून जाऊ किंवा लोक आपल्या चालण्या-बोलण्यावर टीका करतील किंवा त्या दालनातल्या गर्दीमध्येही आपण संकोचून जाऊ आणि एकटे पडू अशी भीती सतत जाणवत असते.

इथे मला माझ्या ओळखीच्या ब्रॅड नावाच्या माणसाची गोष्ट सांगाविशी वाटते. अनेक वर्षांपासून त्याला समाजात मिसळायची भीती वाटत होती. तिथे गेल्यावर इतर लोक आपल्यावर टीका करतील आणि आपणही बोलताना काहीतरी गडबड करू या भीतीमुळे तो अशा समारंभाची आमंत्रणं टाळत असे. त्याच्या जीवनातला राक्षस म्हणजे तो जिथे कुठे जाईल तिथे त्याचा पाठलाग करत त्याच्यावर शंका घेणारी आणि त्याला कमकुवत करणारी त्याचीच सावली. पण मग एकदा ब्रॅडनं विचार केला की, आता या राक्षशासी सामना करण्याची वेळ आलेली आहे.

त्या प्रक्रियेत सर्वप्रथम लोकांमध्ये मिसळताना आपल्याला नक्की कसली भीती वाटते याचा विचार ब्रॅडनं केला. त्यानं त्या भीतीला एक नाव दिलं. मनातल्या मनात तिचं एक चित्र रेखाटलं. एवढंच नाही तर त्या भीतीला त्यानं एक टोपण नावही दिलं. अशा प्रकारे ब्रॅडनं आपल्या भीतीच्या भावनेचं मानवीकरण केलं आणि स्वत:वर दडपण आणणाऱ्या त्या अदृश्य निराकार गोष्टीशी संवाद साधता येईल अशा एका विशिष्ट आकारात सीमित करून गमतीदार रूप दिलं. स्वत:च्या भीतीकडे बघण्याचा दृष्टिकोन बदलल्यामुळे स्वत:ला घाबरवणाऱ्या त्या भीतिरूपी राक्षसाला समजून घेणं आणि परिणामत: नियंत्रित करणं ब्रॅडला शक्य झालं.

समाजात मिसळताना आपल्याला भीती वाटते, हे ओळखता आल्यामुळेच ब्रॅडला ती भीती नियंत्रणात आणण्यासाठी मदत मिळवता आली आणि योग्य ते प्रयत्न करता आले. हळूहळू आपला आत्मविश्वास वाढतो आहे, हे त्याच्या लक्षात आलं आणि मग कोणे एके काळी ज्या सार्वजनिक कार्यक्रमांचं त्याला दडपण वाटत असे त्यांचा आनंद त्याला आता घेता येऊ लागला. कारण त्याला घाबरवणाऱ्या राक्षसाची शक्ती काहीशी कमी झाली होती. याचं श्रेय ब्रॅडनं त्या राक्षसाशी थेट सामना करण्यासाठी आणि ती समस्या स्वत:च्या पद्धतीनं सोडवण्यासाठी दाखवलेल्या धैर्याला द्यायला हवं.

ब्रॅडप्रमाणेच तुम्हीसुद्धा तुम्हाला स्वत:ला घाबरवणाऱ्या राक्षसाला ओळखून स्वत:मध्ये परिवर्तन आणणाऱ्या प्रक्रियेची सुरुवात करू शकता. आपल्याला वाटणारी विशिष्ट भीती, चिंता किंवा आव्हानं ओळखण्यासाठी स्वत:ला थोडा वेळ द्या आणि मनातल्या मनात त्यांचं निश्चित रूप समजून घ्या. त्यामुळे स्वत:चा विकास साधण्यासाठी आणि स्वत:चा शोध घेण्यासाठी एक पार्श्वभूमी तयार होईल.

तुमच्या मनातल्या राक्षसाच्या उगमस्थानाचा शोध घ्या :

एखाद्या जादूगारानं आपल्या जादूचं गुपित उघड करावं अगदी त्याप्रमाणे आपणही आपली भीती आणि चिंता ज्या परिस्थितीतून निर्माण होते तिचं बारकाईनं निरीक्षण करून आपल्या मनातल्या राक्षसाला दात नाहीत हे गुपित समजून उघड करू शकतो.

क्षणभरासाठी कल्पना करा की, तुम्हाला उंचीची भीती असेल तर काय होईल? जिथे खडकाळ प्रदेशात चालत चालत उंचावरचे सेतू पार करावे

लागतात अशा साहसी सहलींची तुम्हाला भीती वाटेल. कारण तो सेतू पडला तर किंवा काही भयंकर अपघात झाला तर असे विचार तुम्हाला घाबरवत असतात. पण त्या भीतीच्या आहारी जाण्यापूर्वी आपल्यामधील शक्तीला आवाहन करण्याचं बर्नचं तत्त्व अमलात आणा. लिलीलाही पूर्वी असे उंचावरचे सेतू पार करण्याची भीती वाटत असे. पण नव्यानं मिळालेल्या दृष्टिकोनाच्या आधाराने लिलीने त्या भीतीशी थेट सामना करण्याचं ठरवलं. ज्यात उंचावरच्या सेतूवरून जावं लागेल अशा एका सहलीला जायला ती निघाली. ती तिच्या स्वत:च्या धैर्याची खरी परीक्षा होती. त्या वेळी नेहमीप्रमाणे अपघाताच्या कल्पना करण्याऐवजी तिनं स्वत:चीच हेरगिरी करण्याचं ठरवलं.

लिलीनं एक खोल श्वास घेतला आणि सेतूचं निरीक्षण केलं. सेतूचं बांधकाम किती पक्कं आहे ते तिनं पाहिलं. त्या सेतूवरून नेहमीच अनेक हायकर्स निर्वेधपणे जा-ये करतात ते बघितलं आणि रोज कितीतरी लोक कितीतरी सेतू सुरक्षितपणे पार करत असतात हे लक्षात घेतलं. आपल्या मनातल्या भीतीनं आपल्याला घाबरवलं आहे हे लिलीला समजलं. सेतू कोसळण्याच्या घटना अगदी क्वचितच घडतात. शिवाय, त्या सेतूचं बांधकाम साधारण वाहतुकीच्या ओझ्यासाठी सक्षम होतं हे तिला कळलं.

वस्तुनिष्ठ पद्धतीनं परिस्थितीचा आढावा घेतल्यावर आपल्याला केवळ आपल्याच मनातली भीती घाबरवते आहे हे लिलीला स्पष्टपणे समजलं. आपल्याला घाबरवणाऱ्या राक्षसाला दात नाहीत हे तिला कळलं. ती भीती म्हणजे केवळ एक सावली, तिच्याच मनाचा खेळ होता. नव्यानं मिळालेल्या या ज्ञानामुळे लिली आत्मविश्वासाने त्या सेतूवर गेली आणि पूर्वी छळणाऱ्या चिंतेनं आता अजिबात व्याकूळ न होता तिनं तो सेतू पारही केला.

हा धडा सेतू आणि उंचीची भीती या पलीकडे जाऊन काही शिकवतो; आयुष्याचा विस्तृत विचार करायला लावतो. आपल्यापैकी प्रत्येकालाच वैयक्तिक पातळीवर असे काही सेतू पार करायचे असतात, मग ते करिअरमधला बदल असो, नातेसंबंधांमधली आव्हानं असोत किंवा अनिश्चिततेशी सामना करणं असो. जेव्हा आपण या प्रकारच्या परिस्थितीकडे समीक्षणात्मक नजरेनं बघतो, वस्तुनिष्ठ विचार करतो आणि त्यातून भीती का निर्माण होते, याचं विश्लेषण करतो तेव्हा आपल्या लक्षात येतं की, आपल्याला त्या परिस्थितीची भीती घालणारा राक्षस म्हणजे केवळ एक आभास होता.

प्रकरण ५०

मनोवृत्ती विकसनशील राखा

आपल्या क्षमता आणि बुद्धिमत्ता दगडावर कोरलेल्या रेषेप्रमाणे आहेत अशी पक्की धारणा आणि गाढ विश्वास असल्यामुळे काही वेळा आयुष्य हे आपण कधीच विचार न केलेल्या आणि कधीच न सुटणाऱ्या कोड्यासारखं वाटतं आणि जर तुम्ही आयुष्यातले चढ-उतार पार करताना आपलं काम, नातेसंबंध आणि अधूनमधून उद्भवणारे विवाद यांच्यात गडबड केलीत तर ते कोडं एका भल्यामोठ्या चिंतेचं रूप धारण करतं.

त्याउलट विकसनशील मनोवृत्ती (ग्रोथ माइंडसेट) ही अशी धारणा आहे ज्यात बुद्धिमत्ता ही काही एखाद्या वरदानासारखी प्राप्त होत नसली तरी मेहनतीनं घाम गाळून ती नक्कीच मिळवता येते. ताओ विडाँग आणि त्याच्या गटानं विकसनशील मनोवृत्तीचा मन:स्वास्थ्यावर कसा प्रभाव पडतो याचं बारकाईनं निरीक्षण करायचं ठरवलं.

परीणाम? पक्क्या धारणा असणाऱ्या लोकांच्या तुलनेत ज्या लोकांनी विकसनशील मनोवृत्ती धारण केली त्यांच्या मानसिक स्वास्थ्य समस्यांमध्ये आणि 'आयुष्यातील घटनांमुळे निर्माण होणाऱ्या तणावात' लक्षणीय घट झालेली आढळून आली.

अपयशातून धडा घ्या :

विकसनशील मनोवृत्तीच्या तत्त्वज्ञानाच्या गाभ्यामधून एक शक्तिशाली नीती निर्माण झालेली दिसते : जेव्हा तुम्ही एखाद्या आव्हानाशी, अपयशाशी किंवा कठीण परीस्थितीशी सामना करता तेव्हा स्वत:ला विचारा, 'यातून मी कोणता धडा घ्यायचा आहे?' हा प्रश्न दिसायला अगदी साधा दिसत असला तरी त्याचा परिणाम खूप मोठा आहे. हा प्रश्न तुमच्या मनाला भक्कम आधार देऊन तुमचं लक्ष त्रासदायक नकारात्मक विचारांकडून वैयक्तिक विकास आणि सुधारणा घडवणाऱ्या दुर्लक्षित संधींकडे नेतो.

कल्पना करा की, जीवन हे एकामागोमाग एक अशा अनेक दरवाजांनी युक्त आहे. त्यातले काही दरवाजे उघडल्यावर स्वच्छ सूर्यप्रकाश येतो, तर काही दरवाजांमागे आव्हानं दडलेली असतात. जेव्हा तुम्ही एखादा बंद दरवाजा उघडता तेव्हा तुम्हाला दडपण येणं आणि अगदी चिंता वाटणंही साहजिकच आहे. इथेच विकसनशील मनोवृत्ती उपयोगाला येते. त्या बंद दरवाजावर डोकं आपटत राहण्याऐवजी तो उघडण्यासाठी 'यातून मी कोणता धडा घ्यायचा आहे?' हे शब्द कोरलेली किल्ली विकसनशील मनोवृत्तीमुळे आपल्याला मिळते.

तुम्ही ती किल्ली घेता, दरवाजाला लावून फिरवता आणि चमत्कार! तो दरवाजा पटकन उघडतो. आतमध्ये तुम्हाला मौल्यवान धडे आणि ज्ञानाचं भांडार तुमच्याच प्रतीक्षेत असलेलं आढळतं. विकसनशील मनोवृत्ती काही जादू करते आणि तुमच्या समस्या गायब करते असं होत नाही, तर तुमच्या मनातल्या अंधाऱ्या कोपऱ्यांमध्ये असलेली आव्हानं, आभास शोधून काढण्यासाठी तुमच्या हाती एक दिवा देते आणि तुम्हाला नव्यानं प्राप्त झालेल्या ज्ञानमार्गाकडे घेऊन जाते.

उदाहरणार्थ, समजा, तुम्हाला तुमच्या कामामध्ये काहीतरी नुकसान झालं आहे. अशा वेळी तुमचं पक्क्या धारणा घेऊन बसलेलं मन तुम्हाला वारंवर हेच सांगत राहील की, आपण त्या कामासाठी घडलेलोच नाही किंवा आपल्या नशिबात कायम अपयशच लिहिलेलं आहे. पण विकसनशील मनोवृत्तीसह स्वत:ला प्रश्न विचारून तुम्ही त्या परिस्थितीकडे वेगळ्या दृष्टिकोनातून बघू शकता. तुम्ही आपल्या अपयशाची कारणं शोधता, आपल्यात सुधारणा आणण्यासाठी कोणती कौशल्यं शिकून घेणं आवश्यक

आहे ते समजून घेता आणि या अपयशाच्या अनुभवाला पहिली पायरी मानून पुढे यशाचं शिखर कसं चढता येईल याचा विचार करता. अशा प्रकारे, तुमची अपयशाची चिंता तर कमी होतेच, पण ते अपयश तुम्हाला स्वत:मध्ये सुधारणा घडवून आणण्यासाठी प्रेरक सिद्ध होतं.

प्रतिकूलतेचा स्वीकार करा :

माझा तुम्हाला एक प्रश्न आहे : तुम्ही किती काळापासून तुमच्यासाठी अनुकूल अशा स्थितीमध्ये राहता आहात? तुम्हाला माहीत आहे की, तिथे आयुष्य हे सुरक्षित, निश्चित मार्गानं जाणारं आणि सुखाचं आहे. अनिश्चितता आणि बदलांच्या वादळांमध्ये असताना आपल्याला जिथे परत जावंसं वाटतं असं हे ठिकाण असतं. पण त्या अनुकूल स्थितीतून बाहेर पडून प्रतिकूल स्थितीमध्ये प्रवेश करणं ही वैयक्तिक विकासाची गुरूकिल्ली आहे आणि अधिकाधिक वेळ वर्तमानाशी जोडून चिंतांचं प्रमाण कमी करण्याचा उपाय आहे, असं मी तुम्हाला सांगितलं तर?

या विचारामागचं तत्त्वज्ञान एका जुन्या वाक्प्रचारामधून छान मांडलेलं आहे, 'तुमच्यासाठी अनुकूल असलेल्या परिस्थितीच्या परिघाबाहेरच आयुष्याला खरी सुरुवात होत असते.' जणू काही या वाक्प्रचारामध्ये जीवनसागराच्या खोल तळाशी सूर मारण्यासाठीचं खुलं आमंत्रणच दिलेलं आहे. सुरुवातीला तुम्हाला पोहणं कठीण जाईल, हातपाय मारताना दमायला होईल आणि तुमची प्रत्येक हालचाल तुम्हाला किनाऱ्याच्या सुरक्षिततेकडून दूर दूर घेऊन जाईल. पण हळूहळू त्या प्रतिकूलतेमुळे तुमचा आत्मविश्वास वाढेल आणि लवकरच पाण्याची वाढलेली खोली हा चिंतेचा विषय न राहता नवीन शोधाचा स्रोत होईल.

त्याचप्रमाणे, थोडीशी प्रतिकूलता अनुभवल्यामुळे तुमच्या वैयक्तिक विकासाला चालना मिळते. समजा, लोकांसमोर बोलताना भीतीने तुमचे हातपाय थरथरत असतील तर आरशासमोर उभं राहून किंवा तुमच्या एखाद्या विश्वासू मित्रासमोर उभं राहून बोलण्याचा सराव करा. सुरुवातीचा संकोच ही तुमच्या सरावासाठीची पार्श्वभूमी असेल. हळूहळू तुम्ही मोठ्या जनसमुदायासमोर बोलण्यासाठी तयार होत जाल, तेव्हाही तुम्हाला संकोच, प्रतिकूलता जाणवेलच, पण त्या वेळी तुमचा आत्मविश्वास तुम्हाला तारून नेईल.

प्रकरण ५१

निर्णय-दुर्बलता टाळा

आधुनिक जग हे कधीकधी एखाद्या कधीच न संपणाऱ्या पर्यायांच्या यादीसारखं असतं. अगदी सकाळी उठल्यावर नाश्त्याला काय करायचं इथपासून दिवसभरात आपल्याला अनेक निर्णय घ्यावे लागतात. त्यासाठीच्या पर्यायांची संख्या अफाट असते. हा विपुलतेचा विरोधाभास आहे. त्यात अनेक पर्यायांमधून एक निवडण्याचं स्वातंत्र्य आपल्याला असलं तरीही कोणता पर्याय निवडावा या गोंधळात आपण अडकलेले असतो. कोलंबिया महविद्यालयातील संशोधकांनी अशा एका रोचक गोष्टीचा शोध लावला आहे जी आपले निर्णय आणि त्यांचा आपल्या आयुष्यावर होणारा परिणाम याविषयीच्या आपल्या पारंपरिक धारणांना, विशेषत: चिंतेच्या विचारांना आव्हान देणारी आहे.

या संशोधकांच्या अनुसार, पर्यायांसंबंधीच्या वैयक्तिक निर्णयांशी सकारात्मक परिणामांची अपेक्षा जोडलेली असते असं मानलं जात असलं तरी नुकत्याच केलेल्या प्रायोगिक अभ्यासातून या मान्यतेला आव्हान दिलं गेलं आहे. या अभ्यासात असं दिसून आलं की, जेव्हा काही व्यक्तींना वीस-तीसऐवजी केवळ सहा पर्याय उपलब्ध करून देण्यात आले तेव्हा त्या व्यक्तींनी स्वादिष्ट जॅम्स किंवा चॉकोलेट्स खरेदी करून वर्गातलं आपलं काम पूर्ण करण्याला प्राधान्य दिलं. शिवाय, सहभागी व्यक्तींनी स्वत:च्या निर्णयाविषयी मोठं समाधान व्यक्त केलं आणि पर्याय सीमित असतानाही चांगल्या दर्जाचं काम प्रस्तुत केलं. या शोधातून असं निदर्शनास येतं की, पर्याय अत्यधिक असतील तर योग्य निवडीची प्रेरणा आणि समाधान यांच्यात

घट होते. आपल्या जीवनात असलेली पर्यायांची विपुलता आपल्या चिंतेचं कारण कसं ठरते हेच यातून दिसून येतं.

पर्यायांची संख्या सीमित राखणं :

याची पद्धत अगदी सोपी आहे : स्वत:साठीचे पर्याय सीमित ठेवा. अगणित पर्यायांच्या समुद्रात भरकटत राहण्याऐवजी जीवनरक्षकाचा सल्ला घ्या आणि नेहमीसाठीच केवळ सहा पर्यायांची सीमा आखून घ्या. यामुळे तुमची निर्णयप्रक्रिया तर सहजतेनं होईलच, पण तुमच्या चिंतेचं प्रमाणही कमी होईल.

विडंबना म्हणजे परिपूर्णतेच्या मागे धावण्यामुळे आपल्या मनात स्वत:विषयी शंका उत्पन्न होत राहतात आणि परिपूर्णता मिळवण्यात आपण कमी पडू की काय, अशी भीती सतत वाटत राहते. यातला विरोधाभास म्हणजे एखादं काम 'पुरेसं चांगलं' आहे ही भावना आपल्याला अशी प्रेरणा देते की, ज्यामुळे त्या कामामध्ये खरोखरीच अधिकाधिक सुधारणा होत जाते.

'पुरेसं चांगलं' मानण्याची मनोवृत्ती धारण केल्यामुळे आपल्या लक्षात येतं की, विविध खाद्यपदार्थांच्या मोठ्या सूचीप्रमाणे आपलं आयुष्य आपल्यापुढे अनेकविध पर्याय ठेवत असत. त्यातला कोणताही पर्याय हा परिपूर्ण नसतो. ही समज प्राप्त झाल्यावर अनेकविध पर्यायांनी गोंधळून न जाता पटकन निर्णय घेणं सोपं होतं.

समजा, तुम्ही किराणामालाच्या दुकानात गेला आहात आणि सिरीयल बॉक्सेसवर चित्रांसह लिहिलेला मजकूर समजून घेण्याचा प्रयत्न करण्यात हरवून गेलात आहात. तिथल्या वस्तूंच्या अनेकविध पर्यायांमध्ये हरवून जाण्याऐवजी तुम्हाला नाश्त्यासाठी काय आवश्यक आहे याची एक सूची तयार करा आणि तेवढंच खरेदी करण्यावर ठाम रहा. सुट्टीचं नियोजन करताना जगाच्या कोनाकोपऱ्याचा विचार करणं सोडून द्या. जिथे तुम्हाला तीव्रतेनं जावंसं वाटतं अशी काही ठिकाणं निवडा. अशा सीमा निश्चित केल्यामुळे तुमचं आयुष्य तर सोपं होतंच, पण तुम्ही ज्या गोष्टी निवडल्या आहेत त्यांचा तुम्हाला पुरेपूर आनंदही घेता येतो.

जितके जास्त पर्याय उपलब्ध तितकं आयुष्य आनंदी, असं आपल्याला वाटू शकतं, पण जितके जास्त पर्याय तितकं योग्य पर्याय बाजूला असतानाही अयोग्य पर्याय निवडला जाण्याची भीतीही जास्त असते. वास्तविक, आपण

जी काही निवड केलेली आहे, ती कशीही असली तरी तिच्यात आनंद मानणं ही माणसाची सहज प्रवृत्ती झालेली आहे. त्यापूर्वी आपण केलेली निवड योग्य सिद्ध करण्यासाठी तुम्हाला बराच वेळ खर्च करावा लागू शकतो आणि ताणही सोसावा लागू शकतो, पण त्या धडपडीतून तुमच्या आयुष्यात कोणतीही मोलाची भर पडत नसते.

एक साधं उदाहरण पाहू या. तुम्ही पीनट बटर खरेदी करण्यासाठी दुकानात गेला आहात. ते मलईदार हवं की दाणेदार हे तुम्ही आधीच ठरवलेलं आहे. पण तिथे तुम्हाला तुमच्या साध्या अपेक्षांहून अधिक आणि मध्यम किमतीचे असे पीनट बटरचे प्रकार दिसतात. पण त्या वेळी तुम्ही घाट्याचा सौदा करत असता. जर तुम्ही वीस प्रकारच्या पीनट बटर ब्रँडची लेबलं वाचण्यात पंचवीस मिनिटं घालवली तर त्या खर्चलेल्या पंचवीस मिनिटांची भरपाई होईल असा एखादा फायदा होणार आहे का? तुम्ही निवडलेलं पीनट बटर जरा चांगलं असेल, एवढंच. आपण बराच वेळ घालवून निवडलेली वस्तू काही विशेष आहे असं तुम्हाला भासू शकतं... तो भासच असतो!

मग आयुष्यातल्या मोठ्या निर्णयांविषयी काय? कल्पना करा की, तुम्ही आयुष्याच्या एका वळणावर उभे आहात आणि करिअरमध्ये बदल करण्याच्या विचारात आहात. तो विचार तुमच्यासाठी माउंट एव्हरेस्टवर चढाई करण्याइतकाच आव्हानात्मक आहे. अशा वेळी, क्षितिजावरच्या प्रत्येक मृगजळामागे धावण्याऐवजी तुमच्या आकांक्षा आणि मूल्य यांच्याशी मिळतेजुळते असे काहीच पर्याय सीमित ठेवा. अशा निश्चित दिशेनं केलेल्या विचाराने तुम्ही तुमची ऊर्जा एखाद्या लेसर बीमप्रमाणे एककेंद्रित करत असता आणि केवळ चांगलेच नाही, तर तुमच्या जीवनप्रवासासाठी योग्य असे निर्णय घेऊ शकता.

आयुष्य जेव्हा तुमच्यापुढे पर्यायांचं मोठं प्रदर्शन मांडतं तेव्हा त्यात गुंतून चिंताग्रस्त होऊ नका. त्यातले तुम्हाला आवडणारे मोजकेच पर्याय निवडा आणि चिंतेला पळवून लावा. साध्यासोप्या आणि चिंतेचं प्रमाण कमी असलेल्या आयुष्याचा मार्ग पर्यायांची संख्या कमी करण्यापासून सुरू होतो.

'अचूक' निर्णयाची कल्पना सोडून द्या :

कल्पना करा की, तुम्ही विविध पदार्थांनी खच्चून भरलेल्या एका मेजासमोर उभे आहात. तुम्ही जसे पुढे जाता तसा त्यातला प्रत्येक पदार्थ मागच्या

पदार्थापेक्षा अधिक स्वादिष्ट आहे असं वाटत राहतं. अशा वेळी 'चुकीचा' निर्णय घेतला जाण्याच्या भीतीमुळे निर्णय घेतलाच जात नाही, चिंता वाढते आणि आपण एका चांगल्या असू शकणाऱ्या जेवणाची संधी गमावून बसतो. त्याचप्रमाणे अचूकतेच्या हव्यासामुळे 'चूक' होण्याच्या भीतीमुळे आपण इतके हतबल होऊन जातो की, आपल्या प्रगतीसाठी, विकासासाठी आवश्यक कृती करण्यातही कच खात राहतो.

म्हणूनच, अचूकतेच्या हव्यासामुळे तुमच्या निर्णयक्षमतेला कमकुवत होऊ देऊ नका. लक्षात ठेवा की, अचूकता म्हणजे कधीच हाती न लागणारं मृगजळ असतं. अगणित पदार्थांमधल्या प्रत्येक पदार्थाची चव घेण्याचा प्रयत्न करण्यासारखं असतं. त्याऐवजी जिथून तुम्हाला पुढे जाता येईल, प्रगती साधता येईल आणि अति विचारांच्या जाळ्यात न अडकता ध्येय गाठता येईल असं 'पुरेसं चांगलं' निवडण्यावर लक्ष केंद्रित करा.

उदाहरणार्थ, एखाद्या प्रोजेक्टवर काम करत असताना लक्षात ठेवा की, ते 'पुरेसं चांगलं' या दर्जानुसार केल्यामुळे तुम्ही पुढच्या कामाकडे जाऊ शकता. त्याउलट, त्या प्रोजेक्टमध्ये 'अचूकता' गाठण्यासाठीची न संपणारी धडपड तुम्हाला तिथेच रोखून ठेवते आणि चिंता वाढवते. त्याचप्रमाणे वैयक्तिक ध्येय साध्य करतानाही स्वत:मध्ये सातत्याने सुधारणा आणि प्रगती करण्याकडे लक्ष देणं हे कोणत्यातरी एकाच कामासाठी अचूकतेचा अव्यावहारिक ध्यास घेण्यापेक्षा अधिक योग्य आहे. विडंबना म्हणजे परिपूर्णतेच्या मागे धावण्यामुळे आपल्या मनात स्वत:विषयी शंका उत्पन्न होत राहतात आणि परिपूर्णता मिळवण्यात आपण कमी पडू की काय, अशी भीती सतत वाटत राहते. यातला विरोधाभास म्हणजे एखादं काम 'पुरेसं चांगलं' आहे ही भावना आपल्याला अशी प्रेरणा देते की, ज्यामुळे त्या कामामध्ये खरोखरीच अधिकाधिक सुधारणा होत जाते.

'पुरेसं चांगलं' मानण्याची मनोवृत्ती धारण केल्यामुळे आपल्या लक्षात येतं की, विविध खाद्यपदार्थांच्या मोठ्या सूचीप्रमाणे आपलं आयुष्य आपल्यापुढे अनेकविध पर्याय ठेवत असतं. त्यातला कोणताही पर्याय हा परिपूर्ण नसतो. ही समज प्राप्त झाल्यावर अनेकविध पर्यायांनी गोंधळून न जाता पटकन निर्णय घेणं सोपं होतं.

अनुवादक परिचय

इंद्रायणी चव्हाण, १९९१-९२पासून आकाशवाणी आणि दूरदर्शनसाठी लेखन-निवेदन करत आहेत. दिवाळी अंक, वृत्तपत्रं आणि मासिकांमध्ये त्यांचे लेख प्रकाशित झाले आहेत. गेल्या १५ वर्षांपासून त्या हिंदी आणि मराठीमध्ये विविध विषयांसंबंधी अनुवादाचं काम करत आहेत. त्यांनी काही पुस्तकांचेही अनुवाद केले आहेत. त्यांतली छत्रपती शिवाजी महाराजांच्या संघर्षावर आधारित 'झुंज नियतीशी', भारतीय समाज रचनेचा अभ्यासपूर्ण लेखाजोखा 'अर्ली इंडियन्स', श्रीकृष्णाचं बहुआयामी व्यक्तिमत्त्व विषद करणारं 'श्याम' (मराठी) आणि श्री गोरक्षनाथांच्या चरित्रावर आधारित 'शिवगोरक्ष' (हिंदी) ही पुस्तकं प्रकाशित झाली आहेत.

अनुवादकलेविषयी इंद्रायणी चव्हाण म्हणतात, 'अनुवादाच्या निमित्तानं संबंधित विषयाची, साहित्याची ओळख होते, त्यासंबंधी थोडाफार अभ्यास आणि विचारही केला जातो, त्यामुळे अनुवादकानं केलेला प्रत्येक अनुवाद, त्याला एक व्यक्ती म्हणून समृद्ध करत जातो. ज्यांच्यामुळे मला अशी समृद्धी लाभली, त्यांची मी सदा ऋणी असेन.'